ભાગ્ય-સૌભાગ્ય

હરકિસન મહેતા

પ્રવીણ પુસ્તક ભંડાર
લાભ ચેમ્બર્સ, મ્યુ. કૉર્પો. સામે, ઢેબર રોડ, રાજકોટ.
Website : www.pravinprakashan.com
E-mail : pravinprakashan@yahoo.com

BHAGYA-SAUBHAGYA
(Gujarati Novel)
By : HARKISAN MEHTA
Published by : PRAVIN PRAKASHAN PVT. LTD., RAJKOT - 360 001

પ્રકાશક :
પ્રવીણ પ્રકાશન પ્રા. લિ.
લાભ ચેમ્બર્સ, મ્યુ. કૉર્પો. સામે,
ઢેબર રોડ, રાજકોટ.
ફોન : (૦૨૮૧) ૨૨૩૨૪૬૦ / ૨૨૩૪૬૦૨

આવૃત્તિ : ૧લી ૧૯૮૨
આવૃત્તિ : ૨જી ૧૯૮૮
આવૃત્તિ : ૩જી ૧૯૯૦
આવૃત્તિ : ૪થી ૧૯૯૬
આવૃત્તિ : ૫મી ૨૦૦૨
આવૃત્તિ : ૬ઠ્ઠી ૨૦૧૧

ISBN : 978-81-7790-447-5

કિંમત : રૂ. ૧૫૦

મુદ્રક :
પ્રવીણ પ્રકાશન પ્રા. લિ.
વેરાવળ (શાપર),
જિલ્લો : રાજકોટ.

અર્પણ

ઊંધા ચશ્માંવાળા
તારક મહેતાને

પડખે ઊભા રહેનારા મિત્ર

જીવનમાં જેમ બધું જ બદલાય છે તેમ પત્રકારત્વની પણ વિભાવના બદલાઈ. જે લોકો સમય સાથે બદલાતા નથી એ લોકોની પ્રતિભા થીજી જતી હોય છે અને છેવટે શોષાવું સાપ્તાહિકને પડે છે. હરકિસન મહેતા જાગૃત તંત્રી હતા. બદલાતી વિભાવના સાથે એ બદલાતા રહ્યા. એક અમેરિકન કવિએ કહ્યું છે એમ What does not change is the will to change. હરકિસન મહેતાએ સમય પ્રમાણે સિદ્ધાંતની બાંધછોડ કર્યા વિના પરિવર્તનનો પડકાર પણ ઝીલ્યો હતો.

ઘણી વાર એ વાતવાતમાં કહેતા કે હવે ટેબલ જર્નાલિઝમ રહ્યું નથી. ઍરકંડિશન્ડ ઑફિસમાં બેઠાં બેઠાં તંત્રીપદને માણવું એ પૂરતું નથી. જે સ્થળે ઘટના બની હોય એ સ્થળે પહોંચી જવાની ત્રેવડવાળો સ્ટાફ હોવો જોઈએ. સ્ટફ વિનાના માણસોને એ કદીયે સાંખતા નહીં. ઇન્વેસ્ટિગેટિવ જર્નાલિઝમના એ આગ્રહી હતા. જેમ કોઈ સારા વક્તાને શ્રોતાની પલ્સની સમજ પડે છે તેમ એ વાચકની નાડ પારખનારા હતા.

ધારાવાહિક નવલકથાના એ કીમિયાગાર હતા. જાણે કે જીવનની પળેપળનો હિસાબ એમણે પોતાને આપ્યો અને 'ચિત્રલેખા'ને પણ આપ્યો છતાં કોઈ એમ ન માને કે એ માત્ર કામગરા હતા. એ જે કંઈ કરતા એ પૂરેપૂરી ચીવટથી કરતા પણ જેવું કામ પૂરું થયું એટલે મિત્રો સાથે મળીને આનંદને પણ પૂરેપૂરો માણતા. નિરાંતને જીવે જામના સાન્નિધ્યમાં અને સિગારેટના વહી જતા ધુમાડામાં એમના આનંદની લિપિ ઓળખાઈ જતી.

– સુરેશ દલાલ

જત લખવાનું કે

વર્ષો અગાઉ સ્ફુરેલા નાટકની કથાવસ્તુને નવલકથા સ્વરૂપે લખવાનો મારા માટે આ પ્રથમ જ પ્રયાસ છે. ફિલ્મ, નાટક કે નવલકથામાં વાર્તા એક જ હોય તોપણ માધ્યમ પ્રમાણે તેની અલગ અલગ માવજત થતી હોય છે. તખ્તા માટે લખાતી કૃતિને મર્યાદાનાં અમુક બંધનોમાં જકડી રાખવી પડે છે, તેના વિસ્તાર પર પણ અંકુશ રાખવો પડે છે એટલે નાટ્યસ્વરૂપને ધ્યાનમાં રાખેલી 'ભાગ્ય-સૌભાગ્ય'ની આ કથા નવલકથા તરીકે વાચકોને બહુ ઝડપી અને થોડી ટૂંકી લાગશે.

બીજું એ લખવાનું કે ફિલ્મ અથવા નાટકમાં પાત્રોના મનની વાત છતી કરવાની જરૂર હોતી નથી, જ્યારે નવલકથામાં પાત્રની માનસલીલા પણ વ્યક્ત થતી હોવાથી અમુક રહસ્ય લાંબા વખત સુધી વાચકોથી ગુપ્ત રાખવાનું અવાસ્તવિક બની જવાની દહેશત રહે છે. 'ભાગ્ય-સૌભાગ્ય' એવા જ એક રહસ્યની આસપાસ રચાયેલી હોવાથી એનું લંબાણ મેં ટાળ્યું છે.

'જન્મભૂમિ-પ્રવાસી' (મુંબઈ), 'ફૂલછાબ' (રાજકોટ) 'પ્રતાપ' (સુરત) અને 'કચ્છમિત્ર' (ભૂજ) એ ચાર દૈનિકોની રવિવારની પૂર્તિમાં ક્રમશઃ પ્રગટ થયેલી આ નવલકથાને વાચકો તરફથી મિશ્ર આવકાર મળ્યો તેનું કારણ પણ 'હરકિસન મહેતાની નવલકથા આટલી ટૂંકી ન હોય' એ જ હતું.

પુસ્તકરૂપે નવલકથા વાંચનારને આવી ફરિયાદ કરવાની નહીં રહે કારણ કે વાંચવાની શરૂ કરતાં પહેલાં જ તેમને એના કદની જાણ હોય છે.

– હરકિસન મહેતા

૭, ગુરુકૃપા, ૯ઠ્ઠો રસ્તો, જૂહુ સ્કીમ,

વિલેપાર્લે (પશ્ચિમ), મુંબઈ - ૫૬

પાત્રોનું સર્જન, પોતાનું વિસર્જન

એક નવલકથાકાર પોતાના લેખનકાળ દરમ્યાન જેટલું સર્જન કરે છે એનાથી વધુ તે વિસર્જન કરે છે. નવલકથાના દરેક પાત્રની લાક્ષણિકતાઓ નક્કી કરતી વખતે, પાત્રોના સ્વભાવની ખામીઓ અને ખૂબીઓ વર્ણવતી વખતે કે વિવિધ પરિસ્થિતિઓમાં મૂકાતા પાત્રોની પ્રતિક્રિયાઓ વિશે વિચારતી વખતે લેખકે પોતાના સ્વભાવથી પોતાના ચારિત્ર્યની લાક્ષણિકતાઓથી અને પોતાના દ્વારા અપાયેલી પ્રતિક્રિયાઓથી દૂર જઈને વિચારવું પડતું હોય છે; અન્યથા પાત્રોમાં એકવિધતા પ્રવેશી જાય, નવલકથાનાં તમામ પાત્રો એકસરખાં લાગવા માંડે; એટલું જ નહીં, પોતાની એક નવલકથાનાં અને બીજી નવલકથાનાં પાત્રો વચ્ચે ઝાઝો તફાવત પણ ન રહે, દરેક નવા પાત્રના જન્મ સાથે સર્જક એના પોતાનાપણાનું વિસર્જન કરતો રહે છે, એ વિના એના સર્જનનું વૈવિધ્ય કુંઠિત થઈ જાય. સર્જનની ક્રિયા અહમ્‌ના વિસર્જનની શરૂઆત છે.

નવલકથાકાર પોતાના અંતરમનમાં પડેલી સુષુપ્ત લાગણીઓને જગાડીને એના વાચકોમાં વહેંચી દે છે ત્યારે પાત્રો જીવંત થઈ જાય છે, એ પોતે ખાલી થઈ જાય છે. આ ખાલી થઈ ગયેલા લેખકને એના સર્જનના ભાવકોનો પ્રતિભાવ મળતો જાય છે ત્યારે એ ફરી છલકાવાનું શરૂ કરે છે.

હરકિસન મહેતા સતત છલકાતા, ઊભરાઈ જતા લેખક હતા. એમની વીસ નવલકથાઓ પંદર હજાર પાનાઓમાં ફેલાયેલી છે. બેહિસાબ વાચકોનો અખૂટ પ્રેમ મેળવનાર નવલકથાકાર હરકિસન મહેતાએ 'ચિત્રલેખા'ના તંત્રી તરીકે પણ એટલા જ વાચકોનો આદર-સત્કાર પ્રાપ્ત કર્યો. ૨૫ મે, ૧૯૨૮થી આરંભાયેલી એમની જીવનયાત્રા ૩ એપ્રિલ, ૧૯૯૮ના રોજ વિરમી ત્યારે બે યુગ આથમી ગયા. પ્રચંડ લોકપ્રિયતા પામતી ધારાવાહીક નવલકથાનો યુગ અને ગુજરાતી સાપ્તાહિકોના પત્રકારત્વમાં વિક્રમસર્જક ફેલાવાનો યુગ. હપ્તાવાર નવલકથાઓ હજુ પણ લખાય છે અને ગુજરાતી સાપ્તાહિકો પણ નિયમિત પ્રગટ થતાં રહે છે. પરંતુ હરકિસન મહેતાએ આ બેઉ ક્ષેત્રે જે શિખરો સર કર્યા તેની સરખામણી વર્તમાન પરિસ્થિતિ સાથે થાય છે ત્યારે ગુજરાતી સાહિત્ય-પત્રકારત્વની દરિદ્રતા છતી થાય છે, આ બેઉ ક્ષેત્રોમાં હરકિસન મહેતાએ કરેલા કામની મહત્તા પુનઃસ્થાપિત થાય છે.

- સૌરભ શાહ

હરકિસન મહેતાના
બેસ્ટ-સેલર પુસ્તકો

સર્જન-વિસર્જન
અંત આરંભ ૧-૨
લયપ્રલય ૧-૨-૩
મુક્તિબંધન ૧-૨
વંશ વારસ ૧-૨-૩
પીળા રૂમાલની ગાંઠ ૧-૨-૩
ડૉ. રોશનલાલ
જોગ-સંજોગ
ભેદ ભરમ
પ્રવાહ પલટાયો
સંસારી સાધુ
ભાગ્ય સૌભાગ્ય
ચંબલ તારો અજંપો ૧-૨-૩
જડ ચેતન ૧-૨
વેરનાં વળામણાં ૧-૨-૩
તરસ્યો સંગમ ૧-૨
શેષ-વિશેષ ૧-૨
સંભવ-અસંભવ
પાપ પશ્ચાત્તાપ
દેવ-દાનવ
માણસ નામે ગુનેગાર
સાગરને ખોળે ૩૨ દિવસ
સ્વીડન સોનાનું પીંજર
વાદ-સંવાદ
વેદના-સંવેદના
સીયામી જોડીયા

પ્રવીણ પ્રકાશન પ્રા. લિ.
લાભ ચેમ્બર્સ, મ્યુ. કૉર્પો. સામે, ઢેબર રોડ, રાજકોટ.
Website : www.pravinprakashan.com / E-mail : pravinprakashan@yahoo.com

૧

અરીસામાં એકચિત્તે મુખ નિહાળતાં રાધાબહેનની નજર માથાની સેંથી વચ્ચે ચમકતા એક રૂપેરી વાળ પર જઈ ચડી. પહેલવહેલો સફેદ વાળ જોઈને પ્રત્યેક માણસને ઇચ્છા થાય તેમ રાધાએ પણ સફેદ વાળને જમણા હાથની પહેલી આંગળી અને અંગૂઠા વચ્ચે પકડી લીધો. વધતી જતી વયની એ પહેલવહેલી નિશાનીને માછલી જેવી આંખોની પાંપણ પટપટાવીને હળવેકથી ખેંચી કાઢવાનું વિચારતાં હતાં ત્યાં અરીસામાં પોતાનું જ પ્રતિબિંબ બોલતું હોય એવો ભીતરનો અવાજ સંભળાયો : 'રહેવા દે, બાઈ, પચીસ વર્ષના યુવાન પુત્રની માતાને બેચાર સફેદ વાળ તો હોવા જોઈએ. કાલ સવારે ઘરમાં વહુ આવશે ત્યારે આ સફેદ વાળથી સાસુપદ વધુ દીપી ઊઠશે.' અને રાધાબહેને સફેદ વાળને સેંથી વચ્ચે ગોઠવી દીધો.

કોણ જાણે કેમ આજે અરીસા સામેથી ઊઠવાનું મન નહોતું થતું. સફેદ વાળમાંથી મનને વારી લીધું ત્યાં કોરા કપાળ પર ધ્યાન ચોટ્યું. છાતીમાંથી નીકળવા માગતા નિઃશ્વાસને તો એમણે રોકી રાખ્યો, પણ આંખોમાં ઊપસી આવતી ઉદાસીને અટકાવી શક્યાં નહીં. તેમનો હાથ આપોઆપ ડ્રેસિંગ ટેબલના ખાના તરફ વળ્યો. મનને રોકે એ પહેલાં ખાનું ખેંચાયું. અધખુલ્લા ખાનામાં હાથ લંબાયો. જોઈતી ચીજનો સ્પર્શ થતાં આછેરી ઝણઝણાટી અનુભવી. સાચવીને કંકુની ડબી બહાર કાઢી. હોઠ પર સ્મિત ફરકી આવ્યું. લાંબા વિરહ પછી પ્રિયતમનું મિલન પામતાં હોય એવા રોમાંચ સાથે તેમણે જમણા હાથની ત્રીજી આંગળીના ટેરવાથી કપાળે ચાંદલો ચોડી દીધો. લાલચટક કંકુના સુંવાળા સ્પર્શે કપાળથી પગના અંગૂઠા સુધી મોહક ધ્રુજારી પ્રસરાવી દીધી. મનમાંથી ઉદ્‌ગાર સરી પડ્યો : આંગળીના ટેરવા જેવડું લાલ રંગનું એક ટપકું નારીના કપાળને કેવું ભર્યુંભર્યું બનાવી દે છે !

અને દરવાજાની ઘંટડી રણકી ઊઠી. ચોરી પકડાઈ જવાના ભયે રાધાબહેન ધ્રૂજી ઊઠ્યાં. ઝટપટ કપાળનો ચાંદલો ભૂંસી નાખ્યો, કંકુની ડબીને ખાનામાં સેરવી દીધી. ઊઠતાં-ઊઠતાં અરીસામાં તાકી લીધું : કપાળ પર કંકુનો લાલ લસરકો રહી તો નથી ગયો ને ?

બીજી વાર ઘંટડી વાગી ત્યારે એ પામી ગયાં : આશિષ આવી ગયો. પોતે જ ફોન કરીને તેને વહેલો બોલાવ્યો હતો છતાં કપાળ પર ચાંદલો ચોડવાની ઘેલછા કેમ જોર કરી ગઈ ? દરવાજા તરફ આગળ વધતાં એકબે વાર કપાળ પર હાથ ફેરવી લેવાનું એ ચૂક્યાં નહીં.

'આવી ગયો, આશિષ...' બોલતાં-બોલતાં 'દીકરા' શબ્દ ઉમેરવાનું માંડી વાળ્યું. હમણાંહમણાં આશિષ તેમને ટોકતો : બા, હવે હું નાનો નથી. બધાં વચ્ચે દીકરા-દીકરા કરે છે ત્યારે ખટકે છે...' આ રોકટોક પછી 'દીકરા' સંબોધન એ મનમાં જ બોલી નાખતાં.

'આમ શું તાકી રહ્યો છે ?' કહેતાં અપરાધભાવથી ફરી એક વાર કપાળ પર હાથ ફેરવી લઈને આશિષના હાથમાંથી તેમણે ઑફિસની બૅગ લઈ લીધી.

'ચાલ, હાથ-મોં ધોઈને જલદી ફ્રેશ થઈ જા, ત્યાં સુધીમાં હું કૉફી બનાવી દઉં.'

'એટલે તેં મને કૉફી પિવડાવવા ઑફિસેથી વહેલો બોલાવ્યો ?'

આશિષે ખિસ્સામાંથી રૂમાલ કાઢી, આંખેથી ચશ્માં હટાવી, ચહેરા પરનો પસીનો લૂછતાં અકળામણ વ્યક્ત કરી : 'ફોન પર કેટલું પૂછ્યું કે તાકીદનું એવું તે શું કામ છે, પણ કામનું નામ જ પાડ્યું નહીં. બસ, જલદી ઘેર આવી જા !'

પુત્રનો એ છણકો ગમ્યો હોય તેમ રાધાબહેન સહેજ મલક્યાં. લાડમાં દીકરાને દીવાનખાના તરફ ખેંચી જઈ તેને સોફા પર બેસાડ્યો : 'પહેલાં જરા બેસ, ગરમગરમ કૉફી પી... પછી આપણે નિરાંતે વાતો કરીએ.'

જુવાન આશિષને માતાનું હેત ક્યારેક અકળાવી મૂકતું. એ કહી શકતો નહોતો કે બા, તારું વધુ પડતું વહાલ મને મૂંઝવી મારે છે, તું વારંવાર મને સ્પર્શ કરે છે તેનો ક્ષોભ જાગે છે... મૂંગામૂંગા તેણે બૂટની દોરી છોડવા માંડી. સહેજમાં છૂટતી ગાંઠ જોઈને તેને થયું : મનમાં પડેલી ગાંઠ પણ આટલી સહેલાઈથી છોડી શકાતી હોત તો ?

સાડાચાર વરસના આશિષને લઈ વિધવા રાધાબહેન દક્ષિણ આફ્રિકાથી

મુંબઈ વસવાટ કરવા આવ્યાં ત્યારે થતું હતું કે અજાણ્યા મુંબઈમાં એકલવાયી જિંદગી કેટલી કપરી બની જશે ! આશિષને ભણાવી-ગણાવી, મોટો કરીને પરણાવવા સિવાય જીવનમાં બીજું કોઈ લક્ષ્ય રહ્યું નહોતું. પોતે ત્યારે માંડ બાવીસ વરસનાં હશે. કોઈ માને નહીં કે પરણીને વિધવા થઈ ચૂકેલી આ સ્ત્રી છે. આશિષને નિશાળમાં બેસાડવા ગયાં ત્યારે પ્રિન્સિપાલ પણ એમ જ માની બેઠેલા કે નાના ભાઈને દાખલ કરવા આવી છે : 'બહેન, તમારા પિતાજીનું નામ શું ?' પ્રિન્સિપાલના આ પ્રશ્ને તેને ચોંકાવી દીધેલાં : 'સાહેબ, આપ આશિષના પિતાજીનું નામ જાણવા માગો છો ને ? તો લખો રામકૃષ્ણ વીમાદલાલ... એ હયાત નથી એટલે ગાર્ડિયન તરીકે મારું નામ લખવું પડશે.'

હેબતાઈ ગયેલા પ્રિન્સિપાલની નજરમાંથી રાધાબહેનને દયા નીતરતી દેખાઈ. આટલી નાની ઉંમરમાં પોતે વિધવા થઈ છે એ જાણીને ઘણાંની આંખોમાં અનુકંપા જાગતી તેણે જોઈ હતી. ઘણાંના નિસાસા તેણે સાંભળ્યા હતા. કોઈકોઈ પુરુષની આંખોમાં તોફાની વિચારનો તણખોય દેખાતો. કદાચ કોઈક પુરુષને થતું હશે : આ બિચારીના જીવનનો આધાર બની જાઉં તો કેવું સારું !

પણ મુંબઈમાં આવ્યા પછી છ મહિનામાં જ રાધાબહેનને આધાર મળી ગયો હતો. રામકૃષ્ણના પરમ મિત્ર અન્તુભાઈ આફ્રિકા છોડીને કાયમ માટે મુંબઈ આવી ગયા હતા. રાધાબહેન અને આશિષનો બધો ભાર એમણે ઉપાડી લીધો હતો. અન્તુભાઈની મોટર વાલકેશ્વરની તીનબત્તી સામેના મકાન પાસે કલાકો સુધી પાર્ક થયેલી જોવા મળતી. બસ, પછી તો લોકોએ ધારવું હતું એ ધારી લીધું. આડા સંબંધની ગંધ પ્રસરી ગઈ અને રાધાબહેન પ્રત્યે અનુકંપા દર્શાવનારા હવે અણગમો દેખાડવા લાગ્યા... બીજાં બધાં તો ઠીક, પણ ઈશ્વર કરતાંય માતામાં વધુ આસ્થા રાખનારા આશિષના મનમાં એક ગાંઠ પડવા લાગી અને જેમ-જેમ એ સમજણો થતો ગયો તેમ-તેમ એ ગાંઠ વધુ ને વધુ કઠવા લાગી.

'શું વિચારમાં પડી ગયો, આશિષ ?' ફીણથી ફળફળતી કૉફીના બે કપ ટિપાઈ પર મૂકતાં માતાએ તેને તંદ્રામાંથી સજાગ કર્યો : 'મોં ધોતી વખતે અરીસામાં બરાબર જોયું નથી લાગતું.' કહીને તેણે પુત્રના જમણા કાનની બૂટ પર ચોંટેલું સાબુનું ફીણું સાડીના પાલવથી લૂછી નાખ્યું : 'ઘણી વાર તું આમ વિચારમાં ખોવાઈ જાય છે એનું કારણ હું જાણું છું હોં...'

દુખતી નસ પર કોઈએ અંગૂઠો દબાવ્યો હોય તેમ માના વેણે આશિષને કંપાવ્યો : 'હેં !' કહેતાં તેણે એની સામે જોયું તો ખરું, પણ નજર ન મિલાવી શકતો હોય તેમ પાંપણો નીચી ઢાળી દઈ કૉફીનો કપ ઊંચકી લીધો.

'જો, આશિષ, ઉંમરલાયક દીકરાએ તો મા-બાપ સાથે મોકળા મને ચર્ચા કરી લેવી જોઈએ...' સાંભળીને આશિષે અકળામણ અનુભવી : મા પોતાના અંગત જીવનની નાજુક વાત ન ઉચ્ચારે તો સારું... બહાર ભલે ગમે તે બોલાય, પણ માએ પોતાની સામે આવો કોઈ ખુલાસો કરવો પડે એ કેમ સહેવાય ? માતા-પુત્ર વચ્ચેની મર્યાદાનો પરદો કેમ ચિરાય ?

'આજે તારે મારી એક વાત માનવી પડશે, આશિષ !' દીકરો નજર ઊંચી કરે એટલી વાર રોકાઈને તેણે ઉમેર્યું : 'સવાપાંચ વાગ્યા છે. કલાક પછી તારે તારદેવ જવાનું છે.'

'તારદેવ !' આશિષના ચહેરાના ભાવ ઝડપભેર બદલાયા : 'કોને મળવા ?'

'મળવા નહીં, કન્યા જોવા.'

'ઓહ !' ધાર્યા કરતાં કંઈક જુદું જ નીકળ્યું. આટલા પૂરતી તેણે રાહત અનુભવી, પણ કૉફીના બીજા બે ઘૂંટ પીતાંપીતાં એ ફરી ગંભીર બની ગયો. કન્યા જોવાના પ્રસ્તાવથી તે હંમેશાં અસ્વસ્થ બની જતો.

'ગીતાને મેં જોઈ છે.' રાધાએ ઠાવકાઈથી વાત આગળ વધારી : 'વાતચીતમાં ચબરાક છે, બી. એ. ભણેલી છે અને દેખાવમાં તો તારી માનેય ટપી જાય એટલી બધી રૂપાળી !'

સાંભળીને આશિષ ઝડપથી કૉફી ગટગટાવી ગયો : કોઈ કન્યાને માએ પોતાની જાત સાથે શું કામ સરખાવવી જોઈએ ? ઉપરવાળાં મેનાબહેનને એક વાર બોલતાં સાંભળેલાં : 'ગોરી ચામડી તો ઘણી સ્ત્રીઓની હોય છે, પણ રાધાબહેનના રૂપમાંથી જે અમી નીતરે છે એ ક્યાં જોવા મળે ? કાંઈ ટાપટીપ કરતાં નથી તોય મુખના તેજને જરાસરખી ઝાંખપ આવી નથી. કોઈ કહે નહીં કે આશિષ જેવા જુવાન દીકરાની મા છે ! કોઈને લાગે નહીં કે બેતાળીસની ઉંમર થઈ છે... બસ, બિચારીના રૂપને એક કાળી ટીલી લાગી ગઈ, નહીંતર પૂજવા લાયક ગણાત !'

'ગિજુભાઈનું નામ તો તેં સાંભળ્યું જ હશે, આશિષ !' કૉફીના ખાલી કપની કિનારી પર આંગળી ફેરવતાં રાધાબહેને કહ્યું : 'બે વર્ષ પહેલાં "સીતા-સ્વયંવર"

પિક્ચર આવેલું, યાદ છે, તને હું પરાણે જોવા ખેંચી ગયેલી... એ ગિજુભાઈએ ઉતાર્યું હતું. ગીતા એમની એકની એક દીકરી છે. એમણે જ સામે ચાલીને માગું મોકલ્યું.'

'અને તેં મને પૂછ્યા-કારવ્યા વગર કન્યા જોવાનું જ ગોઠવી નાખ્યું !' આશિષ આવેશમાં કહેવા માગતો હતો, પણ અવાજમાં એટલી ઉગ્રતા આવી નહીં. થોડી નરમાશ સાથે ઉમેર્યું : 'કન્યા જોવા ખાતર ઑફિસેથી વહેલો બોલાવવાને બદલે રવિવારે રજાના દિવસે ગોઠવવું હતું ને !'

'શનિવારે ગીતા એને મોસાળ રાજકોટ જવાની છે. વૅકેશનનું તો બહાનું, બાકી ઉંમરલાયક છોકરી માટે સૌ મુરતિયો ગોતતાં જ હોય. રાજકોટમાં બીજા કોઈ સાથે તેનું ગોઠવાઈ જાય એ પહેલાં તું એક વાર જોઈ લે તો સારું.' રાધાને થયું કે જરા ભારપૂર્વક કહેવાની જરૂર છે એટલે આત્મવિશ્વાસના રણકા સાથે ઉમેર્યું : 'અને મને તો ખાતરી જ છે કે પહેલી નજરે તને ગીતા પસંદ પડી જવાની.'

'પણ, બા, ગીતાને હું પસંદ પડી જઈશ એવી કોઈ ખાતરી થોડી છે ?' બોલી ગયા પછી આશિષને પોતાને જ એ દલીલ અજુગતી લાગી હોય તેમ સુધારો કર્યો : 'પરણવાની મને કોઈ અધીરાઈ નથી, બા ! તું નકામી ઉતાવળ કરે છે.'

'મારી અધીરાઈ તને ક્યાંથી સમજાય, આશિષ !' રાધાબહેને ઊંડો શ્વાસ લઈ લાગણી-ઘૂંટ્યા અવાજે કહેવું પડ્યું : 'ઘરમાં હું સાવ એકલી પડી જાઉં છું. હવે એકલવાયી જિંદગીનો કંટાળો આવે છે. કોઈકની હૂંફ, કોઈકના સહવાસની બહુ ખોટ સાલે છે, દીકરા !'

સાંભળીને આશિષની આંખો સહેજ પહોળી થઈ, જીભ અબોલ રહી, પણ નજર બોલી ગઈ : તું સાવ એકલી છો એવું કોઈ માને નહીં. જોઈતો સહવાસ અને હૂંફ તો તેં વરસોથી મેળવી લીધાં છે... અને એ જ તો મને દિવસ-રાત ડંખ્યા કરે છે !

'કેમ મૂંગો થઈ ગયો, દીકરા ?'

'સાચું કહું, આજે મને છોકરી જોવાનો મૂડ નથી. કોણ જાણે, આ બધું મને ગમતું નથી.' કહેતો એ ઊભો થઈ ગયો : 'બા, તું ફોન કરીને એ ગિજુભાઈને ના પાડી દે. સમજાવી દે કે આશિષને ઑફિસે અગત્યનું કામ આવી પડ્યું એટલે આજે ઘેર મોડો આવશે. છોકરી ભલે રાજકોટ જઈ આવે. ભલે ત્યાં એનું ક્યાંક ગોઠવાઈ

જાય.' પછી કટાક્ષમાં ઉમેર્યું : 'મુંબઈ કરતાં રાજકોટનાં હવાપાણી સારાં છે.'

બીજા રૂમમાં ચાલ્યા જતા દીકરાને એ જોઈ રહ્યાં. તેમનાથી હળવો નિસાસો નખાઈ ગયો. છેલ્લાં બે વરસથી કોરી ખાતી ચિંતાનું શૂળ ભીતરમાં ભોંકાયું. જુવાન થયો છતાં છોકરાને પરણવાની ઇચ્છા ન જાગે, કન્યા જોવાની વાત પર એનું મોં ન મલકે, વારંવાર વાત ટાળી દે, પરાણે છોકરી જોવા મોકલીએ ત્યારે એક જ વાક્યમાં જવાબ સંભળાવી દે. બીજા વર્ષમાં ભણતો હતો ત્યારે પ્રિન્સિપાલે એક વાર કહેલું : 'રાધાબહેન, તમારો આશિષ ભારે સીધોસાદો છોકરો છે. કોઈ શરારત નહીં. ભણવા સિવાય બીજી કોઈ ખટપટ નહીં. છોકરીઓની સામે તો જુએ સુધ્ધાં નહીં...' પુત્રની પ્રશંસા સાંભળીને પોતે મનોમન હરખાયાં હતાં. પણ હવે દીકરાના એ લક્ષણમાં તેને કાંઈક અજુગતું વરતાવા લાગ્યું. શું આશિષના મનમાં કોઈ ગ્રંથિ બંધાઈ ગઈ છે ? કે પછી કોઈ શારીરિક ખોડ...

પણ રાધાબહેનનું મન એટલી હદે અમંગળ કલ્પના કરવાની ના પાડી ઊઠતું. કેટલાક દાખલા યાદ કરીને એ ધરપત અનુભવતાં : શાળા-કૉલેજમાં છોકરીઓથી દૂર ભાગતા છોકરાઓ પાછળથી બહુ રસિક પુરુષ પુરવાર થાય છે. બસ, એક વાર આશિષ ગીતાને જોઈ લે... એને એ જરૂર પસંદ પડી જવાની અને કુમાર તેની સાથે હશે એટલે વાંધો જ નહીં આવે. સારું થયું, મેં કુમારને સાથે મોકલવાનું ગોઠવ્યું. એ હમણાં જ આવી પહોંચશે.

કૉફીના ખાલી કપ ઊંચકીને રસોડા તરફ જતાં રાધાબહેનને મનમાં હસવું આવ્યું. આશિષને દોસ્તી થઈ, તેય કોની સાથે ! આખાબોલા, મશ્કરા અને તોફાની કુમાર સાથે... કૉલેજમાં પ્રોફેસરોને તંગ કરતા, છોકરીઓને ચીડવતા અને ભણવા સિવાય દરેક વાતમાં મોખરે રહેતા કુમાર સાથે આશિષને કોઈ વાતે મેળ ખાતો નહોતો. શરૂશરૂમાં તો પોતાનેય કુમારની સોબત બાબત ફિકર થતી, પણ કુમાર ઘેર આવતો-જતો થયો ત્યારે પોતેય એના સ્વભાવ પર વારી ગયેલાં. મા-બાપ વિનાનો, હૉસ્ટેલમાં રહીને ભણતો એ છોકરો 'માસીબા'-'માસીબા' કરતો ઘેર આવે, ગામગપાટા હાંકે, મોકળા મને કૉલેજના મસ્તીના કિસ્સા સંભળાવે અને ભૂખ લાગે તો બેધડક માગીને ખાઈ લે !

એક વાર ટકોર કરેલી : 'કુમાર, સાંભળ્યું છે કે તું કૉલેજની કોઈ છોકરીને તારી મોટરસાઇકલ પર પછવાડે બેસાડીને ઘેર પહોંચાડી આવે છે ?' ત્યારે એણે

કેટલી નિખાલસતાથી જવાબ આપેલો : 'માસીબા, તમે એક જ છોકરીની વાત સાંભળી ? અરે, હું તો જે કોઈ છોકરી લિફ્ટ માગે તેની સેવા બજાવું છું. એટલા ખાતર તો પૈસા બચાવીને જૂની મોટરસાઇકલ ખરીદી છે.' એટલું કહીને જરાય સંકોચ વગર ખુલાસો પણ કરી લીધેલો : 'પણ માસીબા, એનો અર્થ એવો નથી કે આપણે કોઈ છોકરી સાથે લફરું કરીએ છીએ. પહેલેથી એક વાત નક્કી રાખી છે કે જેની સાથે પરણવું હોય તેને જ પ્રેમ કરવો – પહેલી વાર અને છેલ્લી વાર !'

આવો બોલકણો કુમાર આશિષ સાથે છોકરી જોવા ન જાય એવી રાધાબહેને ચીવટ રાખેલી. કુમારની છટા અને ચતુરાઈ સામે કોઈ પણ છોકરીને ઓછાબોલો આશિષ ઝાંખો જ લાગવાનો. છ મહિના પહેલાં પરાણે છોકરી જોવા જતા આશિષે જ્યારે કુમારને સાથે લઈ જવાનો પ્રસ્તાવ મૂક્યો ત્યારે પોતે જ ઠાવકાઈથી એ વાત ટાળી દીધેલી અને આજે એ જ કુમાર પર મદાર રાખીને પોતે ધરપત અનુભવતાં હતાં !

બરાબર એ જ વખતે દરવાજાની ઘંટડી રણઝણી ઊઠી. રાધાબહેન હરખભેર બારણું ઉઘાડવા ધસી ગયાં. વાદળઘેર્યા હવામાનમાં અણધાર્યો ઉઘાડ નીકળે તેમ કુમારે ઘરમાં દાખલ થતાં જ ઉષ્માભર્યું વાતાવરણ સર્જી દીધું.

'ગૂડ ઈવનિંગ, માસીબા ! બહાર શું સરસ સંધ્યા ખીલી છે ! એમ થાય છે કે...'

'એકાદ રોમૅન્ટિક કવિતા રચી નાખું !'

'નહીં, માસીબા, એમ થાય છે કે આજે તો તમને મારી મોટરસાઇકલ પછવાડે બેસાડીને ડ્રાઈવ કરવા લઈ જાઉં.' કહીને લાડ કરતાં ઉમેર્યું : 'લોકો ભલે જોતા રહે.'

'અરે, ગાંડા ! લોકો માત્ર જોતા નથી, બોલતા પણ થઈ જાય છે.' રાધાબહેને કુમારના અસ્તવ્યસ્ત વાળ ઠીક કરતાં હેતથી કહ્યું : 'સાચું કહેજે, કોઈ છોકરીને ડ્રાઈવ પર લઈ જવાનો પ્રોગ્રામ કૅન્સલ કરીને તો નથી આવવું પડ્યું ને ?'

'તમને સાવ સાચેસાચું કહી દઉં...? તમારો ફોન આવ્યો કે જલદી ઘેર આવી પહોંચ, એટલે પેલી સેન્ડોને ફોન કરીને કહી દીધું કે આજે હું ટ્યૂશન આપવા નહીં આવું. તમને ખબર છે, માસીબા, અઠવાડિયામાં ત્રણ સાંજ એ સેન્ડોની કંપનીમાં બોર થવા જવું પડે છે... બસો રૂપિયા ખાતર એ બુધ્ધુને ભણાવવા જાઉં

છું, પણ એ છોકરી ભણવાને બદલે ફિલ્મસ્ટારોની જ વાતો કર્યા કરે છે. ક્યારેક એવું લાગે છે કે એ મને ભણાવી રહી છે. સારું થયું તમે ફોન કરીને મને આજની સાંજ એ લપમાંથી છોડાવ્યો !'

'પણ, કુમાર, તને એક લપમાં નાખવા જ મેં બોલાવ્યો છે.' રાધાબહેનની ધીરજ રહેતી ન હોય તેમ તક ઝડપી લીધી : 'આશિષ સાથે તારે એક છોકરી જોવા જવાનું છે.'

સાંભળતાં જ સોફા પર કુમારે પલાંઠી વાળી દીધી : 'અરે, ત્યારે તો સાંજ સુધરી જવાની. જલદી કહો, માસીબા, કઈ છોકરી પસંદ કરવા જવાનું છે ?' જાણે મુંબઈની બધી જ ઉંમરલાયક છોકરીઓને ઓળખતો હોય એવી ઢબે તેણે પૂછી લીધું : 'વગર જોયે હું કહી દઉં કે આપણા આશિષને લાયક છે કે નહીં !'

તેનો ઉત્સાહ જોઈને રાધાબહેનને ચાનક ચડી : 'પેલા ફિલમવાળા ગિજુભાઈની ગીતા... તેં જોઈ છે એને ?'

'ફિલમવાળા ગિજુભાઈ...' આંખોની ભ્રમર પર આંગળી ફેરવતો એ બોલી ઊઠ્યો : 'પેલા ગિજુભાઈ ધાર્મિક ?'

'એમની અટક તો વસાવડા છે.'

'પણ ધાર્મિક ફિલ્મો જ ઉતારે છે એટલે સૌ ગિજુભાઈ ધાર્મિકના નામે જ ઓળખે છે.' કહેતાં એ ઉત્તેજનામાં આવી ગયો : 'વાહ, માસીબા ! શું સરસ ઠેકાણું શોધી કાઢ્યું તમે... ગીતા તો ફટાકડી છોકરી છે ! આશુડો ફાવી ગયો !'

'તેં ગીતાને ક્યાંથી જોઈ ?' ગીતાનાં વધુ વખાણ સાંભળવાની ચટપટી જાગી હોય એમ રાધાબહેને પૂછ્યું : 'કૉલેજમાં તો એ આર્ટ્સમાં ભણતી અને તું કૉમર્સમાં...'

'પણ બંને કૉલેજ તો બાજુબાજુમાં જ છે ને ?' કુમારે તેની નિખાલસ શૈલીમાં કહી દીધું : 'માસીબા, કૉમર્સમાં દેખાવડી છોકરીઓ બહુ ઓછી હોય એટલે બંદો ક્યારેક આર્ટ્સ કૉલેજમાં જઈને ક્લાસ ભરી આવતો. સારી છોકરીઓની કંપનીમાં ભણવાની ઓર મજા આવે... આ ગીતા આપણા આશિષને નક્કી પસંદ પડી જવાની.'

'પણ એ તો જોવા જવાની જ ના પાડે છે !' રાધાબહેને દર્દીલા સ્વરે પરિસ્થિતિ સમજાવી : 'અર્ધો કલાક એની સાથે રકઝક કરી... સમજાતું નથી કે એ છોકરીઓથી શું કામ આઘો ભાગે છે ? તું એને મનાવ ને, કુમાર... ક્યારનો

બેડરૂમમાં ભરાઈ બેઠો છે.'

'એમ વાત છે !' સ્પ્રિંગની જેમ કુમાર સોફા પરથી ઊછળ્યો : 'એ બ્રહ્મચારીના બચ્ચાને સાફસાફ સંભળાવી દઉં છું કે તું ગીતાને જતી કરીશ તો માસીબા મારી સાથે એનું ગોઠવી દેશે... પછી જુઓ, કેવો તાબડતોબ તૈયાર થઈ જાય છે !'

કુમાર પર સગા દીકરા જેવું વહાલ ઊભરાયું હોય એવી હેતાળવી નજરે રાધાબહેન એને જોઈ રહ્યાં.

'પણ, માસીબા, સાવ મફતમાં તમારું કામ નહીં કરું. કમિશન આપવું પડશે !'

'તું માગે તે આપીશ.' તેમનો હરખ સમાતો નહોતો. 'બસ, આશિષ પરણવાની હા પાડી દે એવું કરી દે... બદલામાં જોઈએ તે માગી લે, હમણાં જ !'

'લ્યો, તો માગી લીધું : છોકરી જોઈને ઘેર પાછા આવીએ ત્યાં સુધીમાં તમારા હાથની બનાવેલી દાઢે વળગે એવી દાળઢોકળી બનાવી રાખજો.'

તેની માગણી સાંભળીને રાધાબહેનને ખડખડાટ હસવું આવી ગયું : 'બસ ! માગી-માગીને આટલું જ...'

'આ તો આશિષને છોકરી જોવા લઈ જવાનું કમિશન થયું.' કુમારે સિફતથી બીજી માગણી પણ મૂકી દીધી : 'બાકી છોકરી પસંદ કરાવવાના બદલામાં તમારે ભારે આકરી કિંમત ચૂકવવી પડશે. હા પાડવાનાં હો તો માગી લઉં !'

'ગમે તેટલી ભારે કિંમત ચૂકવીશ, કુમાર, બોલી નાખ !'

'તો આશિષને માટે ગીતા ગોતી કાઢી તેમ આ મા-બાપ વિનાના કુમાર માટે એકાદ સીતા કે રીતા તમારે જ ગોતી આપવી પડશે.' બોલતાં-બોલતાં કુમાર ગંભીર થઈ જતો દેખાયો એટલે રાધાબહેને હેતથી તેનો હાથ પકડી લીધો. વહાલ સાથે આભાર વ્યક્ત કરતાં હોય તેમ તેમના પોચા હોઠ દાબીને હર્ષનાં આંસુ રોકતી આંખે એ તેને જોઈ રહ્યાં :

'કુમાર, તને મેં આશિષથી જુદો ક્યારેય ગણ્યો નથી. થોડી ધીરજ રાખ, તારુંય થઈ જશે.'

'બસ, તો અબઘડી કાન પકડીને આશિષને અહીં હાજર કરી દઉં છું.' કહેતો એ આત્મવિશ્વાસભેર બેડરૂમ તરફ સરકી ગયો.

રાધાબહેને રાહતનો ઊંડો શ્વાસ લીધો. પણ કુમારે કહ્યા પ્રમાણે આશિષ

જલદી માન્યો નહોતો. પંદર-વીસ મિનિટ બંને વચ્ચે ગુસપુસ ચાલતી રહી. રાધાબહેને ઊચક જીવે રાહ જોતાં બેસી રહેવું પડ્યું. ધીરજ ખૂટી ગઈ ત્યારે એ હળવાં પગલે પુત્રના રૂમ તરફ સરકી ગયાં. કુમાર આવેશમાં કહેતો હતો : 'આશુ, તને કહું છું કે એક વાર છોકરી જોઈને હા પાડી દે. બાકીનું બધું મારા પર છોડી દે.'

જવાબમાં આજીજીભર્યા અવાજે આશિષ પૂછતો હતો : 'સાચું કહે છે, કુમાર ! બાકીનું બધું તું સંભાળી લઈશ ને ?'

અને બીજી મિનિટે બંનેને બહાર આવતા જાણીને રાધાબહેને ઝડપથી સોફા પર ગોઠવાઈ જવું પડ્યું.

'લ્યો, માસીબા, તમારા એ ગિજુભાઈને ફોન કરી દો કે આશિષ અને કુમારની સવારી હમણાં જ આવી પહોંચે છે. તમારી ગીતાને સજાવી-શણગારીને તૈયાર રાખો.'

માનવામાં ન આવતું હોય એમ રાધાબહેન અચરજભેર આશિષ સામે જોઈ રહ્યાં ત્યારે શરમાઈને એ આડું જોઈ ગયો, પણ ત્રાંસી આંખે તેણે માત્ર સંકેતમાં સમજાવી દીધું કે કુમારની વાત સાચી છે. હું છોકરી જોવા તૈયાર છું !

કોઈ ચમત્કાર થયો હોય, આશિષ જાણે હમણાં જ ગીતાને વહુ બનાવી ઘેર લઈ આવવાનો હોય એવો ઉમળકો માના હૈયામાં ઊભરાવા લાગ્યો. આભાર માનવા માટે કુમારને છાતીસરસો ચાંપી દેવાની ઇચ્છા જાગી, ત્યાં આશિષનું બાવડું પકડી કુમાર તેને ખેંચી ગયો : 'ચાલ, જલદી કર, સારું ચોઘડિયું વીતી જાય છે !'

હર્ષથી છલકાતી આંખે એ બંનેને દરવાજા તરફ જતા જોઈ રહ્યાં. બારણું બંધ થાય એટલે એકલાં પડીને મનગમતા વિચાર વાગોળવાની તેમને તાલાવેલી જાગી, ત્યાં કુમાર પાછો ફર્યો : 'અરે, માસીબા, હરખઘેલા થઈને જઈએ તો છીએ, પણ ગીતાના પિતા ગિજુભાઈનું સરનામું ક્યાં ?'

ઝડપથી રાધાબહેને ટેલિફોન પાસે પડેલા પૅડનો ઉપલો કાગળ ફાડી કુમારને પકડાવી દીધો : 'તારદેવ, સોનાવાલા બિલ્ડિંગ' કહેતાં એ આગળ બોલવા જતાં હતાં, પણ કુમાર એમનું પૂરું સાંભળવા રોકાયો નહીં. ચપટી વગાડતાં કહેતો ગયો : 'યાદ છે ને, અમે પાછા ફરીએ ત્યાં સુધીમાં ફળફળતી દાળઢોકળી તૈયાર રાખવાની છે !'

'તૈયાર એટલે તૈયાર !' મલકાતા મુખે અને હરખાતા હૈયે રાધાબહેન

આગળ કંઈ કહેવા-પૂછવા જાય એ પહેલાં કુમાર સડસડાટ ત્યાંથી સરકી ગયો. બંધ થતા બારણામાં રાધાબહેનના મનનું કુતૂહલ કચડાઈ ગયું.

એ જાણી લેવા માગતાં હતાં કે આશિષ આટલો જલદી માની કેમ ગયો ? બાકીનું બધું સંભાળી લેવાનું તેં માથે લઈ લીધું, કુમાર, પણ બાકીનું બધું એટલે શું ?

રાધાબહેનને સમજાયું નહીં કે આ કુતૂહલનો સ્વાદ મીઠો નીવડશે કે કડવો ?

❑

૨

'તૈયાર થઈ ગઈ, ગીતા ?'

ગિજુભાઈએ બીજી વાર ઓરડામાં આવીને અરીસા સામે માથું ઓળતી પુત્રીને હાંક મારી : 'રાધાબહેનનો ફોન આવી ગયો. આશિષકુમાર અહીં આવવા નીકળી ચૂક્યા છે. પાંચ-સાત મિનિટમાં તો આવી પહોંચશે. બરાબર તૈયાર થઈ જા, બેબી !'

'જો, બાપુજી, ફરી પાછું બેબી કહ્યું !' ગીતાએ બ્રશમાંથી વાળ એકઠા કરતાં છણકો કર્યો : 'કેટલી વાર કહ્યું કે તમારી ફિલ્મી સ્ટાઈલ ઘરમાં ન અપનાવો. સ્ટુડિયોમાં બે છોકરાની મા હોવા છતાં હીરોઈનને બેબી ભલે કહો, એને કદાચ એ સારું લાગતું હશે, પણ મને એવું નથી ગમતું.'

'શું કરું, દીકરી ! અમને ફિલ્મવાળાને કન્ટિન્યુઇટીની આદત પડી જાય છે.' ગિજુભાઈએ માથાની ચોટલી વાળના ગુચ્છામાં ગોઠવી દેતાં મજાક કરી : 'સ્ટુડિયોમાં સાથે કામ કરનારા ઘણી વાર ટોકે છે કે ફિલ્મવાળા થયા છતાં ચોટલી કેમ કપાવી નાખતા નથી ? ત્યારે હું એમ જ કહું છું કે શું કરું, બચપણની કન્ટિન્યુઇટી છે ! પિતાજીએ મરણપથારીએ રાજા દશરથની શૈલીમાં એક ડાયલોગ કહ્યો હતો કે ગજુ, મોટો થઈને ગમે તે ધંધો કરજે, પણ ચોટલી અને જનોઈનો ક્યારેય ત્યાગ કરતો નહીં.'

'છતાંય, બાપુજી, ચોટલી કોઈની નજરે ન ચડી જાય એટલી સાવચેતી તો જરૂર રાખો છો.'

રમતિયાળપણે કહેતી ગીતા હાથ-મોં ધોવા બાથરૂમમાં ચાલી ગઈ. ગિજુભાઈએ દીવાનખાનામાં એક ઊડતી નજર નાખી લીધી. બધું વ્યવસ્થિત છે

એની ખાતરી કરી લીધી. કાંડાઘડિયાળમાં જોયું તો સવાછ થયા હતા. ભીંતઘડિયાળમાં છ ને વીસ થઈ હતી. ત્યાં દરવાજાની બેલ સાંભળીને એ ચોંક્યા : ગીતા તૈયાર નથી. ગોવિંદ હજી મીઠાઈ લઈને આવ્યો નથી. આ પહેલાં જ મહેમાન આવી પહોંચ્યા કે શું ?

પણ દરવાજો ખોલતાં ધરપત અનુભવી. ગોળમટોળ ચહેરાવાળો ગોવિંદ હાથમાં થેલી ઊંચકીને આંખો પટપટાવતો ઊભો હતો : 'મહેમાન આવી નથી ગયા ને ?'

'હમણાં આવી પહોંચશે, પણ તું ભૂલેશ્વરમાં ક્યાં ભૂલો પડી ગયો હતો ?'

જવાબ આપવાને બદલે ગોવિંદ ચૂપચાપ થેલી સાથે રસોડા તરફ સરકી ગયો. તેની આ ખાસિયત હતી. દરેક વાત નિરાંતે કહેવાની... એટલે જ ગિજુભાઈ એને ગોવિંદ નિરાંતિયો કહેતા. પંદર વર્ષનો હતો ત્યારથી ગિજુભાઈને ત્યાં નોકરી કરતો. શરૂઆત રસોઈથી કરી, પછી ગિજુભાઈને ત્યાં ગાડી આવી એટલે એનો ડ્રાઈવર થયો અને સ્ટુડિયોમાં રોજ સાથે આવવા-જવા લાગ્યો. પછી એમનો સેક્રેટરી જેવો બની ગયો, એટલે ફિલ્મવાળા સૌ ગોવિંદને ગિજુભાઈની કન્ટિન્યુઇટી તરીકે જ ઓળખતા અને ગોવિંદ ગિજુભાઈને મોટા ભાઈ કહેતો.

'મોટા ભાઈ, રસ્તામાં પ્રેમકુમારનો સેક્રેટરી મળી ગયો.' ગોવિંદે આંખો પટપટાવતાં મોડું થવાનો ખુલાસો કર્યો : 'મેં એને યાદ કરાવ્યું કે મોહનમાં સેટ લાગી ગયો છે. કાલથી ''રામ-વનવાસ''નું શૂટિંગ શરૂ કરીએ છીએ. પ્રેમસાહેબને લઈને આવી પહોંચીશ ને ?'... ત્યારે એણે શું કહ્યું ખબર છે, મોટા ભાઈ ?

'એણે શું કહ્યું એ તું કહે નહીં ત્યાં સુધી મને ખબર કેમ પડે, ગોવિંદ નિરાંતિયા ! તું સ્લો મોશનમાં વાત કરવાને બદલે જે હોય તે સીધેસીધું કહી દે ને !'

'પ્રેમના સેક્રેટરીએ મને સીધેસીધું જ કહી દીધું ત્યારે બહુ આકરું લાગ્યું... એણે કહ્યું કે હજુ સુધી બ્લૅકની રકમ પ્રેમસા'બને ત્યાં પહોંચી નથી, પછી સવારે શૂટિંગમાં ક્યાંથી આવે ?'

'એણે એવું કહ્યું ?' ગુસ્સામાં ગિજુભાઈની ચોટલી વાળના ગુચ્છામાંથી સ્પ્રિંગની જેમ ઊંચી થઈ ગઈ : 'એ પ્રેમનો બચ્ચો મારી સાથે અડીબાજી કરવા માગે છે ? બે નંબરના પૈસા પહેલાં માગે છે ?'

કહેતાં એ ટેલિફોન પાસે પહોંચી ગયા, ઘડીભર ભૂલી ગયા કે ઘેર મુરતિયો આવવાનો છે : 'કોણ, પ્રેમકુમાર ?'

'નહીં, પવનકુમાર.' સેક્રેટરીનો અવાજ સંભળાયો.

'એલા પવનિયા !' ગિજુભાઈએ ગુસ્સો ઉછાળ્યો : 'હીરોનો સેક્રેટરી થયો એટલે મગજમાં પવન ભરાઈ ગયો ! બે નંબરના પૈસા ન મળે તો તારો સાહેબ શૂટિંગમાં નહીં આવે એવું કહેવાની હિંમત ક્યાંથી આવી ?'

'મોટા ભાઈ, મને તો પ્રેમસા'બે કહ્યું એ મેં તમને કહેવડાવેલું.'

'તો તારા એ પ્રેમસા'બને ફોન આપ.'

'પૈસાની બાબતમાં એમણે બધું મારા પર છોડ્યું છે. પ્રેમસા'બ અત્યારે એવી ચર્ચા કરવાના મૂડમાં નથી.'

'મૂડના બચ્ચા ! તારા સા'બને બનાવ્યો કોણે ?' ગિજુભાઈ ઘેરથી વાત ન કરતા હોત તો બેચાર ગાળ ચોપડાવી દેવાના ઝનૂનમાં આવી ગયા : 'પ્રેમકુમાર થયા પહેલાં એ સાઇકલનાં ટ્યૂબ-ટાયર રિપેર કરતો, ઝૂંપડપટ્ટીમાં રહેતો અને કન્ટ્રી દારૂ પીને સાયગલનાં ગીતો ગાતો... ત્યાંથી ઊંચકીને મેં એને પરવાનામાંથી પ્રેમકુમાર બનાવ્યો, પરદા પર રામ તરીકે ચમકાવ્યો અને હજુ બે પિક્ચર હીટ ગયાં ત્યાં એનામાં રાવણનું અભિમાન આવી ગયું ?'

સેક્રેટરી કંઈ કહે એ પહેલાં જ ગિજુભાઈએ પોતાનો ફેંસલો સંભળાવી દીધો : 'તો હવે એને કહી દેજે કે "રામ-વનવાસ"માંથી હું એને કેન્સલ કરું છું. આપણો કોન્ટ્રાક્ટ ફોક !'

તેમણે જોશમાં રિસીવર મૂકી દીધું. મોટા ભાઈનો ગુસ્સો જોઈને ગોવિંદ આંખો પટપટાવતો પૂછી બેઠો. જવાબ આપવામાં એ જેટલો ધીરો હતો એટલો જ સવાલ પૂછવામાં અધીરો થઈ જતો : 'મોટા ભાઈ, રામ તરીકે પ્રેમકુમારને ખરેખર કેન્સલ કરી નાખ્યો ? તો કાલે શૂટિંગ કેમ થશે ?'

ગુસ્સામાં ન હોત તો ગિજુભાઈ કદાચ માથું ખંજવાળત, પણ આવેશને કારણે એમને વિકલ્પ સૂઝી આવ્યો : 'લક્ષ્મણનો રોલ કરે છે એને આપણે રામ બનાવી દેશું.'

એ બોલવાનું પૂરું કરે એ પહેલાં તો આખો ઓરડો ગુંજી ઊઠે એટલું ખડખડાટ ગીતા હસી પડી. ગિજુભાઈ અને ગોવિંદ તેને બેવડ વળીને હસતી જોઈ રહ્યા.

'તમે પણ કમાલ કરો છો, બાપુજી !' માંડમાંડ હસવા પર બ્રેક મારતી ગીતા બોલી ઊઠી : 'તમારા આગલા પિક્ચર ''ભરતમિલન''માં જે લક્ષ્મણ સીતાને ભાભી કહીને સંબોધતો હતો એ હવે એને ''સીતે સીતે'' કહેશે ત્યારે પ્રેક્ષકોને કેવું બેહૂદું લાગશે !'

'એમ તો રામ થનારો ઍક્ટર બે નંબરના પૈસા એડવાન્સમાં માગે એ પણ બેહૂદું જ લાગે છે ને !' ગિજુભાઈએ દલીલ કરી : 'પ્રેક્ષકો માનશે કે લક્ષ્મણને પ્રમોશન આપીને આપણે રામ બનાવ્યો. બાકી હું કોઈની દાદગીરી હરગિજ સહી નહીં લઉં... તને ખબર છે, આગલા પિક્ચરમાં રામે ઘાસની પથારીમાં સૂવાનો સીન લેવાનો હતો ત્યારે આ પ્રેમના બચ્ચાએ શું કહ્યું હતું ? સાલો ઝૂંપડપટ્ટીમાં રહેતો ત્યારે કાથીના ખાટલામાં ઊંઘતો અને રામ બનાવ્યો એટલે કહે : ''મારાથી ઘાસ પર નહીં સુવાય. ઘાસની નીચે ડનલોપીલોની ગાદી બિછાવો...'' આ નગુણા લોકો મોઢા પર એક વાર ચૂનો ચોપડે એટલે જાણે દેવના દીકરા થઈ ગયા !'

એ જ વખતે ઘડિયાળમાં સાડાછનો ટકોરો પડ્યો એટલે ગિજુભાઈ ચોંક્યા : 'અરે ! આ રામાયણમાં મહેમાન આવવાના છે એ તો ભૂલી ગયો ! ગીતા, તું રેડી છે ને ? હમણાં આશિષકુમાર આવી પહોંચશે.'

'આશિષકુમાર નહીં, બાપુજી, આશિષ અને કુમાર – એમ કહો.'

'એ તો રામ અને લક્ષ્મણ સાથે આવતા હોય ત્યારે રામ-લક્ષ્મણ આવે છે એમ જ કહીએ છીએ ને... આશિષ અને કુમાર ભલે ભાઈઓ નથી પણ એમની જોડી રામ-લક્ષ્મણ જેવી છે.' પછી યાદ આવ્યું હોય તેમ અધીરાઈભેર ઉમેર્યું : 'પણ તું કેમ અહીં વાતોએ વળગી ગઈ ? એ લોકો આવે ત્યારે તારે અંદર રહેવાનું છે. હું કહું એટલે ચા-નાસ્તો લઈને આવજે.'

'નહીં, બાપુજી !' ગીતાએ છણકો કર્યો : 'મને એ જુનવાણી રીત પસંદ નથી. મુરતિયો આવે, વડીલો સાથે ઔપચારિક વાતો કરે, પેલો બિચારો કન્યાને જોવા માટે આતુરતાથી ચારે બાજુ નજર ફેરવતો રહે અને વડીલ થોડી વાર તેને ટટળાવીને કન્યાને હાંક મારે : ''અરે, દીકરા ગીતા ! મહેમાનો માટે જરા ચા-નાસ્તો લઈ આવ...'' આ બધું મને નાટક જેવું લાગે છે, બાપુજી ! તેને બદલે હું જાતે જ બારણું ઉઘાડીને આવકાર સાથે મારી ઓળખાણ આપીશ : આવો, હું ગીતા છું. તમે આશિષ અને કુમાર જ છો ને ?'

'નહીં, ગીતા, બધું વ્યવસ્થિત રીતે થવું જોઈએ. ફિલ્મમાં હીરોઈનને પહેલવહેલી વાર દેખાડવા માટે અમે કેટલો બધો વિચાર કરતા હોઈએ છીએ... પહેલાં એનાં પગલાંનો અવાજ સંભળાવીએ, પ્રેક્ષકોમાં આતુરતા જગાડીએ, પછી માત્ર એના પગ દેખાડીએ, ધીમે- ધીમે કેમેરો ઊંચો કરી હીરોઈનનું મુખ દેખાડીએ તો ઉત્કંઠા અને સીન જામે... કેમ, ગોવિંદ, ''સીતા-સ્વયંવર''માં આવો શૉટ લેવા માટે આપણે આખો દિવસ બગાડેલો કે નહીં !'

ગીતાને ખડખડાટ હસવાનું મન થયું, પણ દરવાજાની ઘંટડી રણકી ઊઠી એટલે આપોઆપ તેના ચહેરા પર લજ્જાનું મોજું ફરી વળ્યું. જાતે બારણું ઉઘાડીને આવકારવા જવાને બદલે ધડકતા હૈયે એ સડસડાટ અંદર ચાલી ગઈ. ઊઘડતા બારણાના અવાજ સાથે તેના કાને શબ્દ અફળાયા : 'ગીતાના પિતા ગિજુભાઈ ઘરમાં છે ?'

ગીતાના શરીરમાં ઝણઝણાટી વ્યાપી ગઈ. પૂછવાની રીત પરથી અનુમાન કર્યું : આશિષ જરાય જુનવાણી નથી. આવતાંની સાથે જ પોતાનું નામ ઉચ્ચાર્યું !

પણ તેને ખબર નહોતી કે અવાજ કુમારનો હતો ! આશિષ તો ચાર ડગલાં પાછળ આવતાં દીવાનખંડમાં દાખલ થયેલો. આડુંઅવળું જોયા વિના આશિષે સોફામાં બેઠક લીધી, પણ કુમારે આંખો પરથી ગોગલ્સ હઠાવી ઘરનું બારીક નિરીક્ષણ કરી લીધું : 'જોયું ને, આશિષ, આ ફિલ્મવાળા પ્રેક્ષકોને ફિલ્મસ્ટાર્સને રવાડે ચડાવે, પણ એમના ઘરમાં કોઈ ઍક્ટર-ઍક્ટ્રેસનો ફોટો જોવા ન મળે.'

કુમારની વાત પર ગિજુભાઈ કરતાં ગોવિંદ વધુ મોટેથી હસ્યો. આશિષની શરમ હજુ છૂટતી નહોતી, એટલે કુમારે જીભ છૂટી રાખવી પડી. ગોવિંદ પર નજર પડતાં એના મગજમાં ઝબકારો થયો : 'અરે, તમને તો મેં થોડી વાર પહેલાં જ જોયા હતા ! ભૂલેશ્વરમાં બનારસીને ત્યાંથી તમે જ મીઠાઈ ખરીદતા હતા ને ? જોયું ને, આશિષ, હું નહોતો કહેતો કે ગિજુભાઈને ત્યાં આપણને ચાની સાથે નાસ્તો મળશે... આપણે નકામા ખારા કૂવાની સેવ-બુંદી ખાવા રોકાયા.'

સાંભળીને આશિષે ઝાટકા સાથે ગરદન ઊંચી કરી આંખોથી વઢી લીધું : યાર, આવતાંવેંત આ શું શરૂ કરી દીધું ?

ગિજુભાઈનેય લાગ્યું કે હીરો કરતાં સાઈડ હીરો વધુ ફૂટેજ લઈ જાય છે. તેને કન્ટ્રોલમાં લેવો જોઈએ. આશિષને વાતોમાં ભેળવવા તેમણે શરૂઆત કરી :

'આશિષકુમાર !'

પણ આ સંબોધન પર જ તેમણે અટકી જવું પડ્યું. આમાં તો બંનેનાં નામ આવી જતાં હતાં. તો પછી એકલા આશિષ માટે શું સંબોધન વાપરવું ? આશિષ સાથે લાલ કે દાસ તો બેસતું નહોતું. એટલે થોડું મૉડર્ન થવું પડ્યું : 'મિસ્ટર આશિષ, તમારા પિતા રામકૃષ્ણભાઈને મળવાનો અવસર તો ક્યારેય સાંપડ્યો નથી, પણ એમના જેવા માણસ આ જમાનામાં મળવા મુશ્કેલ છે.'

ત્યારે એ ટટ્ટાર થયો. પિતાનો ઉલ્લેખ થતો ત્યારે એનામાં એક પ્રકારનું ગૌરવ જાગ્રત થતું અને માની વાત કોઈ ઉચ્ચારતું તો આડું જોઈ લેવું પડતું. ગિજુભાઈ એને સારા માણસ લાગ્યા. આતુરતાથી એ સાંભળતો રહ્યો.

'એ દુર્ઘટનાને વીસ કરતાંય વધુ વરસ વીતી ગયાં છતાં છાપામાં વાંચેલું વર્ણન જ્યારે-જ્યારે યાદ કરું છું, ત્યારે ફિલ્મના દશ્યની જેમ નજર સામે તાદશ થઈ ઊઠે છે. જોહાનિસબર્ગની લૉન્ગ લીવ ઈન્સ્યૂરન્સ કંપનીની નવ માળની ઈમારતને રાતે આગ લાગી. કંપનીમાં છસો માણસો કામ કરતાં હતાં. આગનો ભડકો જોઈને હજારો માણસો એકઠાં થઈ ગયાં, પણ એમાં મરદ માણસ તો એક જ નીકળ્યો. રામકૃષ્ણભાઈને ખબર હતી કે નવમા માળની આલમારીમાં કરોડો રૂપિયાની કિંમતના કંપનીના અગત્યના દસ્તાવેજો પડ્યા છે. આગમાં બધું ભસ્મીભૂત થઈ જાય તો કંપની પાયમાલ થઈ જાય... જાનની પરવા કર્યા વિના પોતે અંદર ઘૂસ્યા. પ્રચંડ આગની જ્વાળા વચ્ચેથી એ નવમા માળ સુધી પહોંચ્યા. કીમતી દસ્તાવેજોની બૅગ બારીમાંથી નીચે ફેંકી ત્યાં સુધીમાં આગ બુઝાવવા માટે બંબા આવી પહોંચ્યા હતા. નીચેથી બધાએ રામકૃષ્ણભાઈને હાંક મારી : જલદી કરો ! બારીમાંથી નીચે ઝંપલાવો ! અમે તમને ઝીલી લઈશું... પણ વિધિને એ મંજૂર નહોતું. કોણ જાણે કેમ, એ ફરી બારીમાં દેખાયા જ નહીં. બંબાવાળા ચોવીસ કલાકે આગને કાબૂમાં લઈ શક્યા. એમના જીવતા હોવાની તો આશા ક્યાંથી હોય, પણ બળીને ભડથું થયેલી પાંચ-સાત લાશમાં કોની લાશ કઈ છે એય ઓળખી શકાયું નહીં. પાંચમે માળે એક લાશની બાજુમાં પડેલાં એમનાં ચંપલ ઓળખાયાં. એના પરથી રામકૃષ્ણભાઈના મૃતદેહના અંતિમ સંસ્કાર કરવા પડ્યા.'

શ્વાસભેર કહેતા ગિજુભાઈનું ગળું ભીંજાવા લાગ્યું : 'કંપનીને ખાતર કેવડી મોટી કુરબાની આપી દીધી એમણે... એ તો સારું થયું કે અંગ્રેજ કંપની હતી એટલે

કુરબાનીની કદર થઈ. તત્કાળ સવા લાખ રૂપિયાનું વળતર એમની વિધવાને આપ્યું અને તમે એમના એકના એક પુત્ર ઉંમરલાયક થઈને કમાતા ન થાઓ ત્યાં સુધી કુટુંબના ભરણપોષણની જવાબદારી પણ કંપનીએ ઉપાડી લીધી... અહીંનાં બધાં છાપાંએ તમારા પિતાશ્રીના ફોટા છાપ્યા હતા, પાનાં ભરીને એમના બલિદાનની પ્રશંસા કરી હતી.' અહીં એ થોડું અટક્યા, ગળું ખોંખાર્યું અને લાગણીના રણકા સાથે ઉમેર્યું : 'સાચું કહું, તમારા માટે રાધાબહેન પાસે ગીતાનું માગું નાખ્યું તેમાંય તમારા પિતાની એ મહાનતા જ કારણભૂત છે. મારી પુત્રી એમના જેવા સદ્‌ગૃહસ્થની પુત્રવધૂ બને તો હું મારી જાતને નસીબદાર માનીશ.'

છેલ્લાં ત્રણચાર વાક્યો પર આશિષનું લક્ષ રહ્યું નહીં. એ તો કંઈક બીજું જ વિચારતો હતો. લાગણીના આવેશમાં એ પૂછી બેઠો : 'વડીલ, તમે કહ્યું કે જોહાનિસબર્ગની આ ઘટના અહીંનાં બધાં જ અખબારોએ વિસ્તારથી છાપી હતી, મારા પિતાજીના ફોટા છાપ્યા હતા... એ એકાદ પેપર ક્યાંયથી મળે ખરું ?'

'અત્યારે તો એ ક્યાંથી મળે ?' ગિજુભાઈ મનમાં બબડતા હોય એવા અવાજે બોલ્યા : 'વીસ વરસ પહેલાંનાં છાપાં કોણે સાચવી રાખ્યાં હોય ?'

કુમારને થયું કે આશિષ અને ગિજુભાઈ ગાડીને જુદી લાઇન પર ધકેલી રહ્યા છે. ગંભીર વાતાવરણ કુમારને બહુ અકળાવી મૂકતું. વારેવારે એ અંદરના ઓરડા તરફ તાકી લેતો હતો : ગીતા હજુ કેમ આવતી નથી ?

જોગાનુજોગ ગીતાની પણ ધીરજ ખૂટી પડી હોય તેમ દીવાનખંડમાં ડોકિયું કરવા એ દરવાજાના પરદા પાસે આવીને ઊભી રહી અને કુમાર સાથે નજર ટકરાતાં જ શરમાઈ ને ઝડપભેર પાછી અંદર સરકી ગઈ, તેની હિલચાલથી અસ્થિર બનેલા પરદા પર કુમારની આંખો સ્થિર બની ગઈ. તેના મનમાં ઝણઝણાટી વ્યાપી ગઈ : એક ઝલકમાં જ છોકરી દિલ પર છવાઈ જાય એવી છે !

ભીંતઘડિયાળમાં સાતના ટકોરા વાગવા શરૂ થતાં જ ગિજુભાઈ ચોંક્યા : 'અરે, હજુ સુધી તમારા માટે ચા-નાસ્તો કેમ ન આવ્યાં ?'

પોતાની જેમ ગોવિંદનેય વાતોમાં લપટાયેલો જોઈને એ છંછેડાયા : 'આ કંઈ ફિલ્મસ્ટોરીનું ડિસ્કશન નથી કે તું આમ મશગૂલ બનીને બેસી ગયો ! ગીતા અંદર શું કરે છે ?'

પણ ગોવિંદને ઊભા થવાની જરૂર ન પડી. ગીતા જ નાસ્તાની ટ્રે સાથે

અંદર દાખલ થતી દેખાણી. ગિજુભાઈ સજાગ ન હોત તો કદાચ આદતના જોરે બોલી ઊઠત : સ્ટાર્ટ કૅમેરા !

ગીતાનાં પગલાં થતાં જ આશિષ અસ્વસ્થ બની ગયો. ડોક ઊંચી કરીને તેની સામે જોઈ શક્યો નહીં. નજરને પેલીના પગના અંગૂઠાથી ઉપર લઈ જઈ શક્યો નહીં. પણ કુમારે તો એને એકીટશે નીરખી લીધી : જોનારને જકડી રાખે એવી બદામી આંખો, નકશીદાર નાક, પાતળી મોં-ફાડ અને ખંજન પાડતા ગાલ. વાન અતિશય ગોરો નહીં અને પોશાક વધુ પડતો આધુનિક નહીં.

ગીતાએ પહેલાં આશિષ તરફ જોયું, પણ એણે નજર મિલાવી નહીં એટલે બાજુમાં બેઠેલા કુમાર તરફ નજર સરકાવી. એ હસ્યો. પોતે સ્મિત ફરકાવ્યું.

'વાહ !' સ્મિતનો પડઘો પાડતો હોય તેમ કુમારે જીભ ચલાવી, 'વાનગી જોતાં જ આપણી તો ભૂખ ઊઘડી ગઈ !' ગિજુભાઈના પ્રસ્તાવની રાહ જોયા વિના જ એણે પ્લેટમાંથી સમોસું ઊંચકી લીધું.

આશિષને એ ખટક્યું : ભારે ઉતાવળો !

'તમે પણ લો ને, આશિષકુમાર !' કહેતાં ગિજુભાઈ ગૂંચવાયા : 'તમારાં બંનેનાં નામ એવાં છે ને કે એકના સંબોધનમાં બીજોય આવી જાય.'

'માત્ર નામ જ નહીં, ગિજુભાઈ, અમારી દોસ્તીય એવી છે કે કોઈ છૂટા પાડી શકે નહીં.' સમોસું ગળે ઉતારતાં કુમારે સંકેતમાં ગીતા સામે જોયું : 'ત્રીજી વ્યક્તિએ સંબંધ બાંધવો હોય તો અમને બંનેને એકસરખા સાચવવા પડે.'

આમ કહીને કુમારે બીજું સમોસું ઊંચક્યું એટલે આશિષે ખુલાસો કરવા બોલવું પડ્યું : 'મને બિલકુલ ભૂખ નથી, કુમાર ! મારા વતી તું ચાલુ રાખ. હું ચા પીશ.'

સાંભળતાં જ ગીતા સફાળી ઊભી થઈ : 'અરે, ગૅસ પર ચા ઉકળી રહી છે અને હું અહીં બેસી ગઈ.'

કુમાર તેને સડસડાટ અંદર જતી જોઈ રહ્યો. આશિષે રાહત અનુભવી. હિંમત કરીને કુમાર સામે ઠપકાભરી નજરે જોયું : તું બહુ બોલબોલ કરે છે ! ખાઉધરાની જેમ ખાખા કરે છે, કામ પતાવીને જલદી રવાના થઈએ... નહીંતર હું નર્વસ થઈ જઈશ !

'ફરસાણ ન ફાવે તો મીઠાઈ લો ને, મિસ્ટર આશિષ !' ગિજુભાઈને

રહીરહીને થયા કરતું હતું કે જેનો હક્ક છે તેને બદલે બીજો જ લાભ ઉઠાવે છે : 'બંગાળી મીઠાઈથી પેટમાં ભાર નહીં થાય.'

તેનો જવાબ પણ આશિષને બદલે કુમારે જ આપ્યો : 'ગિજુભાઈ, પહેલાં મીઠાઈ ખાઈ લેશું તો ચાનો સ્વાદ માર્યો જશે...' કહેતાં કુમારે ચાની ટ્રે લઈને આવતી ગીતા સામે મલકી લીધું : 'બાકી આટલા પ્રેમથી તમે મંગાવેલી મીઠાઈને ન્યાય આપ્યા વિના કેમ ચાલે ? મીઠું મોં કર્યા વિના થોડા જઈશું ?'

પહેલી વાર ગિજુભાઈને કુમારનું બોલવું રુચિકર લાગ્યું, ખાસ તો મોં મીઠું કરીને જવાનું વાક્ય બહુ ગળ્યું લાગ્યું !

સાકર વગરની મોળી ચા પીને ગિજુભાઈ અગત્યનું કામ પતાવવા ગોવિંદને લઈ બીજા રૂમમાં ગયા એટલે કુમાર સમજી ગયો કે વ્યવહારુ ગિજુભાઈ જુવાનિયાંઓને એકાન્ત આપવા સીનમાંથી ખસી ગયા છે.

પંદર-વીસ મિનિટની એમની ગેરહાજરીમાં કુમારે વાતાવરણ વધુ હળવું બનાવી દીધું. કૉલેજનાં તોફાનોની વાતો, છોકરીઓની છેડછાડના રમૂજી કિસ્સા, રાધામાસીનો માયાળુ સ્વભાવ, આશિષની શરમાળ પ્રકૃતિ અને બંને વચ્ચેની વર્ષોજૂની જિગરજાન દોસ્તી... બધું જ એવી રમતિયાળ શૈલીમાં વર્ણવતો હતો કે ગીતાની ગંભીરતા અને સંકોચ આપોઆપ ખંખેરાઈ ગયાં. આશિષને નર્વસ થવાનો મોકો જ ન મળ્યો. બે-ચાર વાર ગીતા સામે નજર ટકરાવી લેવાની તેનામાં હિંમત પણ આવી ગઈ. તેનું ખિલખિલાટ મુગ્ધ હાસ્ય મનમાં ગલીપચી કરી ગયું, પણ કુમારે બંનેની ગાઢ મૈત્રીની વાત ઉચ્ચારી ત્યારે આશિષ થોડો ગંભીર બની ગયો : 'અમારી દોસ્તી એવી અતૂટ છે કે ત્રીજી વ્યક્તિ એમાં તિરાડ પાડવાની કોશિશ કરે તો એમાં ક્યારેય ફાવે નહીં.' આ ટકોર પોતાને માટે હતી એ ચાલાક ગીતાને સમજતાં વાર લાગી નહીં. આશિષ સાથે નજર મેળવીને તેણે ધ્યાનથી સાંભળ્યું : 'કેટલીક વાર બેમાંથી એક મિત્ર પરણી જાય ત્યારે દોસ્તીમાં ઓટ આવે છે, પણ અમારી બાબતમાં અમે કોઈ પણ ભોગે એવું નહીં બનવા દઈએ.'

એકાએક વાતાવરણ ગંભીર બની ગયું. કુમારને થયું : આશિષે સાચી વાત ખોટી રીતે રજૂ કરી દીધી ! પોતે મામલો સંભાળી લેવો જોઈએ :

'અરે, ગીતાનો સ્વભાવ એવો છે કે ત્રીજી વ્યક્તિ જેવું આપણને લાગશે જ નહીં.'

સાંભળતાં જ ગીતા સૂચક દૃષ્ટિએ કુમારને તાકવા લાગી : 'ભારે ચાલાક છો ! આટલી વારમાં મારો સ્વભાવ પારખી લીધો !'

'મેં સાચું જ કહ્યું ને, મિસ ગીતા ? તમે અમને બંનેને બરાબર સાચવી લેશો ને...?' બોલતાં-બોલતાં તેણે સત્વર સુધારી લીધું : 'આઈ મીન, અમારી ફ્રેન્ડશિપને સાચવી લેશો ને ?'

આ શરત છે કે સવાલ ? ગૂંચવાયેલી ગીતાએ જવાબ પણ એવો જ શોધી કાઢ્યો : 'પહેલાં સંબંધ તો બંધાય, પછી સાચવી લેવાની વાત.'

ગીતા એવી ઢબે બોલી ગઈ કે માઠું લાગવાને બદલે મીઠું લાગે.

પુત્રીનું છેલ્લું વાક્ય સાંભળીને દીવાનખંડમાં દાખલ થતા ગિજુભાઈને થયું કે સીનમાં પોતે સમયસર એન્ટ્રી કરી છે : 'ગીતા, હું જે થોડુંઘણું જ્યોતિષ જાણું છું એના પરથી કહું છું કે આ સંબંધ બંધાઈ ગયો સમજી લે !'

ગીતાને એ સહેજ ખૂંચ્યું : આવું કહી દેવાની અધીરાઈ શું કામ દેખાડી ?

'તો અમે રજા લઈએ, વડીલ !' પસીનો ન હોવા છતાં આશિષે ચહેરા પર રૂમાલ ફેરવ્યો : 'બા ઘેર રાહ જોતાં હશે !'

કુમારે પણ ઊભા થવું પડ્યું : 'ચાલો, ફરી પાછું મળવાનું તો થશે જ.' ગિજુભાઈને કહેતાં તેણે ગીતા સામે જોઈ લીધું : 'તમારે ઘેર ફોન તો છે.'

જાણે ટેલિફોન પણ પોતાની હાજરી પુરાવવા માગતો હોય તેમ એ જ વખતે રણકી ઊઠ્યો. માથાની ચોટલીને વાળમાં છુપાવી દેતાં ગિજુભાઈએ રિસીવર ઊંચક્યું : 'કોણ, રાધાબહેન ! હા... હા ! નીકળે જ છે... પછી મને ફોન કરીને તમે જરૂર જણાવજો.'

રિસીવર મૂકી દેતાં જ એ બોલી ઊઠ્યા : 'રાધાબહેનનો ફોન હતો. કહ્યું કે આશિષકુમારને કહેજો સીધા ઘેર આવે ! બારોબાર ફરવા ન ચાલ્યા જાય.'

માની એ અધીરાઈ આશિષને કઠી હોય તેમ આવેશમાં એ બહાર નીકળી ગયો. જતાં-જતાં ગીતા તરફ જોઈ લેવાનુંય વીસરી ગયો, પણ તેને બદલે કુમારે પતાવ્યું : 'બાય-બાય !' કહેતાં એક મીઠી નજર ફેંકી લીધી : 'ફરી મળીશું, બને એટલાં જલદી !'

'વન્ડરફુલ ગર્લ !' પાછળની સીટ પર આશિષ ગોઠવાયો એટલે કુમારે મોટરસાઇકલના પૅડલને ઝટકો આપી ઍંજિન સ્ટાર્ટ કરતાં લહેકાથી કહ્યું :

'આપણને તો છોકરી ગમી ગઈ. ઘેર જઈને માસીને સીધેસીધી હા જ પાડી દેજે !'

'પણ...'

'પણ-બણ કાંઈ નહીં !' કુમારે વાહનની સ્પીડ તેજ કરી : 'બાકીની ચિંતા તું મારા પર છોડી દે. પછી ઢીલ શું કામ ?'

ત્યારે પોતાનો આત્મવિશ્વાસ દૃઢ થતો હોય તેમ આશિષે કુમારના ખભા પર ટેકવેલા હાથની ભીંસ વધારી : 'ભલે, તારે ભરોસે હા પાડી દઈશ !'

અને કુમારના સમગ્ર શરીરમાં ઝણઝણાટી પ્રસરી ગઈ.

❑

૩

'ચા પીતાં-પીતાં મને ઘૂરકી શું રહ્યા છો ?'

રાધાબહેને આંખોની કીકીઓમાં વીજળીનો ઝબકારો આંજ્યો હોય એવી તેજીલી નજર અન્તુભાઈ પર ફંગોળતાં કહ્યું : 'હવે આશિષની વહુ ઘરમાં આવશે. તમારે આંખો પર લગામ રાખવી પડશે.'

છતાંય અન્તુભાઈએ રાધાબહેનના મુખ પરથી આંખો હઠાવ્યા વગર ચાના ઘૂંટથી ભીંજાયેલા હોઠે કહ્યું : 'મને અત્યારે તો એ જ વિચાર આવે છે. મારી જેમ આશિષ પણ ચાને ઘૂંટડે-ઘૂંટડે ગીતાનું રૂપ પીતો હશે.'

'મારો આશિષ તમારી જેમ નફ્ફટ નથી !' રાધાબહેને પોરસ કરવાની ઢબે કહ્યું, પણ અવાજમાં રણકો ન આવ્યો : 'છોકરીનું રૂપ જોવાને બદલે આંખો ઢાળી એ બિચારો ચાનો રંગ નિહાળ્યા કરતો હશે...' પછી હળવા નિસાસા સાથે ઉમેર્યું : 'કોણ જાણે, એ છોકરાની શરમ ક્યારે છૂટશે !'

'એ તો પેલીની નજરમાંથી એકાદ કામબાણ છૂટશે એટલે આપોઆપ શરમ છૂટી જશે અને ભરમ ભાંગી જશે.'

'ભરમ !' ચોંકેલાં રાધાબહેનની ભ્રમર તંગ થઈ : 'શેનો ભરમ !'

'નહીં સમજી !' કહેતાં અન્તુભાઈ ચાનો કપ બાજુએ મૂકી ઊભા થયા. રાધાની નજીક સરકતાં સંભળાવ્યું : 'કેટલાક જુવાનોને એવો ભરમ હોય છે કે પોતાને પ્રેમ કરતાં નથી આવડતું... પણ કન્યા સાથે બેચાર મુલાકાત થતાં જ આપોઆપ પ્રણયના ફુવારા ફૂટી નીકળે છે.'

કહેતાં એમણે નીચા નમી બંને હથેળીમાં રાધાબહેનનું મુખ ઝાલી લીધું : 'સ્ત્રીનો જાદુ જ આવો હોય છે, રાધા !'

અધખુલ્લી આંખે રાધાબહેન તેમના અર્ધા ઉઘાડા હોઠ જોઈ રહ્યાં. તરસ્યા

હોઠ હમણાં નજીક આવશે એવા ખ્યાલથી સળવળી ઊઠેલાં રાધાબહેને સિફતથી પોતાનો ચહેરો તેમના હાથમાંથી સરકાવી લીધો : 'કેટલી વાર કહ્યું તમને — રાધા-રાધા ન કહ્યા કરો ! કોઈક વાર બધાંની વચ્ચે બોલાઈ જશે તો...'

'તારી આ જીદ બહુ કઠે છે મને !' અન્તુભાઈએ હથેળી ઘસતાં સંભળાવ્યું : 'આંખો પર લગામ, જીભ પર લગામ... બે ઘડીના એકાન્તમાં પણ પરાયાની જેમ વર્તવાનું ! પ્રેમ કરતી વખતેય ''ભાભી-ભાભી'' જ કહેવાનું !'

'તમને ''અન્તુભાઈ'' કહેવાનું મને શું ગમતું હશે ?' રાધાબહેનનો કંઠ સહેજ ભીંજાયો : 'ક્યારેક તમને તુંકારે બોલાવવા માટે જીભ સળવળી ઊઠે છે, પણ મનને વશ કરી લઉં છું. તેમાં હવે તો આશિષની વહુ ઘરમાં આવશે. એની હાજરીમાં બહુ સંભાળવું પડશે.'

'અત્યાર સુધી આપણે થોડું એકાન્ત ચોરી લેતાં એય છૂટી જશે.' અન્તુભાઈથી નિસાસો નખાઈ ગયો : 'મળીએ ત્યારે જુદાં પડી જવાના વિચારનો ભાર વરતાયા કરે છે અને જુદાં પડ્યા પછી ફરી મળવાની અધીરાઈમાં અથરા-અથરા થઈ જવાય છે...'

એમના અવાજની ભીનાશ રાધાબહેનને એમની આંખોમાં પણ દેખાઈ. પોતાના નિસાસાને હૈયાને બારણેથી જ પાછો હડસેલી દીધો : 'ક્યારેક આ બધું બહુ અસહ્ય લાગે છે. આ સમાજને તો આપણો આડો સંબંધ કોઠે પડી ગયો અને સમાજની નિંદા આપણે પચાવી ગયાં, પણ... જુવાન પુત્રની આંખો ક્યારેક મારું હૈયું વીંધી નાખે છે. એના મુખની તંગ રેખા જાણે મને સવાલ પૂછતી હોય છે કે મા, જે સંબંધ સમાજને સ્વીકાર્ય નથી એ બાંધતાં પહેલાં તેં મારો વિચાર કેમ ન કર્યો ?'

'આપણે બધો જ વિચાર કર્યો હતો, રાધા !' તેમના ખભા પર હાથ મૂકતા અન્તુભાઈ બોલી ગયા : 'આશિષ સમજદાર છે. એના મનમાં મૂંઝવણ જરૂર થતી હશે, પણ એ તને ગુનેગાર તો નહીં જ ગણતો હોય.'

એ આશ્વાસન રાધાને રાહત ન આપી શક્યું : 'ક્યારેક થાય છે કે આશિષને બધું જ કહી દઉં, આપણા સંબંધનો ભેદ ઉઘાડો પાડી દઉં.'

'નહીં-નહીં, રાધા !' અન્તુભાઈની અસ્વસ્થતા ઊછળી પડી : 'રોગની પીડામાંથી છુટકારો મેળવી લેવાના ભ્રમમાં જલદ ઇલાજ અજમાવવા જતાં ક્યારેક વધુ પીડા ભોગવવી પડે છે. આશિષ સમક્ષ બધું ઉઘાડું પાડી દેવાનું જોખમ ભૂલેચૂકે ખેડતી નહીં. હૃદય પર પથ્થર બાંધીને જ આપણે સંબંધને અકબંધ રાખવાનો છે. સંજોગોને સંભાળી લેવાના છે.'

કહેતાં અન્તુભાઈએ લાગણીના આવેશમાં પીઠ પાછળથી રાધાબહેન ફરતે બંને હાથ વીંટાળી તેમને આલિંગનમાં જકડી લીધાં. બે રઘવાયાં હૈયાં હૂંફમાં ભીંસાયાં, રાધાબહેનના કોરા કપાળે બે ધગતા હોઠ ચંપાયા અને અષાઢના આક્રોશ જેવી રાધાબહેનની કીકીઓ શ્રાવણના સરવડાની જેમ વરસી પડી.

'મેં દાળ ઊકળવા મૂકી છે !' આશ્લેષમાંથી અળગા થવાના પ્રયાસ સાથે રાધાબહેન હસી પડ્યાં : 'કુમારને વાયદો કર્યો છે. આશિષ માટે છોકરી પસંદ કરીને આવે એટલે મારે એને ગરમાગરમ દાળઢોકળી જમાડવાની છે.'

રોકવાનો પ્રયાસ કર્યા વિના અન્તુભાઈએ એમને સરકી જવા દીધાં. વિચાર કરવા માટે પોતાનેય થોડી વાર એકલા પડવું હતું. વીસ વર્ષથી ચાલતા આ સંબંધનાં થોડાંક સંભારણાં વાગોળી લેવાં હતાં.

એકવીસ વરસ પહેલાં પોતાની વીમા કંપનીના અગત્યના દસ્તાવેજો ઉગારી લેવા રામકૃષ્ણ વીમાદલાલે પોતાની જાતનું બલિદાન આપી દીધા પછી એક પરોપકારી પરાક્રમીની વિધવા તરીકે રાધાબહેન ચાર વર્ષના આશિષ સાથે દક્ષિણ આફ્રિકા છોડીને મુંબઈ આવ્યાં. અગાઉથી કરેલી ગોઠવણ મુજબ તેનાં બે વર્ષ પછી પોતે પણ આફ્રિકા છોડ્યું. સારી એવી મૂડી સાથે આવેલા અનંતરાયને મુંબઈ માફક આવી ગયું. રામકૃષ્ણના પરમમિત્ર હોવાથી રાધાબહેન અને આશિષની એ દેખભાળ રાખે તેમાં કોઈને અજુગતું ન લાગ્યું. એકલા હોવા છતાં રાધાબહેનના મહેમાન તરીકે રહેવાને બદલે ચોપાટી પર પોતાનો ફ્લૅટ લઈ લીધો એ પણ સૌને સ્વાભાવિક લાગ્યું. પરંતુ મુંબઈનો કાયમી વસવાટ થયા પછી પણ અન્તુભાઈ અંકલેશ્વરિયાનું કોઈ કુટુંબીજન એમની સાથે રહેવા ન આવ્યું એ સૌને વિચિત્ર લાગ્યું હતું.

એમના મૂળ વતન અંકલેશ્વરમાં ઘરબાર કે જમીન-જાયદાદ જેવું કાંઈ હતું નહીં, તો પછી એમનાં બૈરી-છોકરાંને દક્ષિણ આફ્રિકા મૂકીને જ અહીં એકલા રહેવા આવી ગયા હશે ? દક્ષિણ આફ્રિકાથી ભાગ્યે જ કોઈ ભારત આવતું એટલે અન્તુભાઈ વિષેની વિશેષ જાણકારી મળતી નહીં. અને આફ્રિકા અંગેની વાતચીત અન્તુભાઈ હંમેશાં ટાળતા રહેતા : હું એ દેશ છોડીને આવેલો તેની સાથે ત્યાંનો મારો ભૂતકાળ પણ ત્યાં જ છોડતો આવ્યો છું... બસ, એમના આ જવાબ પછી કોઈને આગળ પૃચ્છા કરવા જેવું કાંઈ રહેતું નહીં.

એમના વિષે જાણવાની ઉત્સુકતા અતૃપ્ત રહેવા લાગી તેમ-તેમ સૌને અન્તુભાઈ વધુ ને વધુ રહસ્યમય લાગવા મંડ્યા. શૅરબજારમાં કલાક આંટો મારવા

સિવાય એમનો બીજો કોઈ વ્યવસાય નહોતો. મુંબઈની બધી જ મોટી ક્લબોના લાઈફ મેમ્બર હોવા છતાં કોઈ પણ ક્લબમાં નિયમિત જતા નહીં. પીવા અને રમવાનો શોખ હોવા છતાં કોઈની પરમેનન્ટ કંપની રાખતા નહીં. સફારી સૂટ એ એમનો કાયમી પોશાક અને રાધાબહેન એ એમની પરમેનન્ટ કંપની !

સૌથી વિચિત્ર વાત તો એ હતી કે રાધાબહેન ક્યારેય એમને કંપની આપવા કોઈ ક્લબ કે પાર્ટીમાં જતાં નહીં. કોઈએ એમને અન્તુભાઈને ચોપાટીના ઘેર પણ જતાં-આવતાં ક્યારેય જોયાં નહોતાં. એમનું મિલનસ્થાન હતું માત્ર રાધાબહેનનું ઘર – વાલકેશ્વર સદન ! આશિષના સ્કૂલના ટાઇમે અન્તુભાઈ ઘેર મળવા આવે. કલાક-બે-કલાક અને ક્યારેક સાંજ સુધી આ મિલન લંબાય,... પાડોશીઓ તર્કવિતર્કની માનસિક કસરત કર્યા કરે. બંને જણાં રોજ આટઆટલું મળતાં છતાં એકબીજાથી ધરાતાં નહીં હોય ? રોજરોજ શું વાતો કરતાં હશે ? ઉપરવાળાં મેનાબહેનથી એક વાર રહેવાયું નહીં એટલે બહાનું કાઢીને રાધાબહેનના ફ્લૅટની બેલ વગાડી. એમણે ધારેલું કે રાધાબહેનને બારણું ઉઘાડતાં વાર લાગશે, ખલેલ પહોંચાડવા માટે મને જોઈને મોં બગાડશે... પણ બીજી જ પળે દરવાજો ઉઘાડી રાધાબહેને એમના સ્વાભાવિક સ્મિત સાથે આવકાર આપ્યો હતો : 'અરે ! મેનાબહેન તમે ? આજે કાંઈ ભૂલાં પડી ગયાં !'

'જુઓ ને, મારા ઘાટીએ આજે ખાડો પાડ્યો છે.' મેનાબહેન પોતે જ ક્ષોભ પામવા લાગ્યાં : 'તમારી કામવાળી રાત્રે મારે ત્યાં વાસણ માંજવા આવે તો મોકલશો ?'

'જરૂર મોકલીશ.' રાધાબહેનની મીઠાશ ભલભલાને પિગળાવી દે એવી હતી. 'કામવાળીને કહીશ કે આજે મારે બદલે તમારું કામ કરી જાય... મારે ક્યાં બહુ વાસણ હોય છે ? તમે ઘરમાં વસ્તારી છો, જ્યારે અમે તો બે જ માણસ...'

ઉંબરે ઊભેલાં મેનાબહેનના કાન એ સાંભળવામાં હતા પણ આંખો ફ્લૅટમાં ફરતી હતી. તેમની એ ચેષ્ટા સમજી ગયાં હોય તેમ રાધાબહેનને આગ્રહ કર્યો : 'પણ આમ ઉંબરે જ કેમ ઊભાં છો ? અંદર આવો ને ?'

રાધાબહેન પરાણે ખેંચીને તેમને અંદર લઈ ગયાં ત્યારે અન્તુભાઈ દીવાનખાનામાં 'અખંડ આનંદ' જેવું કોઈક મૅગેઝિન વાંચતા દેખાયા. 'કેમ છો, મેનાબહેન !' કહીને એમણેય આવકાર આપ્યો હતો. બે માણસ એકાન્તમાં મળે એવું કોઈ જ વાતાવરણ એમને દેખાયું નહીં. પોતાના આગમને બેમાંથી કોઈને કોઈ જાતનો વિક્ષેપ કે ક્ષોભ પણ જગાડ્યો નહીં... આને નફ્ફટતા કહેવી કે નિર્લેપતા ?

મનોમન બબડતાં મેનાબહેન નિરાશ થઈને પાછાં ફરી ગયા હતાં !

રાધાબહેનની કામવાળી બાઈ પાસેથી માહિતી મેળવવાના પ્રયાસમાં પણ કોઈ પાડોશણ ફાવતી નહીં. કોઈ કામ ચીંધીને સાવિત્રીને 'બે ઘડી બેસ ને !' કહી આડીઅવળી વાતમાંથી પૂછી લેવાની પેરવી થતી : 'રાધાબહેન ઘરમાં એકલાં-એકલાં આખો દિવસ શું કરતાં હોય છે ?' ત્યારે પેલી બોલી ઊઠતી : 'એ આખો દિવસ એકલાં ક્યાં હોય છે !' સાંભળીને પાડોશણોની ઉત્તેજના તીવ્ર બની જતી : 'હા, એ વાત સાચી ! પેલા સાહેબ એને રોજ મળવા આવે છે ખરા !' એવો મમરો મૂકી સાવિત્રીનું મન ખોતરવાની કોશિશ થતી : 'પણ ઘરમાં ને ઘરમાં બે માણસ કંટાળી નહીં જતાં હોય ? બહાર ફરવા-હરવા જતાં હોય તો-તો સમજ્યાં... પણ–' આવી પૃચ્છાનો સાવિત્રી કોઈ પડઘો ન પાડતી ત્યારે એના નિંદાવૃત્તિના અભાવથી અકળાઈને મેનાબહેન જેવાં સીધેસીધું બોલી નાખતાં : 'આમ પરણ્યા વગર છડેચોક રોજ મળતાં રહે એ જરા ખટકે તો ખરું ને !' એના જવાબમાં ગમાર કામવાળી કહી દેતી : 'એમાં ખટકવાનું શું ? આપણે ધારી લેવું કે એ બંને પરણેલાં જ છે.'

તેને બદલે ઘણાંબધાંએ એવું ધારી લેવાનું પસંદ કર્યું કે લગ્ન બહારના આ સંબંધ બહુ લાંબું નહીં ખેંચે. અત્યારે એકબીજાને પરસ્પરની જરૂર છે, મન મળી ગયાં છે. ક્યારેક કાંઈક એવું બનશે એટલે પૂર ઓસરી જશે, એકબીજા માટે અભાવ આવી જશે... પણ વીસવીસ વર્ષ સુધી એવું કાંઈ જ બન્યું નહીં ત્યારે 'આ તો પરણેલાં સ્ત્રી-પુરુષ કરતાં એકબીજાને વધારે વફાદાર છે' એવી ટકોર સાથે એમના સંબંધને સ્વીકૃતિ આપી દેવી પડી.

પરંતુ અન્તુભાઈ અત્યારે કાંઈક જુદું જ વિચારતા હતા. એમને દીવાનખાનામાં એકલા મૂકીને રાધાબહેન રસોડામાં ચાલ્યાં ગયાં તે પછી છેલ્લાં એકવીસ વર્ષના સંબંધને વાગોળતા અન્તુભાઈને રાધાબહેનમાં કંઈક પરિવર્તન દેખાવા લાગ્યું હતું. અગાઉ એકાન્તમાં મળતાં ત્યારે રાધાબહેન અધીરાં બની જતાં. પાગલની જેમ પોતાને વળગી પડતાં. મેળાપમાં મોડું થતું તો રીસભર્યો છણકો કરતાં : 'તમને મારી ક્યાં પડી છે... તમારા પર મારો હક્ક થોડો છે !'

ત્યારે લાડથી એમને મનાવવાં પડતાં : 'તારા સિવાય બીજા કોનો હક્ક હોઈ શકે મારા પર ?'

'કોને ખબર, કદાચ બીજી કોઈને રાખી લીધી હોય !'

'તેં મને રાખ્યો એય ઘણું છે. મારે ખાતર તું આટલી બધી બદનામી

વહોરીને જીવે છે, છતાં હું બીજીને રાખું તો-તો ભગવાન પણ મારો બીજો અપરાધ માફ ન કરે... હવે મોડો આવવા બદલ માફ કરી દો, દેવી !'

'દેવી કહીને તમે મને લોકોનું મહેણું યાદ કરાવો છો. ઉપરવાળાં મેનાબહેન શું બોલે છે, કહું ?... દેખાવમાં તો દેવી જેવી છે, પણ આચારમાં અભડાઈ ગઈ બિચારી !'

'તને બિચારી કહેવાનો એને શું અધિકાર ?'

'જેનું કપાળ કોરું હોય અને કાંડાં અડવાં હોય એને બિચારી બનાવી દેવાનો રિવાજ છે આપણે ત્યાં.'

'પણ, રાધા, તું તો... તું તો...'

આટલેથી જ એમને અટકી જવું પડતું. સંયમની લગામ લાગી જતી જીભ પર ! કુદરતે આ તે કેવો ભેદ રચી દીધો કે દુનિયાને ભરમમાં રાખીને જીવવું પડે છે !

હજુ બે મહિના અગાઉ જ તેમનાથી પ્રસ્તાવ મુકાઈ ગયો હતો : 'રાધા, આશિષ હવે ઉંમરલાયક થઈ ગયો. આપણે પરણી જઈએ તો ?'

ત્યારે રાધાબહેન વિચિત્ર ભાવે તેમને તાકી રહ્યાં હતાં. નજરથી ઠપકો આપીને બોલ્યાં હતાં : 'તમને પરણી જવાની જરૂર ક્યાં દેખાઈ ?'

'અને તને પરણી જવામાં વાંધો ક્યાં આવ્યો ?'

'વાંધો !' લુખ્ખું હસીને એમણે કહ્યું હતું : 'હવે આશિષને પરણવાનો સમય થયો ત્યારે...'

'ઓહ ! સમજ્યો !' અન્તુભાઈ ઊંધું સમજ્યા હતા : 'તો પછી આશિષને પરણાવીને આપણે પરણી જઈશું, બસ !'

'નહીં, એમ પણ નહીં બને !' રાધાબહેને મક્કમ અવાજે સંભળાવ્યું હતું : 'મારા નામ સાથે રામકૃષ્ણ વીમાદલાલ સિવાય બીજા કોઈનુંયે નામ જોડાય એ મને મંજૂર નથી.'

ત્યારે અન્તુભાઈએ નિસાસો નાખી પ્રસ્તાવ ગળી જવો પડ્યો હતો.

મિલનની પળોમાં ક્યારેક રાધાબહેન પોતાના ચહેરા સામે તાકી રહી ખ્યાલમાં ખોવાઈ જતાં ત્યારે એમનાથી પુછાઈ જતું : 'મને ધારીધારીને શું જોયા કરે છે, રાધા ?'

'જોતી નથી, શોધું છું !' આંખોમાં આંખ પરોવેલી રાખીને એ ટહુકતાં : 'તમારા મુખમાં હું આશિષના પિતાની આકૃતિ શોધું છું.'

'તો એ શોધ પડતી મૂકી દે, ગાંડી ! આ મુખ પર તને ક્યારેય આશિષના પિતાનો અણસાર સુધ્ધાં જોવા નહીં મળે.'

'તમે ભૂલો છો !' લાગણી-નીતરતી નજરે એ બોલી ઊઠતાં : 'તમારા મુખની આ બે આંખોમાં ડોકાઉં છું ત્યારે મને ''એ'' જ દેખાય છે.'

પ્રેમ કરતી સ્ત્રી પતિને યાદ કરે એ કોઈ પરપુરુષને ગમે નહીં, પણ અન્તુભાઈ મલકી ઊઠતા : 'હવે મને સમજાય છે કે પ્રેમ કરતી વખતે તું મને આંખો બંધ નહીં કરી દેવાનું કેમ કહ્યા કરે છે !' પછી એના વાળની લટને રમાડતાં પૂછી બેસતા : 'સાચું કહેજે, રાધા, સમાજને ખાતર કે આશિષને ખાતર આપણા આ સંબંધનો અંત લાવવાની ઇચ્છા જોર કરી જાય છે ખરી ?'

આમ પૂછ્યું ત્યારે રાધાબહેને હસીને જવાબ ટાળ્યો હતો, એટલે શબ્દો બદલીને ફરી વાર પૂછ્યું હતું : 'ધાર કે એવી કટોકટી ઊભી થાય જેમાં તારે આશિષ અને મારી વચ્ચે પસંદગી કરવાની આવે... એટલે કે બેમાંથી એકને છોડવાનો નિર્ણય લેવો પડે તો...'

'તો મારો જવાબ તમે બરાબર જાણો છો.'

'છતાં તારા મોઢેથી સાંભળવા ખાતર પૂછું છું.'

'ભગવાન પ્રેમનાં પારખાંનો એ દિવસ કદી ન દેખાડે...' બોલતાં-બોલતાં એ અટક્યાં ત્યારે અન્તુભાઈ આગળ સાંભળવા અધીરા બની ગયા હતા. રાધાબહેનના મુખ પર એમને સંકલ્પની આભા દેખાઈ હતી : 'તમે કહો છો તેમ બેમાંથી એકને છોડવાનો વખત આવે તો પછી મારે તમને જ છોડવા રહ્યા !'

ત્યારે ઘણી વાર સુધી બન્ને વચ્ચે સન્નાટો છવાઈ રહ્યો હતો. રાધાબહેનના ચહેરા પર વ્યથાની વાદળી ઘેરાતી દેખાઈ. દર્દ-ઘૂંટ્યા અવાજે એ પૂછી બેઠાં હતાં : 'સાંભળીને તમને દુઃખ લાગ્યું ને ? વિચારમાં કેમ પડી ગયા ?'

'દુઃખ શેનું લાગે !' પરાણે હસીને પોતે કહેવું પડ્યું હતું : 'સ્ત્રી પ્રથમ તો માતા જ રહે છે, બીજું બધું પછી...'

'ના, સગા પુત્ર અને પતિ વચ્ચે પસંદગી કરવાની હોત તો કદાચ મારો નિર્ણય જુદો હોત...'

'એટલે તું પોતે પણ મને પતિને સ્થાને નથી ગણતી ?' પોતાના અવાજમાં અજાણતાં જ ઉગ્રતા આવી ગઈ હતી : 'તો પછી તું મને શું માને છે ?'

'તમે જે છો તે...' મોં ફેરવી લઈને રાધાબહેને કહ્યું : 'મારા પતિના મિત્ર... એક વિધવા સ્ત્રીના પ્રેમી !'

બરાબર એ જ વખતે દરવાજાની ઘંટડી વાગી અને અન્તુભાઈની વિચારતંદ્રા તૂટી પડી. રસોડામાંથી રાધાબહેન પણ બહાર દોડી આવ્યાં : 'આશિષ અને કુમાર આવ્યા લાગે છે !' કહેતાં એ હરખભેર દરવાજો ઉઘાડવા દોડી ગયાં ત્યારે અન્તુભાઈએ સોફા પર બાજુમાં પડેલું સાંજનું અંગ્રેજી છાપું હાથમાં લીધું. મથાળા પર નજર પડતાં જ વાંચવા મળ્યું : 'પોતાની પત્નીના પ્રેમમાં પડેલા મિત્રને પતિએ છૂરી હુલાવી દીધી !'

એમના હાથમાંથી છાપું સરી પડ્યું અને ઊઘડતા બારણામાંથી કુમારનો અવાજ કાને પડ્યો : 'માસીબા, દાળઢોકળી તૈયાર છે ને ? ગિજુભાઈની મીઠાઈ ખાધા પછી તો મારી ભૂખ ઊઘડી ગઈ !'

સાંભળીને રાધાબહેને કુમાર પાછળ ઉંબરો ઓળંગતા પુત્ર પર ઝડપથી નજર દોડાવી ત્યારે આશિષ મરકમરક હસતો નીચું જોઈ ગયો. પહેલી વાર પુત્રના મુખ પર આવી મુગ્ધતા જોવા મળી. તેના હર્ષાવેશમાં એ ઉતાવળાં પગલે દીવાનખંડ તરફ ધસી ગયાં.

'સાંભળ્યું તમે ? આપણા આશિષને ગિજુભાઈની કન્યા પસંદ પડી ગઈ !'

'સાચ્ચે ?' અન્તુભાઈના ચહેરા પર વાત્સલ્ય ઊભરાઈ આવ્યું. કુમારની પાછળ આવતા આશિષ પર હેતનો ઊભરો ઠાલવવા એ ઊભા તો થયા, પણ પોતાને જોતાં જ આશિષનો ચહેરો પલટાઈ જતો દેખાયો. નજીક આવવાને બદલે મોં ફેરવી લઈને સડસડાટ તેના રૂમ તરફ તે સરકી ગયો.

પુત્રનાં પગલાંમાં પોતાનો ઉલ્લાસ કચડાઈ જતો હોય તેમ વ્યગ્ર નજરે રાધાબહેને પહેલાં અન્તુભાઈ સામે અને પછી કુમાર તરફ જોયું. એ બંનેને સ્તબ્ધ બની ગયેલા જોઈને રાધાબહેને આશિષના રૂમ તરફ પગ ઉપાડ્યા.

પોતે ઓરડામાં દાખલ થયાં છતાં બૂટની દોરી છોડવા ઝૂકેલા આશિષે નજર ઊંચી કરીને તેમના તરફ જોયું નહીં ત્યારે રાધાબહેને તેના માથા પર હેતાળ હાથ પસવાર્યો.

'ગીતા ગમી ગઈ ને ?'

અને આશિષે ઝાટકા સાથે તેમના તરફ ગરદન ફેરવી. બૂટની દોરી હવે છૂટી ગઈ હતી :

'હા, ગીતા ગમી.'

'તો પછી ગિજુભાઈને હા પાડી દઉં ને ?'

ત્યારે આશિષે ટટ્ટાર થઈને મા સામે જોયું. કહેવા-ન-કહેવાની ઘડીભરની

દ્વિધા પછી મનમાં ધૂંધવાતા શબ્દોને એણે વાચા આપી :

'ગિજુભાઈને હા પાડતાં પહેલાં તારે મને એક વાતની હા પાડવી પડશે.'

'લગ્ન જલદી નહીં કરવાની જ ને ?' રાધાબહેને તર્ક કરીને પૂછ્યું.

'ના !' આશિષનો અવાજ ઊંચો થતો ગયો : 'મારા વેવિશાળ કે લગ્નમાં અન્તુકાકાની હાજરી ન હોવી જોઈએ !'

'હેં !' રાધાબહેન ધ્રૂજી ઊઠ્યાં. તેની પહોળી આંખો પુત્રની સામે તાકી રહી છતાં આશિષના મુખ પર દૃઢતાની રેખા જરાય ઢીલી ન પડી ત્યારે ભાંગતી ચાલે દીવાલનો ટેકો લેતાં એ દીવાનખાના તરફ પાછાં ફર્યાં. કટોકટીની પળ આવી ચૂકી એવું કહેવાના ભાવ સાથે તેમણે અન્તુભાઈ બેઠા હતા ત્યાં જોયું તો બીજો આંચકો અનુભવ્યો...

અન્તુભાઈ ઊઠીને ચાલ્યા ગયા હતા !

❑

૪

આશિષે ત્રીજી મિનિટે બીજી વાર ઘડિયાળમાં જોયું. પાંચ ને પચીસ થઈ હતી. 'વૈભવ' હોટેલની એરકન્ડિશન્ડ શીતળતામાંય એ અકળામણ અનુભવતો હતો. ટેબલ પર પડેલા ઠંડા પાણીના ગ્લાસમાંથી તેણે એક વધુ ઘૂંટડો પી લીધો. બેઠક લેતી વખતે જ તેણે વેઇટરને કહી દીધું હતું : કોઈક આવવાનું છે, ત્યાર પછી ઑર્ડર લઈ લેજે...

સવારથી અત્યાર સુધીમાં પોતે કેટલી વાર મનોમન નક્કી કર્યું હતું કે ગીતાને મળતી વખતે જરાય અસ્વસ્થ થવું નહીં, મોકળા મને વાતો કરવી, પરસ્પર વિચારોની આપલે માટે અનુકૂળ વાતાવરણ સર્જવું, થોડું હસી-હસાવી લેવું અને ભાવિ જીવનનાં થોડાં સપનાં પણ ઘડી લેવાં... હોટેલમાં દાખલ થયો ત્યાં સુધી એ મિજાજ ટકાવી રાખ્યો હતો, પણ પેલીના આગમનનો સમય નજીક આવતો ગયો તેમ અસ્વસ્થતા સળવળાટ કરવા લાગી. આવનારના ઇન્તેજારની બેચેની થવાને બદલે આશિષને તો ગીતા હમણાં આવી પહોંચશે એની અસ્વસ્થતા હતી !

સવારે સાડાઆઠે ઘરના ફોનની ઘંટડી વાગી ત્યારે કુમારનો ફોન માનીને પોતે ઊંચક્યો હતો પણ સામેથી ગિજુભાઈનો અવાજ સાંભળવા મળ્યો : 'કોણ, આશિષકુમાર ! મજામાં છો ને ?' પૂછીને રાધાબહેનને ફોન આપવા કહ્યું એટલે પોતે સમજી ગયેલો કે જવાબ માગવા માટે ફોન આવ્યો છે : 'ગિજુભાઈનો ફોન છે.' એમ કહ્યું ત્યારે રાધાબહેને રસોડામાંથી આવી રિસીવર ઊંચકતાં પહેલાં તેની સામે પ્રશ્નસૂચક દૃષ્ટિએ જોઈ લીધું હતું : શું કહું ? હા પાડી દઉં ને ? અને પોતે પણ દૃષ્ટિથી જ જવાબ વાળ્યો હતો : તારી હા હોય તો મારી હા છે !

'કેમ છો, ગિજુભાઈ !' કહીને રાધાબહેને ગડમથલમાં શરૂઆત કરેલી : 'તમે રાત્રે ફોનની રાહ જોઈ હશે, પણ એવું છે ને...'

એ કાંઈક બહાનું શોધતાં હતાં. એમ તો કહી શકે નહીં કે સાંજે તમારે ત્યાંથી પાછા ફર્યા પછી આશિષે હા પાડવા સામે કેવી શરત મૂકી હતી અને એ શરતનો પોતે કોઈ જવાબ આપી શકે તેમ નહોતાં... એવું પણ કેમ કહે કે અમારે મા-દીકરા વચ્ચે પછી કોઈ ચર્ચા થઈ શકી નહોતી !

'હું સમજું છું, રાધાબહેન !' ગિજુભાઈએ તેને બહાનું દેખાડવાનો મોકો આપ્યો નહોતો. 'જીવનભરનો સંબંધ બાંધવાનો હોય ત્યારે પૂરતો વિચાર તો કરવો જ જોઈએ ને... મારે તો એટલું જ જાણવું હતું કે આશિષકુમારની ઇચ્છા હોય તો ભલે બન્ને એક વાર બહાર એકલાં મળી લે.'

રાધાબહેનને એ પ્રસ્તાવ બહુ જચી ગયો હોય તેમ 'હા, હું આશિષને જ ફોન આપું છું. બંને મળવાનું ગોઠવી લેશે !' કહી દીકરા સામે રિસીવર ધરી દીધું ત્યારે ઘડીભર તો આશિષે હાથ લંબાવ્યો નહોતો. ફરી મળવાની શું જરૂર છે એવા ભાવ મુખ પર ઊપસી આવ્યા, પણ માની આંખોમાં કટાક્ષ દેખાયો : કાલે તો મારી સામે અક્કડ થઈને શરત મૂકી અને હવે છોકરીને મળવામાં ઢીલોઢફ કાં થઈ ગયો ?

રાધાબહેન પરાણે હાથમાં રિસીવર પકડાવીને સામેથી ખસી ગયાં ત્યારે એણે ગીતા સાથે વાત કર્યા વિના છૂટકો ન રહ્યો.

'હલ્લો !'

'હલ્લો !'

અરસપરસના ''હલ્લો'' વચ્ચે થોડીક પળોની ખામોશી ટીંગાઈ રહી. સામસામાં બેઠાં હોય અને નજર ટકરાય એવી સ્થિતિ દૂર બેઠાં અવાજની અથડામણથી સર્જાઈ ગઈ.

'કેમ ચૂપ થઈ ગયા ?' ગીતા ટહુકી.

'તારા બોલવાની રાહ જોતો હતો.'

'પહેલ મારે કરવાની હતી ?'

'લેડીઝ ફર્સ્ટ !' બોલવાનું સૂઝી જવા માટે આશિષે રોમાંચ અનુભવ્યો હતો.

'તમને નથી લાગતું કે વડીલોને સંમતિ દર્શાવતાં પહેલાં એક વાર આપણે મળી લેવું જોઈએ ?'

આ પ્રશ્ન પૂછનારી ગીતા તેને બહુ સ્માર્ટ લાગી હતી. આડકતરી રીતે એ કહેતી હતી કે હજુ મેં પણ 'હા' પાડી દીધી નથી... પોતે ઓછો સ્માર્ટ પુરવાર થવા માગતો ન હોય તેમ તેણે કહ્યું હતું :

'એક વાર શું કામ, બે વાર મળી લઈએ. બોલ, ક્યાં, ક્યારે ?'

'તમને ક્યાં ફાવશે ?' કહીને ગીતાએ ઉમેર્યું હતું : 'સ્થળ અને સમય તમે જ નક્કી કરો, કારણ કે તમારે ઑફિસ એટેન્ડ કરવાની હોય છે, જ્યારે હું તો કહો ત્યારે આવી શકું તેમ છું.'

'સાંજે ફાવશે ? હું સવાપાંચે ઑફિસેથી છૂટી જાઉં છું. તું ફાઉન્ટન તરફ આવશે કે હું તારદેવ તરફ...'

'ના, કાલે તમે મારા તરફ આવ્યા હતા, હવે મારે તમારા તરફ આવવું જોઈએ.' કહેતી એ ખિલખિલાટ હસી પડી.

'તમે "વૈભવ રેસ્ટોરાં" જોઈ છે ?' કહીને આશિષ ઠેકાણું ચીંધવા માગતો હતો ત્યાં પેલીએ જ ટહુકો કર્યો :

'જોઈ છે ! યુનિવર્સિટીની સામે છે એ ને ?' પછી ખુલાસો પણ કર્યો : 'બી. એ. કરીને થોડો વખત એમ. એ.ના ક્લાસ ભરવા મારે યુનિવર્સિટીમાં જવાનું થતું. એકબે વાર હું "વૈભવ"માં જઈ આવી છું – અલબત્ત, બહેનપણી સાથે !'

એના છેલ્લા શબ્દોની ચોખવટ પર આશિષથી મરકી જવાયું હતું : 'તો સાંજે સાડા-પાંચે ફાવશે ?'

'ભલે !' ગીતાએ એટલું કહ્યું, ત્યાં જ પોતે રિસીવર મૂકી દીધું હતું. કોણ જાણે કેમ, તેનો રોમૅન્ટિક મૂડ વધુ વાર ટકતો નહિ.

ઘેરથી ઑફિસે જવા નીકળતી વખતે મા સાથે નજર મિલાવ્યા વગર કહેતો આવ્યો હતો : 'સાંજે ગીતા મળવાની છે. ત્યાર પછી એક કામ પતાવીને આવતાં મને મોડું થશે.'

ત્યારે રાધાબહેન ખુશાલી અને ખટકો બન્ને અનુભવતાં હતાં. વગર આનાકાનીએ પુત્ર ગીતાને મળવા સંમત થઈ ગયો તેની ખુશાલી અને કોઈ પણ બાબત પોતાથી છાની નહીં રાખનારો પુત્ર કહેતો ગયો કે 'બીજું એક કામ પતાવીને આવીશ' તેનો ખટકો ! પુત્રમાં આવી રહેલું પરિવર્તન આનંદજનક હતું કે ચિંતાજનક એવી દ્વિધામાં એ તેને જતો જોઈ રહ્યાં હતાં !

*

'હું આવી પહોંચી !'

સાંભળતાં જ આશિષ ચમકી ગયો. છેલ્લી અર્ધી મિનિટ એ લમણે હાથ મૂકીને આગલી સાંજે મા સમક્ષ મૂકેલી શરતના તર્કવિતર્કમાં એવો તલ્લીન બની ગયો હતો કે જેની રાહ જોવાની હતી એના આગમનનો ખ્યાલ જ ન રહ્યો. બેસવાનું

કહેવાને બદલે એ તેને નીરખી જ રહ્યો. ગઈકાલ કરતાં આજે એ જુદી લાગે છે. કદાચ સાડીને બદલે સુરવાલ-કમીઝમાં આવી એટલે હશે... પણ એનું મુખ વધારે મોહક કેમ લાગે છે ? એણે ક્યાંક વાંચેલું : વ્યક્તિ બીજી વાર મળે ત્યારે વધારે ગમે તો માનવું કે એ મૈત્રી કરવા જેવી છે !

પોતાના ચહેરા પરથી આશિષની નજરને વાળી લેવા ગીતાએ સામે ગોઠવાઈ જતાં પૂછ્યું : 'કોના વિચારમાં ખોવાઈ ગયા હતા ?'

'તારા !'

બોલાઈ ગયા પછી આશિષને સમજાયું કે પોતે બહુ સહેલો કૅચ આપી દીધો.

ગીતાએ પણ ગમતો જવાબ ઝીલી લેવા ખેલદિલીભર્યું સ્મિત ફેંક્યું :

'કાલે ઘરે આવ્યા ત્યારે જવાની એટલી બધી અધીરાઈ દેખાડતા હતા, જાણે મારા વિષે કાંઈ વિચારવા જેવું જ ન હોય !'

'તને એવું લાગ્યું ?' પૂછ્યું ત્યાં જ વાટ જોતો વેઇટર વચ્ચે ટપકી પડ્યો. આશિષે વાનગી પસંદ કરવા ગીતાને મેનુ-કાર્ડ ધર્યું : 'શું મંગાવીશું ?'

'મારે તો શુક્રવાર છે.' ગીતાએ મેનુ-કાર્ડમાં જોયા વગર જ કહ્યું : 'તમારા માટે કોઈ સ્નેક્સ મંગાવો, પછી તમારી સાથે ડ્રિન્ક્સમાં જ્યૂસ પીશ.'

તે શુક્રવાર કરે છે એનું આશ્ચર્ય વ્યક્ત કરવું હતું, પણ અજુગતું લાગ્યું એટલે વેઇટરને ઑર્ડર આપી દીધો : 'દો પાઈનેપલ જ્યૂસ !'

ગીતા કહેવા જતી હતી કે 'તમે કાંઈક ખાઓ ને !' પણ એવો આગ્રહ કરવા જેટલો સંબંધ બંધાયો નહોતો એટલે આડકતરું સૂચન ઉચ્ચાર્યું : 'અહીંની ટોસ્ટ-સૅન્ડવીચ સરસ આવે છે.'

'એમ !' આશિષ મલક્યો : 'બીજી વાર મળીએ ત્યારે શુક્રવાર નહીં હોય તો ખાઈશું'

'બીજી વાર !' કહેતી ગીતા કાંઈક યાદ આવ્યું હોય તેમ ખિલખિલાટ હસી પડી. આશિષે ફોનમાં કહ્યું હતું ને કે સંમતિ આપતાં પહેલાં એક વાર શું કામ, બે વાર મળીશું !

પણ પહેલી મુલાકાતની પ્રથમ બે-ચાર ઘડીમાં જ બન્ને એવાં મળી ગયાં કે સંમતિની વિધિ આપોઆપ પતી ગઈ.

'બી. એ. પછી એમ. એ.ની શરૂઆત કરીને અભ્યાસ કેમ છોડી દીધો ?'

એના જવાબમાં ગીતા કહી શકત કે ડબલ ગ્રૅજ્યુએટ થયા પછી કન્યા માટે મુરતિયો પણ મોટી ડિગ્રીવાળો શોધવો પડે. એમ. એ.વાળીને પરણતાં બી. એ., બી.

કૉમ. છોકરાઓ લઘુતાગ્રંથિ અનુભવતા હોય છે... પણ તેને બદલે ગીતાએ સાદો જ જવાબ આપ્યો : 'બાપુજીએ કહ્યું : ભણવાનું બહુ થયું... હવે પરણી જાઓ !'

'તમે બિઝનેસને બદલે સર્વિસ કેમ પસંદ કરી ?'

એના જવાબમાં આશિષ કહી શકત કે અન્તુકાકાએ બિઝનેસ શરૂ કરવાનું જ કહેલું, પણ મારું મન ઇન્સ્યૂરન્સ કંપનીની સર્વિસ તરફ વળ્યું. કદાચ મારા પિતા ઇન્સ્યૂરન્સમાં હતા એટલે એ સર્વિસમાં નાનપ ન અનુભવી... પણ આવું કહેવાને બદલે એણે ટૂંકો જ જવાબ આપ્યો : 'શરૂઆત સર્વિસથી કરી છે. બિઝનેસ માટે ઇચ્છા થશે તો સર્વિસ છોડી દઈશ.'

પછી એકબીજાના શોખની વાતો થઈ. વાંચેલાં પુસ્તકો, જોયેલી ફિલ્મો અને છેલ્લે શાળા-કૉલેજના મિત્રો પર આવીને વાતચીત અટકી ગઈ.

ગીતાએ મહેસૂસ કર્યું : કુમાર ગેરહાજર છે એટલે આશિષ સાથે કેવી આત્મીયતા અનુભવી !

આશિષે વિચાર્યું : કુમાર હાજર હોત તો ગીતાની વાતચીતથી કેવો પ્રભાવિત થઈ જાત !

'મૅટ્રિકમાં હતી ત્યાં સુધી ડૉક્ટર બનવાની મહેચ્છા રાખેલી...' ગીતાએ હસીને કહ્યું : 'પણ કોને ખબર, પરણ્યા પછી ડૉક્ટરી કરી શકાય કે નહીં... એટલે આર્ટ્સની લાઇન પકડી લીધી.'

એણે માનેલું કે આશિષ પણ એની કોઈ ઇચ્છા-મહેચ્છા વ્યક્ત કરશે, પણ એ ચૂપ રહ્યો એટલે બોલી ગઈ : 'ભણતાં હોઈએ ત્યારે દરેકને કાંઈક બની જવાની, કાંઈક કરી છૂટવાની ઝંખના હોય છે ને ?'

'હા !' આશિષે આપોઆપ પડઘો પાડ્યો : 'નાનપણમાં એક જ મહેચ્છા જોર કરતી હતી... બસ, જલદી મોટો થઈ જાઉં, માને સુખી કરવા માટે બધું જ કરી છૂટીશ, પણ...'

'પણ શું ?'

કોને ખબર કેમ, આશિષ બાકીનું વાક્ય ભીતરમાં દબાવી રાખી શક્યો નહીં :

'મોટા થયા પછી સમજાયું કે મા તો સુખી જ છે, કોઈના આધારનો અભાવ એણે મહેસૂસ કર્યો જ નથી.'

જે શબ્દો ગૌરવભેર બોલવા જોઈએ તેમાં વ્યથા નીતરતી હતી. આશિષની પીડા ગીતાને સ્પર્શી ગઈ. અનાયાસ જ તેનો હાથ આશિષના હાથ તરફ લંબાયો.

સ્પર્શસુખ પામવા કરતાં આશ્વાસન આપવાની એની ચેષ્ટા આશિષને હૂંફાળી લાગી. બન્નેની નજર મળી ત્યાં હાથ અલગ થઈ ગયા.

'સવાછ થઈ ગયા !' પોણા કલાકમાં પહેલી વાર આશિષને ઘડિયાળ જોવાનું યાદ આવ્યું : 'ગીતા, આપણે મળવાનું નક્કી કર્યું એ પહેલાં મેં બીજી એક એપૉઈન્ટમેન્ટ ફિક્સ કરી નાખી હતી.'

'નેવર માઈન્ડ !' ગીતાએ ઊભા થવાની ચેષ્ટા સાથે કહ્યું : 'આમેય આજે આપણે ઘણું મળ્યાં.'

'ધરાઈ જવાય એટલું ?'

'ના, ફરી મળવાનું મન થાય એટલું !'

આમ બોલી ગયેલી ગીતાના મુખ પર પહેલી વાર આશિષને મુગ્ધાવસ્થાની મીઠી લજ્જા જોવા મળી.

રેસ્ટોરાંમાંથી બહાર નીકળી આશિષે ગીતાને ઘર સુધી મૂકી જવાનો પ્રસ્તાવ મૂક્યો, પણ 'તમારે આટલામાં જ એપૉઈન્ટમેન્ટ છે પછી છેક તારદેવ સુધી મૂકવા શું કામ આવવું ? હું બસમાં બેસી જઈશ...' કહીને ગીતાએ તેને મનાવી લીધો હતો.

રસ્તો ક્રૉસ કરતી ગીતાને જોઈ રહેલા આશિષને વસવસો જાગ્યો : આજે જ પેલા રવિને મળવાનું ન ગોઠવ્યું હોત તો એને ઘર સુધી પહોંચાડી દેત ને...

પછી તરત જ મનને વાળી લીધું : વીરોચિત મૃત્યુ પામેલા પિતાનો ચહેરો જોવા મળે એ ઘણું વધારે મહત્ત્વનું છે !

'ગુજરાત સમાચાર'માં પહોંચી જવા માટે આશિષે ચાલનો વેગ વધાર્યો. આગલી સાંજે ગીતાના પિતા ગિજુભાઈ પાસેથી પોતાના પિતાના સમર્પણની ઘટના સાંભળી ત્યારથી તેને એકવીસ વરસ પહેલાંનું એ છાપું હાથ કરવાની તાલાવેલી જાગી હતી. ખાસ કરીને છાપાના એ અહેવાલ સાથે છપાયેલો પિતાનો ફોટો જોવાની ઉત્કંઠા જોર કરી ઊઠી હતી. સમજણો થયા પહેલાં પિતા મૃત્યુ પામ્યા અને સમજણો થયા પછી પોતે એમનો ફોટો જોવા ન પામ્યો... ઘરમાં એમનો એક પણ ફોટો ન મળે, કોઈ સ્મૃતિચિહ્ન સુધ્ધાં નહીં ! ઘણી વાર માને પૂછ્યું : 'બા, કહે તો ખરી, મારા પિતા કેવા લાગતા હતા ?' મોટે ભાગે એક જ વાક્યમાં જવાબ પામતો : 'મોટો થઈને તું જેવો દેખાઈશ એવા એ દેખાતા હતા.' લિફ્ટમાં ઉપર પહોંચ્યો ત્યારે સાથે ભણતા એ ઓળખાણને નાતે રવિએ ફોન પર કહેલું : 'તું છ વાગ્યા પછી કાર્યાલય પર આવી જા, આપણે જૂની ફાઈલો ફંફોળશું.'

'આવી ગયો, વીમાદલાલ !' અર્ધી પિવાયેલી સિગારેટને એશ-ટ્રેમાં દબાવતો રાવળ ઊભો થયો. 'ચાલ, સ્ટોરરૂમમાં જઈને શોધખોળ કરીએ. ૧૯૬૦ની ફાઈલો પ્યૂન પાસે મેં જુદી કઢાવી રાખી છે.'

'આપણે તો માત્ર ૧૯૬૦ના જૂન મહિનાની જ ફાઈલો જોઈશે.' તેની પાછળ- પાછળ આગળ વધતા આશિષે અધીરાઈ દર્શાવી : 'પહેલી જૂને એ ઘટના બની હતી.'

સ્ટોરરૂમમાં ફાઈલના ખડકલા વચ્ચેથી રાવળે "જૂન '૬૦" વાંચીને એક ફાઈલ ખેંચી કાઢી. પીળાં પડી ગયેલાં જર્જરિત પાનાંવાળી ફાઈલ પરથી ધૂળ ખંખેરી ત્યારે આશિષને છીંક આવી ગઈ. 'અરેરે ! અપશુકન થયાં !' બબડીને એણે મનને ટપાર્યું : ભણીગણીનેય આવા વહેમમાં માનવાનું ?

પહેલી, બીજી, ત્રીજી જૂનના સમાચાર પર ઉપરછલ્લી નજર ફેરવી રવિ પાનાં ફેરવતો રહ્યો એટલે આશિષે તેને ટપાર્યો : 'એમ ઉતાવળે પાનાં શું કામ ફેરવી નાખે છે ? યાર, બરાબર જો ને ! હમણાં પેલું પાનું ફેરવ્યું તેના પર એક ફોટો છપાયેલો દેખાયો !'

છતાં તેના પર લક્ષ આપ્યા વિના રિપોર્ટરે ચોથી જૂનની આવૃત્તિ ફેરવવાનું ચાલુ રાખ્યું : 'તું કેમ ભૂલી જાય છે કે દક્ષિણ આફ્રિકામાં બનેલી દુર્ઘટનાનો અહેવાલ અમારા છાપામાં પાંચ-સાત દિવસ પછી જ છપાય ! અને આવા સમાચાર કયા પાને છપાયા હોય એ પણ હું આંખો મીંચીને કહી શકું. ૧૯૬૦માં ભલે ને હુંય તારી જેમ બે-ત્રણ વર્ષનો કીકલો હોઈશ, પણ અમારા છાપાની ગોઠવણી તો અત્યારે છે એવી જ ત્યારે હતી.'

રવિ તારીફ કરતો હતો કે ટીકા એ આશિષને સમજાયું નહીં. એનું લક્ષ તો એક પછી એક તારીખનાં ફેરવાતાં જતાં પાનાં પર ચોંટ્યું હતું. વારંવાર તેને થતું હતું કે રવિ વેઠ ઉતારી રહ્યો છે.

'૮મી જૂન સુધી તો એ દુર્ઘટનાના કોઈ સમાચાર છપાયા નહોતા.' રાવળે પહેલી વાર ફાઈલમાંથી માથું ઊંચું કરી તેની સામે જોયું : 'કદાચ "જન્મભૂમિ"માં છપાયા હશે.'

'નહીં, રવિ, કાલે જ અમારા એક સંબંધીએ મને કહ્યું કે "સમાચાર"માં જ એણે ફોટા સાથે અહેવાલ વાંચ્યો હતો.' આશિષે ભારપૂર્વક સંભળાવ્યું : 'યાર, ફરીથી તું બરાબર જો ને.'

એટલે પેલાએ આગળની તારીખો ફેરવવા માંડી : 'ઘણી વાર અમારે ત્યાં

દસ-બાર દિવસના વાસી સમાચાર પણ છપાતા હોય છે.'

આશિષને 'વાસી' શબ્દ કઠ્યો : સમાચારોની જેમ માણસનાં બલિદાન પણ વાસી થઈ જતાં હશે ?

'મળી ગયા !' રવિના ઊંચા અવાજે તેને ચોંકાવ્યો : 'જોહાનિસબર્ગમાં એક ગુજરાતીનું આત્મસમર્પણ ! કંપનીને ખાતર પોતાની જાતને આગમાં હોમી દીધી !'

સાંભળતાં જ આશિષે ઝાપટ મારીને તેના હાથમાંથી ફાઈલ ઝૂંટવી લીધી. 'સાથે ફોટો પણ છપાયો છે ને !' વર્ષો-ભૂખ્યો માણસ અકરાંતિયાની જેમ ભોજન પર તૂટી પડે તેમ એની ભૂખી આંખો છાપા પર ત્રાટકી, પણ આંખે અંધાપો આવી ગયો હોય તેમ ફોટાની જગ્યાએ કાળું ધાબું જ દેખાયું ! પાનું ઊંચું કરીને બત્તીના પ્રકાશ નજીક લઈ ગયો તોપણ છપાયેલા ફોટામાં પિતાનો આછોપાતળો અણસાર સુધ્ધાં ન ઊપસ્યો ત્યારે ધગધગતો નિસાસો નંખાઈ ગયો :

'આમાં તો કાંઈ જ દેખાતું નથી.'

'ફોટાને બદલે ત્યાંના કોઈક છાપાના કટિંગ પરથી બ્લૉક બનાવ્યો હશે.' રવિએ માહિતી આપી ત્યાં સુધીમાં એણે દુર્ઘટનાનો અહેવાલ વાંચી લીધો. ગિજુભાઈ પાસેથી સાંભળ્યું હતું એને મળતું જ લખાણ હતું. વિશેષમાં છેલ્લે એક વાક્ય લખાયું હતું : બત્રીસ વર્ષના યુવાન રામકૃષ્ણ વીમાદલાલ પોણાચાર વર્ષનો પુત્ર અને બાવીસ વર્ષની જુવાનજોધ વિધવાને વિલાપ કરતા મૂકી ગયા !

આશિષની આંખો ભીની થવા લાગી – પિતાના મૃત્યુના વર્ષો-જૂના સમાચાર વાંચીને નહીં પણ એમનો ફોટો જોવા ન મળ્યો એના આઘાતથી.

'પણ વીમાદલાલ, એવું કેમ બને કે તારા ઘરમાં ફાધરનો કોઈ ફોટો જ ન હોય ?'

'એવું જ બન્યું છે, યાર !' આશિષે ભીની થતી આંખો લૂછી નાખી : 'અમે આફ્રિકાથી મુંબઈ આવ્યાં ત્યારે સામાનમાંથી એક પેટી ગુમ થઈ ગઈ... એ જ પેટીમાં ફાધરના ફોટા અને બીજી ઘણી યાદગીરીઓ હતી.'

'ઓહ !' રવિએ તેના ખભે હાથ મૂક્યો : 'કદાચ જે કંપની ખાતર એમણે જાન આપી દીધો એની પાસે તો એકાદ ફોટો હશે ને ?'

'પાંચ વર્ષ પહેલાં એ કંપનીય બંધ થઈ ગઈ.' કહેતાં આભાર માનવાની ચેષ્ટાથી તેનો હાથ દાબી આશિષે પગ ઉપાડ્યા : 'મનમાં હતું કે એમનો એકાદ ફોટો મળી જાય તો લાઈફ-સાઈઝની કૉપી કઢાવીને મારી માના બેડરૂમમાં લગાડી દઉં !'

તેના છેલ્લા વાક્યનો અર્થ રવિને સમજાય એ પહેલાં તો આશિષ રવાના થઈ ચૂક્યો હતો.

ઘેર જઈ, હાથ-મોં ધોઈ, કપડાં બદલીને આશિષ ચૂપચાપ ટેબલ પર જમવા બેસી ગયો હતો. રાધાબહેન પણ 'ગીતાને મળી આવ્યો'ની કોઈ જાતની પૂછપરછ વિના તેને પીરસતાં રહ્યાં હતાં. બંને જાણતાં હતાં કે મૌનની દીવાલ બરફ જેવી જ હતી અને બંનેય ઇચ્છતાં હતાં કે એ ઝડપથી ઓગળી જાય તો સારું.

'ગીતા તને મળીને ઘેર પહોંચ્યા પછી ગિજુભાઈનો ફોન આવ્યો હતો.'

છતાં આશિષે નજર ઊંચી કરવા જેટલીય ઉત્કંઠા દર્શાવી નહીં.

'ગિજુભાઈ કહેતા હતા કે ગીતા સગપણ માટે રાજી છે.' આશિષે હાથ-મોં ધોતાં એ સાંભળ્યું, સાંભળવું ગમ્યું પણ માને દેખાવા દીધું નહીં.

'ગિજુભાઈ હવે આપણા જવાબ માટે ઉતાવળ કરે છે.' રાધાબહેન પુત્રની પાછળ-પાછળ દીવાનખંડમાં જતાં કહી ગયાં ત્યારે આશિષે જવાબ આપવાને બદલે ધારદાર નજરે માની સામે જોયું. જાણે કહેતો હોય કે જવાબ તો તારે આપવાનો છે, મારી શરત તને માન્ય હોય તો મારી હા જ છે.

પાંચ-સાત મિનિટ ફરી મા-દીકરા વચ્ચે તંગ ખામોશી છવાઈ રહી. પછી રાધાબહેન પોતાના બેડરૂમમાં જઈ સૂવાની તૈયારી કરવા લાગ્યાં ત્યારે આશિષથી રહેવાયું નહીં.

બેડરૂમના દરવાજે જઈને એ ઊભો રહ્યો. કહેવું હતું કાંઈ અને બોલાઈ ગયું કાંઈક.

'ગીતાને મળી હું ''ગુજરાત સમાચાર'' પ્રેસમાં ગયો હતો – મારા પિતા આગમાં હોમાઈ ગયા એનો અહેવાલ વાંચવા.'

રાધાબહેને ચમકીને તેની સામે જોયું. દીકરાના મનમાં આ શું ઘૂરી ચડી ? તેણે ચૂપચાપ પુત્રની સામે જોયા કર્યું.

'અહેવાલ વાંચીને મનને શાંતિ ન થઈ.'

'શેની શાંતિ ? કેવી શાંતિ ?'

'બે જ પૅરેગ્રાફમાં આખી ઘટના સમાવી દીધી !' આશિષના અવાજમાં વ્યથા ભળી. 'તેં તો બધું જ નજરોનજર નિહાળ્યું હતું. અત્યારે ફરી નજર સમક્ષ બનતું હોય તેમ કહી સંભળાવ ને !'

જુવાન થયેલો પુત્ર નાનો બાળક બની જઈને કોઈ વાર્તા સંભળાવવાની વિનવણી કરે એટલું વિચિત્ર છતાં એટલું જ વહાલું લાગ્યું રાધાબહેનને.

તેણે પથારીમાં લંબાવ્યું. ખુલ્લી આંખો ઓરડાની છત પર માંડી. માના ચહેરા પર આવી રહેલું પરિવર્તન આશિષ એકીટશે નિહાળી રહ્યો હતો. સમગ્ર શરીરમાં તાણ વરતાતી હોય તેમ રાધાબહેનના હાથ પણ અક્કડ થતા દેખાયા. મુખની રેખા તંગ બનવા લાગી અને એકવીસ વરસ અગાઉનું દૃશ્ય દૃષ્ટિ સમક્ષ ઊપસતું હોય એવી તીવ્રતાથી એમણે કહેવા માંડ્યું. ભડકે બળતી ઇન્સ્યૂરન્સ કંપીનીની અગનજ્વાળાનો તાપ લાગતો હોય તેમ શબ્દે-શબ્દે રાધાબહેનનું મુખ લાલચોળ થતું જતું હતું, વ્યથા ઘૂંટાતી હોય તેમ અવાજ ઘટ્ટ થતો જતો હતો. આશિષ સાંભળતો ગયો તેમ-તેમ એની આંખો આંસુથી છલકાતી ગઈ. રાધાબહેને બોલવાનું બંધ કર્યા પછી ઘણી વારે એને ભાન થયું કે પિતાના આત્મસમર્પણનું કથન સમાપ્ત થઈ ગયું છે અને અચાનક મા હાંફતી છાતીએ આંખો મીંચીને ભૂતકાળમાં ઊંડી ઊતરી ગઈ છે !

આંખો લૂછતો આશિષ ધીમાં પગલે પોતાના બેડરૂમ તરફ જવા ઊપડ્યો, ત્યારે બંધ આંખે રાધાબહેને પોતાના માનસપટ પર એ દુર્ઘટનાની પરાકાષ્ઠા નિહાળવાની હિંમત અજમાવી.

પતિ આગમાં ભસ્મીભૂત થયાની એ ત્રીજી રાત હતી. એક આંખમાં પતિ ગુમાવ્યાનો ગમ હતો તો બીજી આંખમાં એમની વીરતાનું ગૌરવ હતું. પોતાને વૈધવ્યનું આશ્વાસન આપનારા પતિની કર્તવ્યપરાયણતાની શાબાશી પણ આપી જતા હતા.

સાંજે શહેરના ટાઉનહૉલમાં યોજાયેલી ભવ્ય શોકસભામાં રામકૃષ્ણ વીમાદલાલને અપાયેલી અંજલિના શબ્દો પોતાને સંભળાવીને સગાં-સંબંધીઓ ઘેરથી વીખરાઈ ગયા પછી તેને ફિટ આવી ત્યારે ઘરમાં એકલા અન્તુભાઈ જ હાજર હતા. પોતાની એ મૂર્છા વળતાં પંદર-વીસ મિનિટ લાગી હશે. અન્તુભાઈ પોતાનો વાંસો પસવારીને કહી રહ્યા હતા : 'ભાભી ! ભાભી ! લ્યો, પાણી પી લો !'

ધીમેધીમે પાંપણ ખોલી, આસપાસ નજર કરી લઈને તેણે બે ઘૂંટ પાણી પીધું.

'ભાભી, હવે સારું લાગતું હોય તો હું જાઉં ?' અન્તુભાઈ કહી રહ્યા હતા, 'બાબાને સુવાડીને આયા પણ ઊંઘી ગઈ.'

કહીને ઊભા થતા અન્તુભાઈએ પોતાના ખભે હાથ મૂક્યો હતો : 'ચાલો, તમે બારણાં બંધ કરી દો.'

બારણાં બંધ કરવાની વાત પર અનાયાસે જ પોતાની દૃષ્ટિ દરવાજા તરફ

ગઈ ત્યાં જ ડોળા બહાર આવી જાય એટલી બધી આંખો પહોળી થઈ ગઈ હતી !

ઉંબરા પર એ ઊભા હતા ! બળી ગયેલા ચહેરા પર લબડતી ચામડી જાણે હમણાં જ નીચે ખરી પડશે એવો એ ભયાનક દેખાવ જોઈને તીણી ચીસ નાખી પોતે અન્તુભાઈને બાઝી પડીને બેહોશ થઈ ગઈ હતી. ના, એ પતિનું ભૂત નહોતું, પોતાનો ભ્રમ પણ નહોતો.

ત્યાર પછી શું થયું એ માત્ર અન્તુભાઈ જ જાણતા હતા. પોતાને ફરી ક્યારેય એ વિકરાળ ચહેરો જોવા મળ્યો નહોતો !

❑

૫

ઑફિસમાં આવ્યાને કલાક-અર્ધો-કલાક થયા છતાં આશિષનું મન કામમાં લાગતું નહોતું. ઘડીકમાં ગીતા યાદ આવી જતી તો ઘડી વારમાં મન રાધાબહેનના વિચારે ચડી જતું. આગલી સાંજે રેસ્ટોરાંમાં મળીને ઘેર જતાંવેંત ગીતાએ એના પિતા ગિજુભાઈને સંબંધ બાંધવા બાબત પોતાની ઇચ્છા દર્શાવી દીધી હશે ત્યારે શું શબ્દો વાપર્યા હશે ? જઈને શું એમ કહ્યું હશે કે 'બાપુજી, આશિષ ગમે છે !' કે પછી ગિજુભાઈએ દીકરીને સામેથી એટલું જ કહ્યું હશે : 'ગીતા, પછી શું નક્કી કર્યું ?' અને પેલીએ માત્ર એટલું જ કહ્યું હશે : 'બાપુજી, તમને વાંધો ન હોય તો હું સંબંધ બાંધવા રાજી... પ્રથમ નજરે પ્રેમમાં પડી જતાં યુવક-યુવતીને વડીલો ઠપકા સાથે શિખામણ આપતા હોય છે કે સામી વ્યક્તિને પૂરેપૂરી ઓળખ્યા વિના એમ જીવનભરનો સંબંધ બાંધી ન બેસાય... પરંતુ એ જ વડીલો છોકરા-છોકરીને બે ઘડી માટે એકાન્તમાં મળવા દઈને પૂછતાં હોય છે : 'કેમ લાગ્યું ? નક્કી કરી નાખશું ને ?' પ્રેમલગ્ન પછી વિઘ્ન આવે તો વડીલો તરત બોલી ઊઠશે : 'અમે તો ના પાડતાં હતાં, પણ તમે માનો શેનાં ?' અને પોતે જ ગોઠવી આપેલા લગ્ન-જીવનમાં બે માણસ વચ્ચે અણબનાવ થાય તો ભાગ્યને નિમિત્ત બનાવી દેશે : 'શું થાય ! એમના નસીબમાં આવું લખાયું હશે, બાકી આપણે તો બધો વિચાર કરીને જ કર્યું હતું ને !'

આશિષને હસવું આવી ગયું : પસંદગીની ગમે તે પદ્ધતિ અપનાવો, આખરે તો બધું ભાગ્યને આધીન જ રહેવાનું... એવું ન હોત તો રામકૃષ્ણ અને રાધાની જોડી ખંડિત શું કામ થાય ? અને ખંડિત થયા પછી રાધા પોતાના પતિના જ મિત્ર જોડે...

અચાનક કડવી બદામ દાંત વચ્ચે કચડાઈ ગઈ હોય તેમ આશિષનું મોં

બગડી ગયું. સવારે ઑફિસે જવા ઘેરથી નીકળતો હતો ત્યારે માએ ગભરાતા અવાજે પૂછ્યું હતું : 'ફરી ગિજુભાઈનો ફોન આવે તો શું જવાબ આપું ?' પણ પોતે એનો જવાબ આપ્યા વગર જ સડસડાટ બહાર નીકળી ગયો હતો. બે ઘડી રોકાયો હોત તો મા બાવડું પકડીને પૂછી લેત : આશિષ ! તું આ કેવી જીદ લઈ બેઠો ? તારા સગપણ કે લગ્નમાં અન્તુકાકા હાજરી ન આપે એ કેમ બને ? લોકોને હું શું જવાબ આપું ?

એનો પોતે માને શું જવાબ આપત ? કદાચ કહી દેત કે જીદ તો તું લઈ બેઠી છે, મા ! અન્તુકાકાને તેં તારા જીવનમાં ભલે સ્થાન આપી દીધું, પણ એને મારા પિતાના સ્થાને બેસાડવાનું હું કદાપિ કબૂલ નહીં રાખું... અને તું એમ પૂછે છે કે એમની ગેરહાજરીનો લોકોને હું શું જવાબ આપું ? અરે, છેલ્લાં એકવીસ વરસથી તમે બંને લોકોની પરવા કર્યા વગર તો જીવી રહ્યાં છો ! હવે શેના સવાલ અને કેવા જવાબ...

ત્યાં આશિષથી નિસાસો નંખાઈ ગયો. પોતે આવું કાંઈ જ કહી શક્યો ન હોત. વેવિશાળ કરતાં પહેલાં મા સામે આ શરત મૂકતાં પણ પોતાનું હૈયું કેવું ધકધક થતું હતું ! જોશમાં આવીને બોલી ન નાખ્યું હોત તો કદાચ ક્યારેય જીભ ઊપડી ન હોત... એવું કેમ થાય છે ? પોતે માની આમન્યા તોડી શકતો નથી એટલે ? માનું દિલ દૂભવવા માગતો નથી એટલે ? કે પછી માની પોતાને દયા આવે છે ?

અગાઉ તો અનેક વાર આશિષ પોતાની જાતની ઊલટતપાસ લઈ ચૂક્યો હતો. ઘણી વાર મનને મનાવી જોયું હતું : ભરજુવાનીમાં વિધવા થયેલી સ્ત્રીએ શું આખી જિંદગી વૈધવ્યમાં વિતાવી દેવાની ? અન્તુકાકા સાથેનો માનો આડો સંબંધ પોતાને ખટકે છે તેને બદલે માએ બીજું ઘર માંડ્યું હોત તો શું પોતાને એ ઓછું ખટક્યું હોત ? બનવાજોગ છે કે માએ મારે ખાતર, ચાર વરસના પુત્રને ખાતર, બીજું લગ્ન નહીં કર્યું હોય... ફરી પરણે તો બીજાં સંતાનો થાય અને ત્યારે આગલા પતિનો પુત્ર ઓરમાયાપણું અનુભવે. બિચારીએ મારે ખાતર સીધા સંબંધના સુખદ લગ્નજીવનને બદલે આડા સંબંધનું અળખામણું સમાધાન સ્વીકારી લીધું. મને જતન કરીને ઉછેર્યો, મારાં બધાં જ લાડકોડ પૂરાં કર્યાં, છતાં સગી માતા સાથે હું પરાયાની જેમ કેમ વર્તું છું ?

પરંતુ આ બધી જ દલીલ માત્ર બે જ વાક્યના પ્રહારથી બુઠ્ઠી બની જતી હતી. સાતેક વર્ષ પહેલાં સાંભળેલાં એ બે વાક્ય... મા અને અન્તુકાકા વચ્ચે થયેલો

એ સંવાદ પોતે યાદ કરવા નહોતો માગતો છતાં કદી ભૂલી નહોતો શકતો. એ સાંભળ્યા પછી તેને માટે ભારે તિરસ્કાર જાગ્યો હતો અને અન્તુકાકા પર કાળ ચડ્યો હતો. દિવસો સુધી પોતે ભગવાનને એક જ પ્રાર્થના કરતો રહ્યો હતો : હે ઈશ્વર ! બસ બે ઘડી માટે મારા પિતાને પુનર્જીવન આપી સદેહે અહીં હાજર કરી દે તો... તો હું પેલાં બંનેની હાજરીમાં એમને કહી સંભળાવું કે પિતાજી, આ રહી એ સ્ત્રી, જે તમારી પત્ની હોવા છતાં તમારી હયાતીમાં જ તમારા મિત્ર સાથે સંબંધ બાંધી બેઠી હતી... અને આ રહ્યો એ પુરુષ, જે તમારો આત્મીય મિત્ર હોવા છતાં તમારી પીઠ પાછળ મિત્રની પત્નીનો ભોગવટો કરતો હતો ! બોલો, એમને હું કેવી સજા કરું તો તમારા આત્માને સદ્‌ગતિ થાય ? બોલો ને ?...

'તમે સાંભળ્યું નહીં, વીમાદલાલ ?' ટેબલ પાસે આવી ઊભેલા પ્યૂને જરા ઊંચા અવાજે કહ્યું ત્યારે આશિષે તંદ્રામાંથી ઝબકીને તેની સામે જોયું. તેનો લાલચોળ ચહેરો જોઈને પટાવાળા રામચંદ્રને ચિંતા જાગી : 'તમારી તબિયત બરાબર નથી લાગતી ! તાવ ચડ્યો કે શું ? પાસે આવીને ઊભો તોપણ તમારું ધ્યાન ન ગયું... ત્રીજી વાર કહ્યું ત્યારે તમે સાંભળ્યું... તમારો ફોન છે.'

'ફોન !' કહેતો એ ઊભો થયો. આજુબાજુનાં બધાં જ ટેબલ પર સૌ પોતપોતાના કામમાં લાગી ગયા હતા. માણસોની અવરજવર, ટાઈપરાઈટરની ટક-ટક અને ફોનની ઘંટડી વાગતી રહેતી હોવા છતાં પોતે વિચારમાં એટલો બધો બેધ્યાન બની ગયો એનો ક્ષોભ અનુભવ્યો. છેડેના ટેબલ પાસે ફોન લેવા જતાં વિચાર્યું : ઘેરથી જ ફોન હશે. મા ફરી પૂછશે : ગિજુભાઈનો હમણાં ફોન આવ્યો હતો, એમને શું જવાબ આપું ?

પરંતુ રિસીવર કાન પર મૂકતાં જ ધગધગતું સીસું રેડ્યું હોય એવો અવાજ સાંભળવા મળ્યો : 'આશિષ !' અન્તુકાકા બોલી રહ્યા હતા : 'તને કામમાં ખલેલ તો નથી પહોંચાડી ને ?'

આશિષ જવાબ આપ્યા વિના જ ફોન મૂકી દેવાનું વિચારતો હતો ત્યાં સામેથી અધીરા અવાજે કહેવાયું.

'જરા શાંતિથી સાંભળજે.'

શાંતિ ! તમારો અવાજ સાંભળતાં જ મનમાં કોલાહલ મચી ગયો છે – મૂંગા રહીને આશિષે વિચાર્યું :

'જો, આશિષ, ગીતાને જોઈ આવ્યા પછી તેં તારી બાને જે કહ્યું એ મારા કાને પડ્યું હતું.'

– મારી આંખો દ્વારા, ચહેરાના હાવભાવથી અને વર્તન દ્વારા તો અગાઉ અનેક વાર હું તમને એ કહી ચૂક્યો હતો પણ તમે એની પરવા ક્યાં કરી હતી... આશિષનું અંતર બોલતું હતું.

'તું મૂંગો કેમ છે, આશિષ ?'

'તમે કહ્યું ને કે શાંતિથી સાંભળજે.' એ કટાક્ષ કર્યા વિના રહી શક્યો નહીં.

'હા, તો સાંભળ, તારી વાત સાચી છે. મારે તારા વેવિશાળ કે લગ્નપ્રસંગે હાજર ન જ રહેવું જોઈએ.'

સાંભળીને આશિષના દાંત ભીંસાયા. એ કહેવા માગતો હતો : આટલાં વરસે તમને ડહાપણ આવ્યું ? તમારે તો મારા ઘરમાંથી અને મારી માના જીવનમાંથી પણ ખસી જવું જોઈએ...

'તારી બાને વચ્ચે લાવ્યા વગર આપણી વચ્ચે જ સમજૂતી કરી લઈએ તો ?'

'શેની સમજૂતી ?' આશિષનો અવાજ ઊંચો થયો.

'એ જ કે ગમે તે બહાનું કાઢીને તારા બંને પ્રસંગે હું ગેરહાજર રહીશ.' અન્તુકાકા સહેજ અટક્યા : 'તમે મા-દીકરો સામસામાં જીદે ચડો એમાં મજા નથી... અને તારી બાને એ કહેતો પણ નહીં કે આપણી વચ્ચે આ સમજૂતી થઈ છે !'

છતાં આશિષે હોંકારો ન દીધો.

'સમજી ગયો ને, આશિષ ?'

'હા.' કહીને તેણે રિસીવર મૂકી દીધું. પછી મનમાં બબડ્યો : બધું જ સમજી ગયો. નમતું જોખીને તમે મને ફોસલાવી લેવા માગો છો. ધીમેધીમે બધું થાળે પડી જશે એવો ભ્રમ સેવો છો... પણ આ તો હજુ શરૂઆત છે. અત્યાર સુધી તમે બંને તમારું જ ધાર્યું કરતાં રહ્યાં... હવે ડગલે ને પગલે મારું જ ધાર્યું થવાનું... સમજી ગયા ને, અન્તુકાકા ?

આશિષ પોતાના ટેબલ પર પાછો ફરી જવા પગ ઉપાડતો હતો ત્યાં વિચાર બદલ્યો, ચાનક ચડી હોય તેમ ઑપરેટરને નંબર આપી ફોન જોડાવ્યો. ફોન લાગ્યો અને સામેથી સુંવાળું 'હલ્લો' સંભળાયું એટલે ગળું ખંખેર્યું :

'કોણ, ગીતા ? હું આશિષ !' કહીને આગળ બોલવા માટે શબ્દો શોધવા લાગ્યો : 'શું કરતી હતી ?'

'બસ, હમણાં જ રસોડામાંથી પરવારી.'

'બપોરે શું કરે છે ?'

'કેમ, બપોરે કાંઈ કામ હતું ?'

'કામ તો... એમ કે ફુરસદ હોય તો ફરી આજે મળીએ !'

'ક્યારે ? ક્યાં ?'

'આજે શનિવાર છે, અઢી-ત્રણ વાગ્યે હું ઑફિસમાંથી ફ્રી થઈ જઈશ.' આશિષ ગોઠવીગોઠવીને બોલતો હતો : 'તને હરકત ન હોય તો સ્ટર્લિંગ સિનેમા પર મળીએ ?'

'ઓહ, એટલે કે ફિલ્મ જોવા જવું છે !' ગીતાના અવાજમાં ફરક વર્તાયો : 'મને એમ કે વાતો કરવા...'

'પહેલાં ફિલ્મ જોઈએ, પછી વાતો કરતાં ઘેર જઈશું.' કહીને આશિષે ઉતાવળે ઉમેર્યું : 'આપણી સાથે કુમાર પણ હશે.'

'ઓહ !' તેના એ ઉદ્ગારમાં શું ભાવ હતો એ આશિષ કળી શક્યો નહીં, પણ ગીતાએ બે-પાંચ પળ વિચારીને કહ્યું : 'ભલે, હું સવાત્રણ વાગ્યે સ્ટર્લિંગ પર પહોંચી જાઉં છું... પણ ત્યાં ફિલ્મ કઈ ચાલે છે ?'

'અનમૅરીડ વુમન' નામ પડ્યા પછી પેલી સામેથી ના પાડી દેશે એવી દહેશત થઈ હોય તેમ આશિષે અધીરાઈભેર 'આવી જજે !' કહીને ફોન કાપી નાખ્યો.

*

જુદીજુદી ત્રણ વ્યક્તિ તરફથી આવેલા ફોને રાધાબહેનને આનંદ, આશ્ચર્ય અને ઉચાટના ચકરાવે ચડાવી દીધાં.

પહેલો ફોન આશિષનો હતો : 'બા, સાંજે હું ઘેર મોડો આવીશ.'

બે દિવસથી અબોલા જેવું વર્તન રાખનાર પુત્ર આટલું કહીને ફોન મૂકી દેશે એવું તેમણે માન્યું હતું તેને બદલે વગર પૂછ્યે આશિષે કહ્યું હતું :

'બપોરે ગીતા સાથે ફિલ્મ જોવા જવાનો છું !' શરમાળ દીકરો વગર સંકોચે બોલી રહ્યો હતો છતાં રાધાબહેનના માનવામાં આવતું નહોતું. આટલું આશ્ચર્ય પચાવે ત્યાર પહેલાં તો આશિષે ઉમેર્યું : 'ફિલ્મ જોઈને હું, કુમાર અને ગીતા ફરવા જઈશું, પછી ગીતાને ઘેર મૂકી હું આવીશ...'

'ભલે !' એ બે અક્ષર બોલે તે પહેલાં તો પુત્રે ધડાકો પણ કરી દીધેલો : 'અને જો, ગિજુભાઈનો ફોન આવે તો કહી દેજે કે સગપણ માટે આશિષનું મન વધે છે. જલદી સારું મુહૂર્ત જોઈ રાખો !'

'હં !' આનંદના આવેશમાં રાધાબહેનનું હૃદય પળવાર માટે ધબકવાનું ચૂકી

ગયું અને એટલી વારમાં આશિષે ફોન પણ મૂકી દીધો હતો. છતાં ઘણી વાર સુધી પુત્રના શબ્દોના પડઘા સંભળાતા રહ્યા.

બે દિવસ પહેલાં ગુરુવારે ગીતાને જોઈ આવ્યા પછી એણે જે વર્તન કર્યું એ રાધાબહેનને જેટલું વિચિત્ર લાગ્યું હતું એટલું જ વિચિત્ર પુત્રનું અત્યારનું પરિવર્તન લાગ્યું. 'મારા વેવિશાળ કે લગ્નમાં અન્તુકાકા હાજર ન રહેવા જોઈએ' એવી હઠ લેનાર દીકરો હવે કહે છે કે જલદી સારું મુહૂર્ત જોઈ રાખો ! માનું દિલ ન દુભાય એટલા માટે એણે નમતું જોખી દીધું હશે ? કે પછી ગીતાનું આકર્ષણ જોર કરી ઊઠ્યું હશે ? મને કહ્યા-પૂછ્યા વગર ગીતાને સીધો ફોન કરી મળવાનું, ફિલ્મ જોવાનું ગોઠવી નાખ્યું ! અન્તુભાઈ સાચું જ કહેતા હતા કે નારીનું આકર્ષણ જાગ્યા પછી શરમાળ પ્રકૃતિનો પુરુષ પણ રસિક બની જાય છે...

ત્યાં ફરી ફોનની ઘંટડી રણકી ઊઠી હતી. તર્કનો તંતુ કાપી નાખીને રાધાબહેને રિસીવર ઊંચકી લીધું હતું. સામે છેડેથી અવાજ સંભળાતાં જ કપાળની નસ સહેજ ઊપસવા લાગી હતી : 'બે દિવસે ફોન કરવાનું યાદ આવ્યું ?' બે ઘડી પહેલાંની મા પ્રિયતમાનું રૂપ ધારણ કરીને છણકો કરી ઊઠી : 'ગુરુવારે સાંજે ઘેરથી એવી રીતે ચાલ્યા ગયા કે જાણે ફરી ક્યારેય મોં દેખાડવાના ન હો...' બોલતાં-બોલતાં એમનો અવાજ ભીનાશ પકડવા લાગ્યો : 'આશિષ તો આવેશમાં બોલી ગયો કે મારા પ્રસંગમાં અન્તુકાકા હાજર રહેવા ન જોઈએ... પણ એ સાંભળીને તમારે આવેશમાં આમ ચાલ્યા જવાનું હોય ?' રાધાબહેન લગભગ રડવા જેવાં થઈ ગયાં : 'એના બોલવાનું દુઃખ તો મનેય બહુ લાગ્યું, પણ શું થાય ? હું તો મા છું ને !'

'પ્લીઝ... હવે મને બોલવા દઈશ ?' અન્તુભાઈની કહેવાની રીત એવી હતી કે જાણે દૂર બેઠાં એમણે પીઠ પસવારી હોય એવું રાધાબહેને મહેસૂસ કર્યું. છતાં રાધાબહેનનાં રિસામણાં ચાલુ રહ્યાં હતાં : 'બોલવાની આટલી બધી ઇચ્છા હતી તો ગઈકાલે આખા દિવસમાં એક પણ ફોન કેમ ન આવ્યો તમારો ? મેં કેટલીય વાર ફોન લગાડી જોયો !'

'મને ખબર છે, રાધા...' કહીને અન્તુભાઈએ સુધારી લીધું હતું : 'ભાભી, મારા ટેલિફોન સાથે જોડેલા ટેપરેકૉર્ડરે તમારા બધા જ ફોનની નોંધ લીધી હતી.'

'તો પછી કહો, પરમ દિવસે ઊઠીને અહીંથી કેમ ચાલ્યા ગયા ?'

'મને થયું કે મારી હાજરીથી વાત વણસી જશે. મારા કારણે મા-દીકરા વચ્ચે બોલાચાલી થાય અને તું મારે ખાતર આશિષને કાંઈ સંભળાવી દે તો એનું

પરિણામ એ જ આવે કે આશિષ ન પરણવાની જીદ પકડી બેસે.'

'પણ હવે એણે જીદ છોડી દીધ છે.' રાધાબહેન ખુશખબર આપવાની ઢબે અધીરાઈભેર બોલી ગયાં : 'હમણાં જ એનો ફોન આવ્યો હતો. એ ગીતાને આજે ફરી મળવાનો છે. એણે તો એમ પણ કહ્યું કે જલદી સારું મુહૂર્ત શોધી રાખો.'

'એમ !' અન્તુભાઈએ સુખદ આશ્ચર્ય વ્યક્ત કર્યું, પણ તેમને નવાઈ લાગી હોય એવું રાધાબહેનને લાગ્યું નહીં... છતાં એમને બોલવા દીધા :

'સારું મુહૂર્ત તો આવતી કાલે જ છે. ગૂડી પડવાનો દિવસ અને રવિવારની રજા... કરો કંકુના !'

'કરો નહીં, કરીએ કંકુના એમ બોલો !' રાધાએ ખુશાલીના રણકા સાથે સંભળાવ્યું : 'આશિષ ભલે તમારે માટે ગમે એવું વિચારે, પણ તમે તો એના પિતા...'

'જેવો છું.' અન્તુભાઈએ અધવચ્ચેથી જ વાક્ય ઊંચકી લીધું હતું : 'પિતા જેવો છું એ વાત સાચી, પણ કાલે હું આખો દિવસ વાપીમાં છું.'

'વાપી !'

'હા, રાધાભાભી !' અન્તુભાઈ સાચવીસાચવીને બોલતા હતા : 'વાપીમાં કેમિકલની એક ફૅક્ટરી ચાલે છે. તેમાં ભાગીદારીથી જોડાવાનું નક્કી કર્યું છે.'

'કોની સાથે ?'

'છે એક ઉદયસિંહ મર્ચન્ટ. ગઈ કાલે આખો દિવસ એની સાથે જ હતો. એને પાંચ લાખ રૂપિયાની જરૂર છે અને મારે ધંધાની.'

'તમારે ? ધંધાની !' રાધાબહેનના માનવામાં ન આવ્યું : 'કોને માટે ધંધાની આ ઉપાધિ વહોરો છો તમે ?'

'બીજા કોના માટે, આપણે તો એક જ છે – આશિષ !'

'પણ આશિષ...'

'એ મારે પૈસે ધંધો કરવા તૈયાર નથી એમ જ કહેવા માગે છે ને, રાધા... પણ હું તો ભવિષ્યની તૈયારી કરી રહ્યો છું. વરસે-બે-વરસે એને ધંધામાં પડવાની ઇચ્છા જાગશે ત્યારે ભાગીદાર તરીકે આશિષનું નામ નાખી દેશું.'

'પણ વાપીનું તો બે દિવસ પછી પણ થઈ શકે. એટલા ખાતર આશિષના સગપણમાં ગેરહાજર રહો એ નહીં ચાલે.'

'ચલાવી લેવું પડશે, રાધા ! આ મારો નિર્ણય છે.' અન્તુભાઈ વધારે દલીલ માટે અવકાશ ન રહે એ ઢબે બોલી ગયા : 'થોડી વાર પછી હું મર્ચન્ટ સાથે વાપી

જવા નીકળું છું. કાલે ગૂડી પડવાનો સારો દિવસ ચૂકવો નથી. હું ત્યાંનું પતાવીશ, તું અહીં આશિષના વેવિશાળનું પતાવી દેજે.'

છતાં રાધાબહેને થોડી વાર આનાકાની ચાલુ રાખી હતી : 'તમે ભલે છુપાવો, પણ તમને આશિષનું ખોટું લાગ્યું છે... મારા કે તમારા માટે આવા પ્રસંગો વારંવાર ક્યાં આવવાના છે... તમારે આવી જીદ ન કરવી જોઈએ...' એવું ઘણુંઘણું કહ્યું, પણ અન્તુભાઈ અફર રહ્યા હતા : 'સાંભળ, તારું કામ આશિષનો સંસાર માંડવાનું છે અને મારી ફરજ તેને ધંધે લગાડવાની છે. બંને કામ એક જ દિવસે થાય એ પણ કેવો સુખદ જોગાનુજોગ છે, રાધા ! કાલે આ બેમાંથી કોઈ કામ મુલતવી નહીં રહે. મારે નીકળવામાં મોડું થાય છે. પેલા મર્ચન્ટ નીચેથી હૉર્ન મારે છે. હું જાઉં છું... જતાં-જતાં કહી દઉં, સાસુપદ મુબારક !'

સાંભળીને રાધાબહેનની આંખોના ટોડલે આંસુનાં તોરણ બંધાઈ ગયાં હતાં.

પરંતુ ગિજુભાઈના ફોને તેમને ઉચાટમાં નાખી દીધાં.

'રાધાબહેન, આશિષનો ફોન આવ્યો હતો એટલે ગીતા મળવા ગઈ છે, પણ...'

'પણ શું, ગિજુભાઈ ?' રાધાને ફડકો પડ્યો. આશિષે આ રીતે ગીતાને મળવા બોલાવી એ એમને ગમ્યું નહીં હોય ? અસ્વસ્થ અવાજે એ પૂછી બેઠાં : 'તમે અટકી કેમ ગયા ?'

'સંબંધમાં આગળ વધતાં પહેલાં મારે તમને મળવું જરૂરી છે, રાધાબહેન !' એમના અવાજમાં વ્યથા હતી : 'નિર્ણય લેતાં પહેલાં તમારી સાથે એક વાતનો ખુલાસો કરવો જરૂરી છે.'

'ખુલાસો !' છાના ભયથી રાધાબહેન ધ્રૂજી ઊઠ્યાં હતાં : 'શેનો ખુલાસો, ગિજુભાઈ !'

'એ રૂબરૂ જ કહી શકાય એવું છે. તમે ઘેર એકલાં હો તો આવી જાઉં.'

'હું એકલી જ છું.' બોલતાં એમના હોઠ ધ્રૂજી ઊઠ્યા હતા : 'પણ એવું તે...'

એ આગળ બોલે ત્યાર પહેલાં ગિજુભાઈએ જ કહી દીધું : 'બસ તો હમણાં જ નીકળું છું.'

અને ટેલિફોનની લાઇન કપાઈ ત્યારે રાધાબહેને કાળજું કપાઈ રહ્યું હોય એવી પીડા અનુભવી હતી : ખલાસ, કિનારે આવેલું વહાણ ડૂબી જવાનું ! એ જ વાત આડી આવવાની... ગિજુભાઈ એક જ ખુલાસો કરવા માગે છે : તમારા અને અન્તુભાઈના સંબંધની વાત સાચી છે ? તો મારે તમારે ત્યાં દીકરી નથી દેવી...

અને ઘંટડી સાભળતાં જ રાધાબહેનના સમગ્ર શરીરમાં કંપારી પ્રસરી ગઈ : એ આવી ગયા. હે ઈશ્વર ! તું મને આ કસોટીમાં હેમખેમ પાર ઉતારજે... મનોમન પ્રાર્થના કરતાં એ ઊઠ્યાં. ચહેરા પરથી ગભરાટના ભાવ હઠાવી હસતા મુખે ગિજુભાઈને આવકાર આપવાની માનસિક તૈયારી કરી લીધી. બારણું ઉઘાડીને ગિજુભાઈના ચહેરા પર નજર નાખી ત્યારે એમનો ભય બેવડાઈ ગયો. સદા હસમુખા ગિજુભાઈ ગંભીર દેખાયા. 'આવો' એ બે અક્ષર ઉચ્ચારવામાંય એમણે કષ્ટ અનુભવ્યું.

અંદર પ્રવેશ કરતાં ગિજુભાઈએ 'કેમ છો, રાધાબહેન !' એમ પણ ન પૂછ્યું ત્યારે એમની શંકા પાકી થઈ ગઈ કે ઔપચારિક વાતમાં પડ્યા વગર એક જ પ્રશ્ન પૂછીને ચાલ્યા જવા માટે એ આવ્યા છે.

સોફા પર બેસીને ગિજુભાઈએ આજુબાજુ એવી રીતે જોઈ લીધું, જાણે ખાતરી કરવા માગતા હોય કે ઘરમાં બીજું કોઈ તો હાજર નથી ને ? માથા પરથી ટોપી ઉતારી બાજુમાં મૂકી અને માથું ખંજવાળીને ફરી પાછી ટોપી એવી રીતે ગોઠવી દીધી, જાણે ગડમથલમાં હોય.

'હમણાં કોઈ આવવાનું તો નથી ને ?'

એના જવાબમાં રાધાબહેને નકારમાં ડોકું હલાવ્યું એટલે ગિજુભાઈએ સીધેસીધું પૂછી નાખ્યું : 'અન્તુભાઈ પણ નહીં ?'

ત્યારે આંચકો લાગ્યો હોય તેમ રાધા સોફામાંથી ઊભાં થઈ ગયાં. જાણે હવે પછી પુછાનારા પ્રશ્નથી ભાગી છૂટવા માગતાં હોય તેમ ઊભાં તો થયાં ગયાં, પણ તરત જ સજાગ બની ગયાં : 'કોઈ જ નથી આવવાનું, ગિજુભાઈ !' કહીને પરાણે હસી લીધું. પછી પૂછી લીધું :

'તમે ચા પીશો ને ?' અને એ આનાકાની કરે એ પહેલાં કહી પણ દીધું : 'હું હમણાં જ બનાવી લાવું છું.'

ખરી રીતે તો એ કટોકટીની ઘડીને થોડી વાર માટે આઘી ઠેલવા માગતાં હતાં. ગિજુભાઈ જે પૂછવા આવ્યા છે એનો જવાબ 'હા' સિવાય બીજી કોઈ રીતે આપી શકાય એમ છે કે નહીં એ શક્યતા એ વિચારી લેવા માગતાં હતાં.

ચા માટે ગૅસ પર ઉકળવા મૂકેલા પાણીની જેમ એમના હૈયામાંથી વ્યથાની વરાળ વછૂટવા લાગી. અગાઉ પણ એક-બે વાર આમ જ બન્યું હતું. આશિષ માટે માગાં આવ્યાં અને વાત અર્ધેથી જ કપાઈ ગયેલી. પાછળથી કારણ જાણવા મળતું કે અન્તુભાઈ સાથેના સંબંધનું વિઘ્ન નડતું હતું ! જોકે એ વખતે આશિષ 'ઉતાવળ

નથી' એમ કહેતો હોવાથી વાંધો નહોતો આવ્યો, પણ ગીતાને તો એ પસંદ કરી ચૂક્યો છે. હવે આ કારણસર જો એ વાત બંધ થઈ જાય તો આશિષ પોતાને કદી માફ નહિ કરે. કદાચ સંભળાવી દેશે : તું તે કેવી મા છો કે પુત્રના ભવિષ્યને ખાતર તું તારા સુખનો ત્યાગ પણ ન કરી શકી ? અરે, પાંચ-સાત વર્ષ પહેલાં સમજીને આ સંબંધમાંથી બહાર નીકળી ગઈ હોત તોપણ લોકો એને ભૂતકાળની ભૂલ ગણીને માફ કરી દેત...

ચાના કપ ભરતાં-ભરતાં રાધાબહેને એકમાત્ર વિકલ્પ વિચાર્યો : ગિજુભાઈને બધું જ કહી દઉં : કેવા સંજોગોમાં અમારો આ સંબંધ બંધાયો. પણ એ વિચારે તો મનમાં કમકમાટી ઉપજાવી દીધી. સાણસીની પકડમાંથી તપેલી વચકી જતી રહી ગઈ. બધું જ કહી દઉં તો-તો કેવો અનર્થ સર્જાઈ જાય ! તેને બદલે ગુનેગારની જેમ ગિજુભાઈ સમક્ષ મસ્તક ઝુકાવીને કહી દઈશ : હા, અમારા સંબંધની વાત સાચી છે !

બે કપ ચા અને એક ગ્લાસ પાણીની ટ્રે સાથે રાધાબહેન દીવાનખંડમાં દાખલ થયાં ત્યારે ગિજુભાઈ ગહન વિચારમાં હોય તેમ આંખો મીંચીને બેઠા હતા. રાધાથી હળવો નિસાસો નખાઈ ગયો : દીકરીના બાપે કેવા મનોમંથનમાંથી પસાર થવું પડે છે ! તેમાં એમની ગીતા તો મા વિનાની એકની એક પુત્રી છે.

ટિપાઈ પર મુકાતી ટ્રેના અવાજે ગિજુભાઈને વિચારતંદ્રામાંથી ઝબકાવી દીધા. આંખો ચોળતાં એમણે બહાનું સરકાવ્યું, 'કાલે નાઈટ શૂટિંગ હતું એટલે જરા આંખ મળી ગઈ.' કહીને ચાનો કપ હોઠે માંડ્યો.

'ચા બરાબર થઈ છે ને, ગિજુભાઈ ?'

પોતે ખાંડ વગરની ચા પીતા હોવા છતાં ગિજુભાઈએ 'બરાબર છે'ના ભાવથી ડોક હલાવી ત્યારે રાધાબહેનને થયું : એ બીજી કોઈ વાત ઉચ્ચારવા માગતા નથી, તો પછી ભલે ને જે પૂછવું હોય તે પૂછી નાખે. ચુકાદો મોડો આવે એથી સજાની વેદના ઓછી નથી થવાની !

'બોલો, ગિજુભાઈ, શું પૂછવા માગતા હતા તમે ?'

જાણે કોઈએ ધક્કો માર્યો હોય તેમ ગિજુભાઈના હાથમાંથી ચાનો કપ વચકી જતો રહી ગયો. જે કાંઈ કહેવાનું હતું એ બે દિવસથી એમણે મનમાં ગોઠવી રાખ્યું હતું : આ રીતે શરૂઆત કરીશ અને આ જગ્યાએ તેનો અંત લાવીશ, પણ રાધાબહેને બોલવાનું કહ્યું ત્યારે એ એટલા બધા અસ્વસ્થ બની ગયા કે અંતથી જ આરંભ કરી દીધો :

'મારે કાંઈ પૂછવાનું નથી, કહેવાનું છે, રાધાબહેન !' બોલતાં-બોલતાં એમને કષ્ટ વર્તાયું : 'ગીતા મારી પુત્રી નથી.'

'હેં !' તલવાર વીંઝવા આવેલો માણસ પોતે પોતાની જ જાતને તલવારથી જખ્મી કરી બેસે એવી પરિસ્થિતિ રાધાબહેન સમક્ષ સર્જાઈ ગઈ ત્યારે એ ચોંકી ઊઠ્યાં :

'તમે શું કહો છો, ગિજુભાઈ !' તરડાયેલા અવાજે એમનાથી પુછાઈ ગયું : 'ગીતા તમારી પુત્રી નથી ?'

'એટલે કે... મારી પુત્રી છે, પણ મારી સ્વર્ગવાસી પત્ની યશોદાની કૂખે જન્મેલી નથી.' ગિજુભાઈ ગરદન ઝુકાવીને બોલી ગયા ત્યારે રાધાબહેનને થયું : થોડી વાર પહેલાં હું અપરાધી હતી તેમાંથી એકાએક ન્યાયાધીશ બની ગઈ !

'ગિજુભાઈ, સંબંધ બાંધતાં પહેલાં તમે આ ખુલાસો કરવા એટલા માટે આવ્યા કે જેથી પાછળથી અમને જાણ થઈ જાય તો...'

'નહીં, રાધાબહેન, મારા કહ્યા વિના કોઈને આ વાતની જાણ થાય તેમ નથી.' ગિજુભાઈએ ઊંચું જોયું પણ નજર મિલાવી શક્યા નહીં : 'માત્ર ત્રણ જ વ્યક્તિ આ વાત જાણતી હતી : એક યશોદા, બીજો હું અને ત્રીજી ગીતાની જન્મદાત્રી સ્ત્રી !' એમનાથી નિઃશ્વાસ નંખાઈ ગયો : 'યશોદા અને પેલી સ્ત્રી તો હવે હયાત નથી.'

'છતાં તમે જાણ કરી દેવા આવ્યા ?'

'શું થાય ? મારો અંતરાત્મા ડંખતો હતો. ડંખતા દિલે કન્યાનું દાન કેમ દેવાય ? તમારી સમક્ષ ભેદ ખોલી દઈને હું મનનો ભાર હળવો કરવા માગું છું'

'ગિજુભાઈ, કેટલાક ભેદ એવા હોય છે કે જેનો ભાર જિંદગીમાં વેંઢારવો પડે છે.' રાધાબહેન એવી રીતે બોલી ગયાં જાણે જાતઅનુભવ બોલતો હોય... 'કેટલાક અંગત સંબંધો પાછળનાં રહસ્ય જાહેર કરી દેવાથી સંબંધનું ગૌરવ હણાઈ જાય છે, ગિજુભાઈ !'

'એટલે જ તો ગીતાથી આ સત્ય મેં છુપાવી રાખ્યું. યશોદાએ છેલ્લા શ્વાસ લેતી વખતે મારી પાસેથી વચન લીધું હતું : ગીતાને પરણાવતાં પહેલાં એના સાસરિયામાં સાચી વાત જણાવી દેજો.'

'પણ, ગિજુભાઈ, સાચી વાત જાણ્યા પછી હું આશિષ સાથેના ગીતાના

સગપણનો નિર્ણય કદાચ બદલી નાખીશ એનો વિચાર તમે કેમ ન કર્યો ?'

'કર્યો હતો. બહુ વિચાર કર્યા પછી જ તમને બધું કહી દેવા આવ્યો છું.'

'તો હવે તમે મને કહ્યા વિના જ પાછા જશો.'

સાંભળતાં જ ગિજુભાઈની ગરદન ઝાટકા સાથે ઊંચી થઈ. રાધાબહેનના મુખ પર સંકલ્પની દૃઢતા જોવા મળી ત્યારે મનમાં પસ્તાવો જાગ્યો : 'મેં પહેલેથી માંડીને વાત કરી હોત તો એ આટલાં કઠોર ન બનત...'

'મારો નિર્ણય અફર છે, ગિજુભાઈ, આવતી કાલે ગૂડી પડવાનો શુભ દિવસ છે. હું તમારી પુત્રીને મારી પુત્રવધૂ બનાવવા માગું છું.'

સ્તબ્ધ બની ગયેલા ગિજુભાઈના મુખ પરના હાવભાવ થીજી ગયા. માત્ર તેમની બે આંખમાંથી આંસુ વહેતાં રહ્યાં. રાધાબહેને થોડી વાર આંસુ દ્વારા એમના હૃદયનો ભાર હળવો થવા દીધો, પછી અચાનક ગિજુભાઈ તરફ પોતાનો ડાબો હાથ લંબાવી એમની સામે હથેળી ધરી દીધી.

'સાંભળ્યું છે કે, ગિજુભાઈ, તમે જ્યોતિષ બહુ સચોટ ભાખો છો !'

ગિજુભાઈની આંખમાંથી વહેતાં આંસુ થંભી ગયાં. રાધાબહેનને અત્યારે આવી ઇચ્છા કેમ જાગી ?

'શું જાણવા માગો છો, રાધાબહેન ?' ઝટપટ આંસુ લૂછતાં ગિજુભાઈએ એમના હાથની રેખા જોવા માંડી : 'થોડું ઘણુંજાણું છું એના આધારે આવડશે એટલું કહીશ.'

'મારા હાથની આ રેખામાં મારા જીવનનો કોઈ ભેદ ઉકેલી શકો તો બેધડક બોલી નાખજો.'

ગિજુભાઈ નીચી ડોકે રાધાની હસ્તરેખામાં તલ્લીન બની ગયા. થોડી વારે નજર ઊંચી કરીને રાધાબહેનના ચહેરા પર જોયું. તીવ્ર જિજ્ઞાસાથી એમનું મુખ રતાશ પકડી ચૂક્યું હતું.

'કહેવામાં જરાય ક્ષોભ રાખો તો તમને તમારી એકની એક પુત્રીના સોગન છે, ગિજુભાઈ !'

ત્યારે ગિજુભાઈએ ઊંડો શ્વાસ લીધો. એ ઘૂંટાતો શ્વાસ બહાર આવ્યો તેની સાથે શબ્દો પણ સંભળાયા :

'રાધાબહેન, તમે માત્ર વિધવા નથી, સૌભાગ્યવતી વિધવા છો !'

અને સાંભળતાં જ ઝાટકો લાગ્યો હોય તેમ રાધાબહેને હાથ પાછો ખેંચી લીધો : 'સૌભાગ્યવતી વિધવા !'

ગિજુભાઈ આ શું બોલી ગયા... આજ સુધી પોતાના વૈધવ્યની આગળ જુદી જ જાતનાં વિશેષણો સાંભળવા મળ્યાં હતાં : વિલાસી વિધવા, વંઠેલી વિધવા... પણ ગિજુભાઈએ તો પોતાના કોરા કપાળને ભર્યુંભર્યું બનાવી દીધું !

અબોલ રહીને બંને એકબીજાને તાકી રહ્યાં.

❑

૬

ગૂડી-પડવાની સવારે જાણે વર્ષો પછી સુખનો સૂરજ ઊગ્યો હોય એવો ઉમંગ રાધાબહેનના હૈયામાં ઊભરાતો હતો. આશિષના વેવિશાળની વિધિ કન્યાના પિતાને ત્યાં થવાની હતી. પોતાને ઘેર પુત્રવધૂનાં પગલાં તો સાંજે થવાનાં હતાં છતાં સવારથી રાધાબહેન પગ વાળીને બેસી શક્યાં નહોતાં. ઉલ્લાસ પ્રગટ કરતાં પગલે રસોડામાંથી દીવાનખંડમાં અને ત્યાંથી શયનખંડમાં આંટાફેરા કરતાં રહેતાં હતાં.

સુખનું સૌથી મોટું દુઃખ એ છે કે સાથીદાર વગર એ પૂરેપૂરું માણી શકાતું નથી અને રાધાબહેનને અત્યારે એકમાત્ર ઊણપ એ જ વર્તાતી હતી. સવારથી બપોર સુધીમાં એ અનેક વાર મનોમન બબડ્યાં હતાં : અન્તુભાઈને આજે જ વાપી જવાનું સૂઝ્યું : આશિષ મારો પુત્ર છે તો શું એમનો કાંઈ જ નથી ?

સાંજે રાંધવાની લાપસી માટેના ઘઉં ભરડતાં પણ એ જ વિચારોએ એમના મનને ભરડો લીધો હતો : ના, એ વિનાકારણ આવું કરે નહીં... તો પછી એવું તે શું કારણ હોઈ શકે ? એક જ – ચાર દિવસ પહેલાં કન્યા જોઈને આવેલા આશિષે સંભળાવી દીધેલાં વેણ... ના, એ ખોટું લગાડે એવા નથી, પણ કદાચ એમણે જ આ સમાધાન સાધ્યું હશે : પોતે ગેરહાજર રહે અને આશિષ વેવિશાળ માટે રાજી થઈ જાય... બનવાજોગ છે કે એમણે મારાથી અજાણ આશિષને મનાવી લીધો હોય, એ સિવાય આવો જોગાનુજોગ સર્જાય નહીં.

આ તર્ક રાધાને ઘડીભર તો ખટકી ગયો, પણ બહુ વિચારતાં લાગ્યું કે એમણે આ ઉદારતા દેખાડીને ઠાવકાઈ જ વાપરી હતી. સંતાનો સમજ્યા વગર જીદ લઈ બેસે ત્યારે વડીલોએ તત્કાળ તો નમતું જોખીને સમાધાન સાધી લેવું જોઈએ. જોકે પોતે અન્તુભાઈની હાજરી બાબતમાં આશિષ સાથે આટલી સહેલાઈથી નમતું જોખી દેવાની નહોતી. માનવજીવનના બધા જ સીધા સંબંધો આદર્શમય નથી

હોતા, તેમ પ્રત્યેક આડો સંબંધ ઘૃણાપાત્ર પણ નથી હોતો. જોકે આ વાત પોતે પુત્રને સમજાવી શકી ન હોત, કારણ કે સમજાવવા માટે ઘણુંબધું કહેવું પડે તેમ હતું, જે કદાપિ પોતે કોઈને કહી શકે તેમ ક્યાં હતાં ?

અગાઉ એમણે અનેક વાર વિચારી રાખ્યું હતું : આશિષનું વેવિશાળ નક્કી થશે ત્યારે અન્તુભાઈ જ સૌની મોખરે વરના બાપની જેમ કન્યાને ઘેર જશે. સાથે એમના એકબે નિકટના મિત્રો અને આઠદસ પડોશી પુરુષો. આશિષની સાથે કુમાર હોય જ... બારપંદર જણાંની હાજરી વગર વેવિશાળની વિધિ જેવું કેમ લાગે ? પણ આગલી સાંજે ગિજુભાઈ સાથે સંબંધનું પાકું કરતી વખતે પોતે જ પ્રસ્તાવ મૂકી દીધો હતો : તમને વાંધો ન હોય તો સાદાઈથી વેવિશાળ ઉકેલીએ. આશિષની સાથે એકમાત્ર કુમાર આવશે... તેમની નવાઈ વચ્ચે ગિજુભાઈએ પણ આનાકાની વગર પ્રસ્તાવ સ્વીકારી લીધેલો : જેવી તમારી મરજી. મારે તો આઠદસ ફિલમવાળાને નોતરવા જ પડશે... રાધાબહેનને વધારે વિચિત્ર તો એ લાગેલું કે ગિજુભાઈએ પોતાનો હાથ જોઈને સૌભાગ્યવતી વિધવાનું કથન ભાખ્યું એની ખુશીમાં જ પોતે એમનો 'ગુનો' માફ કરી દીધેલો !

બપોરે અઢી વાગ્યે ગિજુભાઈનો માણસ આશિષ અને કુમારને લેવા આવ્યો ત્યારે પોતે કેટલા પોરસથી બોલી ઊઠ્યાં હતાં : 'આશુ, તારે સાસરેથી ગાડી તેડવા આવી !' જોકે બીજી જ ઘડીએ વિચાર તો આવી ગયેલો કે અન્તુભાઈની જ કારમાં આશિષ કન્યાને ઘેર ગયો હોત તો વધુ શોભી ઊઠત !

દહીંની ચમચી વદાવીને આશિષને વિદાય કર્યો ત્યારે એમના મુખમાંથી શિખામણ સરી પડી હતી : 'દીકરા, લગ્નસંબંધ એ જીવનભરનું સ્નેહબંધન બની રહે છે. હસતા મુખે જજે અને જલદીજલદી ગીતાને લઈને પાછો ફરજે. મારે આંગણે આજે વહુનાં શુકનવંતાં પગલાં થવાનાં છે.'

અને પંદર મિનિટ પહેલાં પોણા-ચારે ટેલિફોનની ઘંટડી રણકી ત્યારે રિસીવર ઊંચકવા માટે એ રસોડામાં થનગનતી ચાલે ધસી આવ્યાં હતાં.

'રાધાબહેન !' ગિજુભાઈનો હરખભર્યો અવાજ સાંભળીને હૃદયમાં આનંદના દીવા ઝળહળી ઊઠ્યા હતા : 'સૌથી પહેલી વધાઈ હું જ આપું ને ! હવે તમે મારાં વેવાણ થયાં... હમણાં જ સગાઈની વિધિ સમાપ્ત થઈ.'

'તમને પણ વધાઈ, ગિજુભાઈ !' બોલતાં-બોલતાં રાધાબહેનનો કંઠ ગદ્ગદ થઈ ગયો હતો. 'હવે જલદી આશિષ અને કુમાર સાથે ગીતાને મોકલો. એનાં કંકુપગલાં કરાવવા માટે મારો જીવ અધીરો બની ગયો છે...' છેલ્લા શબ્દો સાથે

રાધાબહેનની આંખોમાં હર્ષનાં આંસુ ઊમટી આવ્યાં ત્યારે સામેથી ગિજુભાઈ એટલું જ બોલી શક્યા : 'બસ, પાંચ મિનિટમાં જ રવાના કરું છું. હવે તો મારે તમને જ દીકરી સોંપી દેવાની છે ને !'

બંને છેડે બેચાર પળની સ્તબ્ધતા પછી ફોન મુકાઈ ગયા. રાધાબહેનથી હળવો નિસાસો નંખાઈ ગયો. પોતે ગીતા કરતાં કેટલી બધી નાની હતી છતાં વેવિશાળ વખતે આવું કહેનારું કોઈ હતું નહિ. માતાપિતા વિનાની એક છોકરી આશિષના પિતાના ઘરમાં જઈને બેસી ગઈ હતી. કોઈ જાતની ધામધૂમ વગર એમની પત્ની બની ગઈ હતી. માત્ર પત્ની જ નહીં, સાથોસાથ બીજું કાંઈક પણ બની ગઈ હતી...

માથું હલાવી તંદ્રા ખંખેરતાં રાધાબહેન ઊભાં થઈ ગયાં. હમણાં જ એ લોકો આવી પહોંચશે. હું જરા તૈયાર થાઉં ! પણ ઊઠીને તૈયાર થતાં પહેલાં કંકુ પલાળેલી થાળીમાં નજર નાખી લીધી. પણ કંકુ ચુસાઈ ગયેલું લાગ્યું એટલે થોડું પાણી રેડ્યું : પુત્રવધૂનાં કુમકુમ-પગલાં બરાબર ઉપસાવવાં જોઈએ !

હાથમોં ધોઈને ડ્રેસિંગ-ટેબલ પાસે રાધાબહેન ગોઠવાયાં ત્યાં જ કંકુની ડાબલી યાદ આવી ગઈ. વિનાસંકોચે ખાનામાંથી ડબ્બી બહાર કાઢી : ના, આજે પોતાના કપાળે ચાંદલો કરી લેવાની લાલચને વશ નથી થવું. હવે તો ડબ્બી વહુને જ સોંપી દઈશ. એના કપાળે ચાંદલો જોઈને હું મારા કોરા કપાળની વેદના વિસારે પાડી દઈશ.

ડબ્બી બાજુએ મૂકીને બીજા ખાનામાંથી દાગીનાનું બૉક્સ કાઢ્યું. ઢાંકણું ઉઘાડતાં જ વાદળી રંગના મખમલ વચ્ચે ચમકતા સોનાના સેટે તેમની આંખો આંજી દીધી. આગલી સાંજે ગિજુભાઈ ગયા પછી અન્તુભાઈનો નોકર મનજી બૉક્સ આપવા આવ્યો હતો. સાથે ચિઠ્ઠી હતી : 'કાલના શુભ પ્રસંગે હું હાજર તો નહીં રહી શકું, પણ વહુને શુકન-રૂપે આ અલંકાર પહેરાવજો. મારા તરફથી છે એવી જાણ કરવાની જરૂર નથી.'

ચિઠ્ઠીની છેલ્લી લીટી તેમને ખટકી હતી : શું વહુને દાગીનો આપવાનો એમને અધિકાર નહીં ? પણ એમની મનાઈ વાજબી હતી. શુભ પ્રસંગે આશિષ ગમે તેમ બોલી નાખે તો ? 'એમને બૉક્સ પાછું મોકલી આપજે' એમ કહીને અપશુકન કરી દે તો ?

ડગલે ને પગલે રાધાબહેને મનની હોંશને મૂરઝાવી દેવી પડતી હતી. પહેલાં વિચારી રાખેલું કે ગીતા ઘરમાં પગલાં પાડશે ત્યારે પડોશની બહેનોને બોલાવી

રાખીશ. 'જુઓ, મારા દીકરાની વાગ્દત્તા !' એમ કહેવાનો સાસુનો પોરસ ન થાય ? 'વાહ ! તમે તો પૂતળી જેવી રૂપાળી વહુ લઈ આવ્યાં !' એવું સાંભળીને કઈ સાસુનું હૈયું ન હરખાય ? પણ અપશુકનની બીકે જ તેમણે પડોશની સ્ત્રીઓને કહેવડાવ્યું નહોતું. કદાચ એમાંથી કોઈ પૂછી બેસે કે અન્તુભાઈ કેમ દેખાતા નથી ? અમસ્તા તો રોજ અહીં આવે છે અને આજે જ ગેરહાજર ? એટલેથી અટકે તોય ઠીક, કદાચ એવું કાંઈક બોલી નાખે કે તમારે તો અન્તુભાઈનું પડખું છે એટલે લગ્ન ધામધૂમથી જ કરશો... બીજાના સુખની બેચાર ઘડીઓમાં આપણી સ્ત્રીઓ નિંદાવૃત્તિ પર કેમ લગામ રાખી શકતી નહીં હોય ?

અને ડૉરબેલ રણકી ઊઠી ત્યારે રાધાબહેન ઝબકી ગયાં : અરે, હું તો સરખી તૈયાર પણ ન થઈ !... કહેતાં એ બારણાં તરફ સરક્યાં. વાળ પર હાથ ફેરવતાં દરવાજો ઉઘાડ્યો. સામે આશિષ અને કુમારની વચ્ચે ગીતા ઊભી હતી. થોડી શરમાતી – થોડી હરખાતી. આશિષ અને કુમારના કપાળે કંકુ-ચોખાનો ચાંદલો જોઈને રાધાબહેનથી મલકી જવાયું : 'તમે બંને અંદર આવી જાઓ. અને ગીતા, તું જરા વાર ત્યાં ઊભી રહેજે.' કહેતાં નજર ભરીને વહુને જોઈ લીધી. પહેલી વાર જોઈ એ કરતાં ગીતા તેમને વધુ સુંદર લાગી. ઘડીભર તો થયું, પડોશીઓને બોલાવી લઉં. ભલે ને એ બધી જોતી રહે... પણ તરત ઇરાદો દાબી દઈ અંદર જઈને એ થાળી લઈ આવ્યાં. એ જોઈને કુમારે જીભ ચલાવી :

'માસીબા, અમે ગિજુભાઈને ત્યાં ગયા ત્યારે એમણે આશિષને બારણે ઊભો રાખીને આવું સ્વાગત તો નહોતું કર્યું !'

સાંભળીને રાધાબહેનની જેમ ગીતા પણ હસી પડી ત્યારે સાસુએ કહેવું પડ્યું : 'ગીતા, તારો આ દિયર ભારે બોલકો છે.'

– પણ તમારો દીકરો તો ઓછાબોલો છે ને ! ગીતાએ મનમાં જ પડઘો પાડ્યો.

ઉંબરામાં થાળી મૂકીને રાધાબહેને વહુને સમજાવ્યું : 'હવે થાળીમાં બંને પગ મૂકીને ઘરમાં પ્રવેશ કરજે.'

સૅન્ડલ કાઢી ગીતા પગ ઊંચકવા જતી હતી ત્યાં દૂર ઊભેલો કુમાર ધસી આવ્યો : 'ઊભી રહે, ગીતા, હું તને ટેકો આપું.'

'ટેકો આપનારી હું ઊભી છું ને અહીં.' કહીને રાધાબહેનને ગીતાનો હાથ પકડી વારાફરતી બંને પગ કંકુની થાળીમાં મુકાવ્યા : 'હં... હવે પગલાં પાડ જોઈએ !'

સાચવીને એક પછી એક બંને પગ પ્રવેશદ્વારમાં મૂકી સાસુની આજ્ઞા થઈ ત્યાં સુધી એમ જ ઊભી રહી : 'ચાલ, હવે આગળ વધ !' તેનો હાથ પકડી રાધાબહેને ગીતાને આગળ કરી ડોક ફેરવીને પાછળ જોઈ લીધું : 'વાહ ! શું સરસ પગલાં ઊપસ્યાં છે !'

આશિષ અને કુમાર કૌતુકભેર ગીતાની મલપતી ચાલ અને રાધાબહેનનો મલકતો ચહેરો નિહાળી રહ્યા હતા. બંનેને ત્યાં જ બેસાડી રાખી ગીતાને રાધાબહેન ઘર દેખાડવા અંદર લઈ ગયાં : 'આ છે મારો રૂમ' કહીને થોડાં આગળ વધ્યાં... 'અને આ આશિષનો બેડરૂમ.'

સાંભળતાં જ ગીતા લજાઈને આડું જોઈ ગઈ. પછી કાંઈક યાદ આવ્યું હોય તેમ ભાવિ સાસુની સામે ફરી બોલી ઊઠી : 'બા, તમને પગે લાગવાનું તો ભૂલી જ ગઈ.' કહેતી ખોળો પાથરીને સાસુના પગે પડી. રાધાબહેને બંને હાથે તેની પીઠ પસવારી. આશીર્વાદ આપવા માટે જુદા જ શબ્દો હોઠ સુધી આવી અટકી ગયા : 'મારા જેવું તમારું ના થજો...' પણ તરત જ સાવધ થઈ ગયાં. આવી મંગળ ઘડીએ એવાં નકારાત્મક વેણ ક્યાં ઉચ્ચારવાં ? એટલે નિયમ મુજબ 'અખંડ સૌભાગ્યવતી'ના આશીર્વાદ આપીને ઉમેર્યું : 'બસ, આવતા વરસે આવી જ રીતે આ ઘરમાં નાનીનાની પગલીઓ પાડનારો આવે તો આ સૂનું ઘર કલ્લોલ કરતું થઈ જાય !' શરમની મારી ગીતા ઊંચું જોઈ ન શકી. રાધાબહેને વહુનાં દુખણાં લીધાં એટલે ગીતાને ફરી યાદ આવી ગયું :

'બા, મારા સ્વર્ગવાસી સસરાનો ફોટો ક્યાં છે ? એમનાં દર્શન અને પ્રણામ કરી લઉં.'

પરંતુ એ બોલવાનું પૂરું કરે ત્યાં સુધીમાં રાધાબહેનના ચહેરા પર અણધાર્યો પલટો આવી ચૂક્યો હતો. કાળજામાં ઊપડેલી પીડા દાબી રાખવા માટે તેમણે નીચલો હોઠ કરડી લેવો પડ્યો. શું ખુલાસો કરવો ? ઘડીભર તો કહેવાનું મન થયું, અન્તુભાઈ હોય તો એ તને એમના વતી આશીર્વાદ આપી શકત... છેવટે નિસાસો નાખીને કહેવું પડ્યું : 'આફ્રિકાથી આવતાં સ્ટીમરમાંના સામાનની એક પેટી ગુમ થઈ ગઈ, તેમાં એમના બધા જ ફોટા અમે ગુમાવી બેઠાં.' પછી એના ખભે હાથ મૂકીને ઉમેર્યું : 'આંખો મીંચીને અંતરથી એમને પ્રણામ કરી લે. એ જ્યાં હશે ત્યાંથી તને અચૂક આશીર્વાદ આપશે.'

આંખની પાંપણો બીડીને ગીતા અંતર્મુખ બની ગઈ. એટલી વારમાં રાધાબહેન કંકુની ડબ્બી અને દાગીનાનું બૉક્સ લઈ આવ્યાં. ગીતા આંખો ઉઘાડે

એ પહેલાં જ તેને ચાંદલો કરી દેતાં બોલ્યાં : 'માની લે કે શ્વશુરના આશીર્વાદ તને મળી ગયા.'

ગીતાએ આંખો ઉઘાડી ત્યારે એના બંને ખૂણે આંસુનું એકએક બિંદુ બાઝી ગયું હતું.

'લે, હવે તારી આ સાસુની ભેટ પણ સ્વીકારી લે.' કહીને રાધાબહેને તેને ડોકમાં હાર, કાંડામાં કંગન અને કાનમાં બૂટિયાં પહેરાવી દીધાં.

'તમારી વિધિ તો બહુ લાંબી ચાલી, માસીબા !' અબોલ રહીને અકળાઈ ગયેલા કુમારે ત્યાં બેઠાં જ સંભળાવ્યું : 'ગિજુભાઈએ એમના જમાઈને માત્ર આ કાંડાઘડિયાળ પહેરાવી અને તમે તો વહુને પહેલે દિવસે જ ઘરેણાંથી લાદી દીધી !' કહીને એણે પોતાની કાંડાઘડિયાળમાં જોયું.

'અરે, બાપ રે ! સાડાચાર વાગી ગયા ! મારે પેલી સેન્ડોને આજે રવિવારે ટ્યૂશન આપવા જવું પડે એમ છે. પરીક્ષા આવી રહી છે અને એ પાસ થવાની નથી છતાં ગયા વગર ચાલશે નહિ.'

તેના જવાબમાં આશિષ કે રાધાબહેન કંઈ ન બોલ્યાં ત્યારે એણે છણકો કર્યો : 'તમને બંનેને હવે નવી કંપની મળી ગઈ, પછી મને રોકાઈ જવાનો આગ્રહ શું કામ કરો !'

ત્યારે રાધાબહેને સામું સંભળાવી દીધું : 'તું તારે જા, કુમાર, આજે મેં મારો બધો આગ્રહ મારી વહુ માટે રિઝર્વ રાખ્યો છે. હજુ તો એને મારે લાપસી જમાડવાની છે. પછી બાબુલનાથનાં દર્શને લઈ જવાની છે.'

રાધાબહેન છેલ્લું વાક્ય પૂરું કરે એ પહેલાં તો કુમારે ચાલતી પકડી અને જતાં- જતાં ગીતાનાં કંકુપગલાં પર પોતાનો પગ પડી ન જાય એવી સાવચેતી ખાતર કૂદકો મારીને ઉંબરો ઓળંગતો રવાના થઈ ગયો.

*

ઘરમાં એકલો પડેલો આશિષ ગીતાનાં કંકુપગલાં નિહાળતો બેઠો હતો. રાધાબહેન ગીતાને બાબુલનાથનાં દર્શને લઈ ગયાં ત્યારે ઘડીભર તો આશિષને સાથે જવાની ઇચ્છા જાગી ગઈ હતી, પણ કોણ જાણે કેમ, મંદિરોથી તે હંમેશાં દૂર જ રહેતો. કદાચ એટલા માટે હશે કે બાળપણથી મનમાં સ્થપાઈ ગયેલી પિતાની મૂર્તિ કરતાં વિશેષ પૂજવા લાયક દેવ એને કોઈ દેખાતો નહીં હોય. જેના નામમાં રામ અને કૃષ્ણ જેવા બે ભગવાનનાં નામ એકસાથે જોડાયેલાં હતાં એવા પિતાની મનમંદિરમાં તેણે સ્થાપના તો કરી હતી, પરંતુ વસવસો એટલો જ રહ્યા

કરતો કે પિતાની એ મૂર્તિ નિરાકાર જ રહી હતી. પિતાનો ચહેરો યાદ હોત તો પોતે એને સ્પષ્ટ આકાર આપી શક્યો હોત. બાબુલનાથના મંદિરે ન જવાનું બીજું પણ એક કારણ હતું. વર્ષો પહેલાં તેણે બહારથી સાંભળેલું કે અન્તુકાકા અને રાધાબહેન એ મંદિરે જઈ શંકર ભગવાનની સાક્ષીએ સમાજથી છાનાં પરણી ચૂક્યાં હતાં !

એકલા પડેલા આશિષે મનને ગીતાના વિચાર તરફ વાળી લીધું. આગલી સાંજે 'અનમેરીડ વુમન' ફિલ્મમાં થોડી વિચિત્ર પરિસ્થિતિ સર્જાઈ હતી. શરૂઆતમાં ફિલ્મ જોવાની મજા પડી, પણ પતિથી છૂટી પડેલી સ્ત્રી જુદા-જુદા પુરુષો સાથે સંબંધ બાંધવા લાગી ત્યારે આશિષ અકળાવા લાગ્યો. વારેવારે એ બાજુમાં બેઠેલી ગીતાના ચહેરા સામે જોઈ લેતો અને દરેક વખતે તેને ગીતામાં પોતાની માતાનું પ્રતિબિંબ દેખાતું. પહેલી વાર સાથે જોવા માટે ખોટી ફિલ્મ પસંદ કરી એનો પસ્તાવો કરતો ઘણોખરો સમય એ આંખો મીંચીને જ બેસી રહેલો.

'આપણને તો ફિલ્મ બહુ જ ગમી.' બહાર નીકળતાં કુમારે અભિપ્રાય ઉચ્ચાર્યો એ પોતાને બહુ કઠ્યું હતું

'મને એનો અંત ન ગમ્યો.' ગીતાએ જુદો સૂર સંભળાવ્યો : 'છેલ્લે પતિ તેને પાછી લેવા આવે છે ત્યારે સ્ત્રીએ તેને સ્વીકારી લેવો જોઈતો હતો.'

છતાં આશિષ અબોલ રહ્યો ત્યારે ગીતાએ પૂછ્યું હતું :

'તમને ફિલ્મ કેવી લાગી ?'

જવાબમાં એ કહેવા માગતો હતો કે મને ફિલ્મ બિલકુલ ન ગમી, પણ બોલાઈ ગયું જરા જુદું : 'મને એ સ્ત્રી તો જરાય ન ગમી !'

એ તો સારું થયું કે ગીતાને ઘેર મૂકવા જતાં સુધીમાં બીજી વાતે ચડી ગયાં અને ફિલ્મની અસર ખંખેરાઈ ગઈ, નહીંતર આજે પોતે ગીતાની સામે નજર માંડીને જોઈ જ ન શક્યો હોત. તેનાથી એક હળવો નિઃશ્વાસ નખાઈ ગયો. કુમારને કહેવું પડશે : ગીતાને જલદી વિશ્વાસમાં લઈ લે... બા જતાં-જતાં કહેતી ગઈ કે હું ગીતાને ઘેર મૂકવા જાઉં ત્યારે ગિજુભાઈ પાસે લગ્નની તિથિઓ કઢાવતી આવું છું... કુમારે હવે ઢીલ નહિ કરવી જોઈએ, નહીંતર ગીતાને થશે કે મેં એની સાથે ભયાનક વિશ્વાસઘાત કર્યો !

અને દરવાજાની ઘંટડીએ આશિષને ધ્રુજાવી દીધો : કોણ હશે ? બા તો હજી થોડી વાર પહેલાં જ ગઈ, આટલી જલદી પાછી આવે નહીં. અન્તુકાકા ? ના, એ તો ન જ હોય...

ફરી ઘંટડી વાગી એટલે ઊભા થઈને દરવાજો ઉઘાડવો પડ્યો.

'એક્સક્યૂઝ મી !' આગંતુકે ઊઘડતા બારણે જ અધીરાઈભેર પૂછ્યું : 'મિસ્ટર અંકલેશ્વરિયા છે કે ?'

આશિષને એ પૃચ્છા ખટકી ગઈ. આંખ પર ચશ્માં ઠીક કરતાં તેણે આવનાર સામે જોયું. આધેડ વય, ભરાવદાર દેહ, ગોળ ચહેરો અને સફારી સૂટ... વેધક નજરે જોઈ લઈને એ કહેવા જતો હતો : અહીં કોઈ અંકલેશ્વરિયા રહેતા નથી... પણ આવનારે તેને મોકો ન આપ્યો :

'આ રામકૃષ્ણ વીમાદલાલનું જ ઘર ને ?'

સાંભળતાં જ આશિષના મુખભાવ ઝડપભેર પલટાઈ ગયા. આજ સુધી કોઈને જ આ રીતે પૃચ્છા કરતા સાંભળ્યા નહોતા. આપોઆપ તેનાથી આવકાર અપાઈ ગયો : 'અંદર આવો ને !'

'મારે તો અન્તુભાઈ અંકલેશ્વરિયાનું કામ હતું.' પેલાએ અંદર પ્રવેશ કરી ખુલાસો કર્યો ત્યાં ફરી આશિષનું મોં બગડ્યું. પણ અંદર આવી જનારને તે હવે જાકારો આપી શકે તેમ નહોતો. 'એ અહીંયા નથી' એમ કહેવા જતો હતો, પણ આગંતુકે એ મોકો ન આપ્યો :

'વર્ષો પહેલાંની જોહાનિસબર્ગની ઓળખાણ તાજી કરવા આવ્યો હતો.' પેલાએ સોફા પર બેઠક લેતાં કહેવા માંડ્યું : 'કાલે રાત્રે મર્ચન્ટ ક્લબમાં પાનાં રમતા હતા ત્યાં કોઈકે એમનું નામ ઉચ્ચાર્યું અને મારા મગજમાં બત્તી થઈ કે આ તો પેલા પચીસ હજાર પાઉન્ડવાળા જ અન્તુભાઈ !'

'પચીસ હજાર પાઉન્ડ ?' આશિષથી પુછાઈ ગયું ત્યારે આવનાર ધારીધારીને તેને જોઈ રહ્યો. કહેવા-ન-કહેવાની થોડી ગડમથલ પછી બોલી ગયો : 'આપણે ઓળખાણની આપલે તો કરી જ નહીં... હું છું પ્રીતમ પટેલ. વીસેક વરસ પહેલાં દક્ષિણ આફ્રિકા છોડીને બ્રાઝિલમાં સેટલ થયો. મહિના પહેલાં અહીં વતનમાં આંટો મારવા આવ્યો અને આજે જવાના ટાઇમે મને ખબર પડી કે અન્તુભાઈ અંકલેશ્વરિયા તો વર્ષોથી મુંબઈમાં મોજ ઉડાવે છે !'

તેના છેલ્લા શબ્દોમાં રહેલો કટાક્ષ આશિષ કળી ગયો. 'મોજ' શબ્દ પર પેલાએ વધુ ભાર મૂક્યો હતો.

'પણ, યંગમૅન, તમારી ઓળખાણ તો આપી જ નહીં.'

'હું, આશિષ રામકૃષ્ણ વીમાદલાલ !'

'એટલે કે રામકૃષ્ણના પુત્ર !' કહેતાં પેલાએ ઉમળકાભેર હાથ લંબાવ્યો :

'ખરેખર, તમને મળીને આનંદ થયો.' હાથ મિલાવતાં ઘરમાં ઊડતી નજર નાખીને તેણે ફરી પૂછ્યું :

'અન્તુભાઈ અંદર છે કે ?'

'મિસ્ટર પટેલ !' આશિષના બોલવામાં અસ્વસ્થતા આવી ગઈ : 'અન્તુભાઈને મળવા માટે તમને આ ઠેકાણું કોણે ચીંધ્યું ?'

'અરે, ભાઈસા'બ !' આશિષની તોછડાઈ સ્પર્શી ન હોય તેમ પેલાએ કહ્યું : 'સવારથી હું એમને શોધું છું, ચોપાટીનો નંબર ચાર વખત લગાડ્યો, પણ ફોન પર અન્તુભાઈને બદલે ટેલિફોન સાથે જોડેલું મેસેજ રેકૉર્ડર જ બોલતું સંભળાય છે : અંકલેશ્વરિયાસાહેબ ઘરમાં નથી, તમારો સંદેશો આપી રાખો... પછી કલાક પહેલાં હું જાતે એમને ઘેર જઈ આવ્યો તો ફ્લૅટને તાળું હતું. છેવટે કોઈકે કહ્યું કે એ ક્યાંય ન મળે ત્યારે રાધાબહેનને ઘેરથી અચૂક મળી આવે છે ! એટલે થયું, ચાલો, એ બહાને રાધાબહેનને પણ મળી લેવાશે.'

'એટલે કે તમે મારી બાને પણ ઓળખો છો ?'

'નામથી ઓળખું, બાકી જોહાનિસબર્ગમાં કોઈ વાર જોયાં નહોતાં.' કહેતાં પેલાએ સફારી બુશશર્ટના ખિસ્સામાંથી સિગારેટ-કેસ કાઢી આશિષ સામે ખોલ્યું : 'સ્મોક કરો છો ?'

આશિષે ના પાડી એટલે પોતાના હોઠ પર વચ્ચે સિગારેટ મૂકી, લાઈટરથી સળગાવી. પ્રીતમ પટેલે બંને પગના ગોઠણ હલાવતાં આગળ ચલાવ્યું :

'ઓળખાણની વાત તો એવી છે ને, યંગમૅન, કે માણસને વિષે ધારીએ કાંઈ અને નીકળે કાંઈ... જુઓ ને આ અંકલેશ્વરિયા, પચીસ હજાર પાઉન્ડનું કરીને કેવા રફુચક્કર થઈ ગયા !'

અચાનક સાપ ઊંચો થઈને ફેણ માંડે એવી ઢબે આશિષ તેના છેલ્લા વાક્ય પર ટટ્ટાર થઈ ગયો : 'એટલે શું અન્તુકાકા પચીસ હજાર રૂપિયા ઉચાપત કરી રફુચક્કર થઈ ગયા હતા ?'

'યંગમૅન, પચીસ હજાર રૂપિયા નહીં, પાઉંડ... એ જમાનાના ચાર લાખ રૂપિયા !' પ્રીતમ પટેલે જુસ્સાભેર સંભળાવ્યું : 'તમારા ફાધર રામકૃષ્ણ વીમા કંપનીમાં કામ કરતા હતા તેમ એમના મિત્ર અન્તુભાઈ કોઈ અંગ્રેજ પેઢીમાં સર્વિસ કરતા હતા. પ્રામાણિક માણસ તરીકેની આબરૂ મેળવીને એક દિવસ કંપનીનું કરી નાખ્યું. પચીસ હજારની કૅશ ઉઘરાણી લઈને આવતા હતા ત્યાં રસ્તામાં લૂંટાઈ ગયા... એ વખતે તો અમે એમ જ માનતા હતા કે કોઈએ એને લૂંટી લીધા હશે.

અંગ્રેજ પેઢીએ ઉચાપતનો દાવો માંડ્યો ત્યારે અમે ઇન્ડિયનો ભેગા મળીને આપણા દેશવાસીને બચાવી લેવા ફાળો ઉઘરાવવાનું વિચારતા હતા. તમારા પિતા રામકૃષ્ણ તો બિચારા ખાધાપીધા વગર મિત્રને ઉગારી લેવાની દોડધામ કરતા હતા. એવામાં એમની જ વીમા કંપનીમાં આગ લાગી અને એ બિચારા કંપનીને ખાતર આગમાં હોમાઈ ગયા.'

'પછી ?' આશિષની જિજ્ઞાસા જોર કરી ઊઠી : 'અન્તુકાકાને એમની પેઢીએ માફ કરી દીધા ?'

'અરે હોય !' પૂરી થયેલી સિગારેટ ઠારવા એશ-ટ્રે તરફ સરકીને પ્રીતમભાઈએ વાત આગળ સરકાવી : 'જે દિવસે કૉર્ટમાં હાજર થવાનું હતું એ સવારે જ જોહાનિસબર્ગમાંથી સાહેબ ગાયબ થઈ ગયા ! આગલી સાંજે રામકૃષ્ણ વીમાદલાલની શોકસભા હતી. આપણા એક ઇન્ડિયન ભાઈની કુરબાની માટે ગોરા લોકોએ પણ બે મોઢે વખાણ કર્યાં અને બીજી સવારે આપણા આ અંકલેશ્વરિયાએ એના પર પાણી ફેરવી નાખ્યું. કોને ખબર, રાતોરાત ક્યાં ગાયબ થઈ ગયા !'

એકધ્યાન થઈ સાંભળી રહેલા આશિષને પ્રીતમ પટેલનું આગમન બહુ વહાલું લાગ્યું. જે માણસ માટે પોતાના મનમાં વર્ષોથી ઘૃણા ઘૂંટાયા કરતી હતી એની એક જોરદાર કમજોરી આજે હાથ લાગી ગઈ !

'નવાઈની વાત તો એ છે કે અંકલેશ્વરિયાના આ ખરડાયેલા ભૂતકાળથી અહીંવાળા બધા જ અજાણ છે.' જાણે પોતાના મનની વાત ઉચ્ચારતા હોય એમ પ્રીતમ પટેલ બોલી ગયા : 'અહીં તો એમની ખાનદાનીનાં સૌ વખાણ કરે છે. કેટલી બધી ક્લબોના એ મેમ્બર છે ! કોઈ જાતનું વ્યસન નથી. ભાંગ્યાના ભેરુની જેમ રામકૃષ્ણભાઈની વિધવાને પડખે ઊભા રહી ગયા... આ બધા તો એમ જ માને છે કે દક્ષિણ આફ્રિકાની વીસ વરસ અગાઉની કમાણી પર એમનો નિર્વાહ ચાલે છે...'

'પણ હવે તો તમે બધાને જાણ કરી દીધી છે ને કે એ કેવી કમાણી છે ?' આશિષ ઉત્સાહભેર પૂછી બેઠો : 'હવે તો એમના ચહેરા પરથી ખાનદાનીનું મહોરું ઊતરી ગયું ને ?'

'ના રે ! હજુ સુધી મેં આ વાત બહાર ક્યાંય કરી નથી.' પ્રીતમે સૌજન્યનું સ્મિત ફરકાવતાં કહ્યું : 'એક વાર એમને રૂબરૂ મળી લઈને મારે પૂછવું હતું કે અંકલેશ્વરિયા, તમે જોહાનિસબર્ગમાંથી છટકી કેમ શક્યા એ તો કહો ? બાકી

એમનો ભૂતકાળ ઉઘાડો પાડીને મારે શું લેવાનું છે... એ જાણે અને એમનું કરમ જાણે !'

અન્તુકાકાની બદનામીની મનમાં ચણેલી ઇમારત જાણે જમીનદોસ્ત થઈ રહી હોય એવો આઘાત આશિષે અનુભવ્યો.

'એક કામ કરો, પટેલસાહેબ, કાલે તમે આ સમયે જ ફરી આવો.' ઝડપભેર મનમાં ગોઠવતાં એણે કહ્યું : 'અન્તુકાકા બપોર સુધીમાં બહારગામથી પાછા આવી જવાના છે. સાંજે અહીં અચૂક આવશે. એ વખતે એમનું આ પરાક્રમ કહી સંભળાવજો. અરે, તમારે કાંઈ કહેવાની જરૂર નહીં પડે. તમને જોતાં જ એમના ચહેરા પરથી મહોરું ઊતરી જશે.'

'યંગમૅન, તું કાલ સાંજની વાત કરે છે ?' પ્રીતમે કાંડાઘડિયાળમાં જોયું : 'હું તો રાતની ફ્લાઈટમાં લંડન ઊપડી જવાનો.'

'આજ રાતની જ ફ્લાઈટમાં ?' આશિષના અવાજનો રણકો ઓસરી ગયો : 'કોઈ હિસાબે તમે એક દિવસ રોકાઈ શકો એમ નથી ?' તેના સ્વરમાં આજીજી ભળી : 'પટેલ- સાહેબ, પ્લીઝ...'

પરંતુ એ બોલવાનું પૂરું કરે ત્યાં સુધીમાં પ્રીતમ પટેલ ઊભા થઈ ચૂક્યા હતા : 'શું કહ્યું તારું નામ ?'

'આશિષ !'

'જો, ભાઈ આશિષ, વીસ-બાવીસ વરસ પહેલાં એ અંકલેશ્વરિયાએ કરેલા વિશ્વાસઘાત માટે મારે જવાનું મોડું કરવાનો કોઈ અર્થ નથી, પણ...'

'પણ શું ?'

'તું રામકૃષ્ણનો પુત્ર છે એટલે જતાં-જતાં એટલું જરૂર કહેતો જાઉં છું કે અહીં આવીને એણે કરેલા વિશ્વાસઘાતની વાત સાંભળીને મને વધારે વસમું લાગ્યું હતું.'

'અહીં આવીને કરેલો વિશ્વાસઘાત ?'

'કેમ, રામકૃષ્ણ જેવા સજ્જન મિત્રની વિધવા સાથે આવી રીતે...' કહેતાં એણે પગ ઉપાડ્યા : 'પણ જવા દે એ વાત...'

'નહીં !' આવેશમાં બરાડતા આશિષે તેમનો હાથ પકડી લીધો : 'કહેવા આવ્યા જ છો તો અધૂરું રાખીને નહીં જાઓ. હવે આવા આઘાતથી હું ટેવાઈ ગયો છું. અન્તુભાઈ અંકલેશ્વરિયાને મેં ક્યારેય સારા માણસ ધાર્યા જ નથી. પહેલી વાર મારા મનને મળતો એક માણસ મને આજે મળ્યો છે... અને એ તમે !'

'એમ વાત છે !' પ્રીતમ પટેલના ચહેરાના ભાવે અણધાર્યો પલટો લીધો : 'તું ગમે તેવા આઘાત જીરવી શકે એમ છે ? તો સાંભળ, અંકલેશ્વરિયા જોહાનિસબર્ગમાંથી ગાયબ થયા પછી થોડા જ મહિનામાં રાધાબહેન પણ તેમના એકના એક પુત્રને લઈ મુંબઈ આવ્યાં ત્યારે તો અમને કલ્પના નહોતી કે બંનેએ આ રીતે મુંબઈમાં ભેગાં થવાનું ગોઠવ્યું હશે. પણ હવે લાગે છે કે રામકૃષ્ણની હયાતીમાં જ રાધાબહેન સાથે એને સંબંધ હોવો જોઈએ. અરે, વીમા કંપનીની આગમાં રામકૃષ્ણનું મૃત્યુ ન થયું હોત તો કદાચ હું એટલી હદ સુધી કહી દેત કે રામકૃષ્ણનું આ અંકલેશ્વરિયાએ જ કાટલું કાઢી નાખ્યું હોત !'

કહીને પ્રીતમ પટેલ તો ચાલ્યા ગયા, પણ એના શબ્દોના પડઘાએ આશિષના મનમાં ખળભળાટ મચાવી દીધો.

❑

૭

'તમને કઈ રીતે સમજાવું કે ગઈ કાલે એક તરફ મારા મનમાં કેવો આનંદ છલકાતો હતો અને બીજી બાજુ...' કહેતાં અટકીને રાધાબહેને અન્તુભાઈ સામે હોઠ ભીંસ્યા : 'ખરે ટાણે ગેરહાજર રહેવા બદલ તમારા પર કેટલો બધો રોષ ઊભરાતો હતો !'

'એ તારે સમજાવવાની જરૂર ન હોય, રાધા !' ચાના કપમાંથી છેલ્લો ઘૂંટ પી લઈને અન્તુભાઈએ તેની સામે મીટ માંડી. સોફા પર બાજુમાં બેસવાને બદલે એમના પગ પાસે બેઠેલી રાધાની હડપચી હળવેકથી ઊંચી કરી એની આંખોમાં દૃષ્ટિ પરોવી : 'વાપીમાં બેઠાં- બેઠાં હું તારી ખુશાલીના જ ખ્યાલમાં વારંવાર ખોવાઈ જતો હતો. તેં તારી માનીતી આભલાં ભરેલી રેશમી સાડી પહેરી હશે. એના મૅચિંગનું કોણી સુધીની બાંયનું બ્લાઉઝ અને ડોકમાં મોતીની માળા પહેરીને તું વારેવારે અરીસામાં જોઈ તારા પ્રતિબિંબને કહેતી હોઈશ : ભલે ને લોકો ગમે તે બોલે, આજ તો હું થોડો શણગાર સજવાની જ...'

'હં... હં... હં...!' તેમને અધવચ્ચે અટકાવી રાધા બોલી ઊઠી : 'મહેરબાન, તમારી કલ્પના પર થોડી લગામ રાખો. આભલાં ભરેલી સાડી, મૅચિંગ બ્લાઉઝ અને મોતીની માળા સુધી બધું બરાબર કહ્યું તમે... પણ વારેવારે અરીસા સામે જોઈ મારી જાતને શું કહેતી હતી એ સાંભળવું છે તમારે ?'

અન્તુભાઈ અનુમાન કરી શકતા હતા કે અરીસા સામે એ શું બોલ્યાં હશે, પણ એમણે રાધાબહેનને જ બોલાવી દીધાં.

'મારું કોરું કપાળ જોઈને હું તમને ધિક્કારતી હતી. વારેવારે એ જ પૂછતી હતી કે શું કામ ? શા માટે તમે મારા આ સૌભાગ્યને ભૂંસી નાખ્યું ? શું કામ એ અવસ્થા સ્વીકારી લેવા હું સંમત થઈ ?'

બોલતાં-બોલતાં રાધાની આંખો આંસુથી છલકાઈ પડી ત્યારે અન્તુભાઈ અધીરાઈથી આડું જોઈ ગયા. ખુશાલીના પ્રસંગે આ તે કેવો ખટકો ? અડધા કલાક પહેલાં મીઠાઈના પૅકેટ સાથે ઘરમાં દાખલ થતાં જ પોતે રાધાના અધખુલ્લા મોંમાં બરફીનો ટુકડો ઠાંસી દઈને હેતાળવો હરખ કર્યો હતો : સાસુજીને વધાઈ ! જવાબમાં રાધાબહેને પણ બરફીના ટુકડાથી સામું મોં મીઠું કરાવ્યું હતું : વધાઈ તમને પણ ! પછી પરસ્પરની હૂંફમાં ભિડાઈને આગલા દિવસના શુભપ્રસંગની ખુશી વગર બોલ્યે વહેંચી લીધી હતી. 'તમારા માટે ચા બનાવી લાવું' કહીને રાધા એમનાથી અળગી થઈ ત્યારે પોતે ટકોર પણ કરી હતી : 'આજે ચામાં સાકર નહીં નાખે તો ચાલશે, તારા સમગ્ર અસ્તિત્વમાંથી મીઠાશ ઝરે છે.'

'એમ વાત છે ! તો-તો મારે મેડિકલ ચેકઅપ કરાવવું પડશે. ડાયાબિટીસનો રોગ તો લાગુ નથી પડ્યો ને !'

કહેતાં રાધાબહેન રસોડામાં ચાલ્યાં ગયાં તે પછી પોતે ઘરમાં આંટા મારતા આંગણામાં પડેલાં ગીતાનાં કંકુપગલાં નિહાળીને વિચારે ચડી ગયા હતા : હવે આ ઘરમાં અવરજવર ઓછી કરી નાખવી પડશે. મારા મેલા પગથી આ કંકુપગલાં ખરડાવાં ન જોઈએ...

ચા બનાવીને આવેલાં રાધાબહેને એમના પગ પાસે બેસી જઈ ગીતાના ગૃહપ્રવેશની વાત હોંશથી કહી સંભળાવી હતી : 'તમારો આપેલો સોનાનો સેટ ગીતાને પહેરાવ્યો ત્યારે તો એ કેવી શોભી ઊઠી હતી ! અને બાબુલનાથનાં દર્શને લઈ ગઈ ત્યારે ઓળખીતાં બૈરાંઓ મારા આશિષની વહુનું રૂપ જોઈને જ અંજાઈ ગયાં હતાં ! અને ગિજુભાઈએ લગ્નની લાઈનબંધ તિથિઓ પણ કાઢીને તૈયાર રાખી હતી...' આમ કહેતી વખતે શનિવારની સાંજે ગિજુભાઈએ ઉચ્ચારેલું 'સૌભાગ્યવતી વિધવા'નું વરદાન કહી નાખવાની જોર કરી જતી ઇચ્છાને રાધાબહેને પરાણે દબાવી દેવી પડી હતી : આવું કહીશ તો એ ચોંકી જશે, એમને ઉચાટ થશે... અને ખુશાલીનો પ્રસંગ વાગોળતી વખતે મૂડ શું કામ બગાડવો ? પણ થોડી જ વાર પછી 'સૌભાગ્ય ભૂંસી નાખવાનું' મહેણું સંભળાવીને પોતે એવું જ કરી બેઠાં હતાં.

આડું જોઈ ગયેલા અન્તુભાઈના હોઠે એનો જવાબ તો આવી ગયો કે રાધા, મારો સાથ અને તારું સૌભાગ્ય બંનેનું સહઅસ્તિત્વ શક્ય નહોતું. એટલા ખાતર મારે તારું સૌભાગ્ય ભૂંસી નાખવું પડ્યું... પણ આવો જવાબ સાંભળીને ભૂતકાળનો જૂનો જખમ એ ખોદવા માગતાં નહોતાં. અપરાધીએ બચાવ કરવાનો ન હોય !

'અરે, હું પણ કેવી ભુલકણી છું !' અન્તુભાઈના ગોઠણ પર હાથ મૂકતાં રાધાબહેને ફરી ખુશમિજાજ ધારણ કરી લીધો : 'સવારથી વિચારતી હતી કે તમે આવો એટલે પહેલવહેલું કામ આશિષનાં લગ્નની તિથિ પાકી કરવાનું પતાવીશ.'

કહીને બ્લાઉઝમાંથી કાગળની ચબરખી કાઢી અન્તુભાઈના હાથમાં ધરી દીધી ત્યારે એ પરાણે મરક્યા : સંતાપને વિસારે પાડવા માટે માણસે સુખની તિથિઓ પર જ મીટ માંડવી પડે છે !

'અરે, આમાં તો અડધો ડઝન તિથિઓ ટપકાવી છે !'

'તે હોય જ ને ! વૈશાખ એટલે તો લગનગાળાનો મહિનો.' રાધાએ પોરસ કર્યો : 'ગિજુભાઈ કહેતા હતા કે મોડાં પડશું તો લગ્ન માટે સારો હૉલ નહીં મળે.'

'આમાંથી આશિષ કઈ તિથિ પસંદ કરે છે ?' કહીને અન્તુભાઈએ મજાક છેડી : 'કદાચ એ તો વૈશાખ મહિના સુધીય ન ખમી શકે એટલો અધીરો થઈ ગયો હશે.'

'ના હોં !' રાધાને છણકો કર્યો : 'મારો દીકરો તમારા જેવો ચંચળ નથી. એણે તો ઉનાળામાં લગ્ન કરવાના ગેરફાયદા ગણાવ્યા.'

'તારે એને કહેવું હતું ને કે લગ્ન કરીને આખો ઉનાળો કાશ્મીરમાં ગાળો તો ફાયદો જ ફાયદો છે.'

'એટલે તમે મને જુવાન દીકરા સાથે આવી-આવી વાતો કરવાનું શીખવો છો !' રાધાએ તેમના હાથમાંથી કાગળની ચબરખી ખેંચી લીધી : 'આશિષના મત પ્રમાણે તિથિની સાથોસાથ વાર પણ જોવો પડશે. એ બોલી ગયો કે રવિવારનો દિવસ હોય તો સૌને ફાવે. ગિજુભાઈએ આપેલી તિથિઓમાં બે રવિવાર આવે છે : દસમી મે અને ચોવીસમી મે.'

'તો દસ મે જ રાખ ને !' અધીરાઈમાં બોલાઈ ગયા પછી અન્તુભાઈના મગજમાં ઝબકારો થયો : વીસ વરસ પહેલાં દસમી મેએ જ એવું કાંઈક બની ગયું હતું જેને કારણે રામકૃષ્ણ, રાધા અને અન્તુભાઈની ત્રિપુટીમાં એકની બાદબાકી થઈ જાય !

'વાહ રે ! આશિષે પણ દસ મેની જ પસંદગી દર્શાવી હતી.' રાધાબહેન મનગમતા વિચાર વાગોળવામાં અન્તુભાઈ સામે જોવાનું ચૂકી ન ગયાં હોત તો એમના ચહેરા પરની પીડા જરૂર પારખી જાત.

'બસ તો પછી દસ મેએ કરો કંકુના.'

એટલું બોલતાંની સાથે જ ટેલિફોનની ઘંટડી રણકી અને ભૂલથી

અન્તુભાઈએ રિસીવર ઊંચકીને 'હલ્લો' કહી દીધું, સામેથી આશિષનો અવાજ સંભળાયો ત્યારે ગફલતનું ભાન થયું અને તરત જ ઠાવકાઈથી ભૂલ સુધારી પણ લીધી : 'આશિષ, હું તને ફોન કરવાનું વિચારતો હતો. તારા વેવિશાળમાં હાજર ન રહી શક્યો. પણ અભિનંદન તો પાઠવવાં જ જોઈએ ને !'

'હવે લાગે છે કે તમે હાજર રહ્યા હોત તો સારું થાત.' આશિષ કટાક્ષમાં ન બોલ્યો હોત તો અન્તુભાઈના માનવામાં ન આવત. મોં હસતું રાખીને એમણે કહેવું પડ્યું : 'મારે એકાએક વાપી જવું પડે એમ હતું.'

'એકાએક જવું પડે એમ હતું છતાં મને તો એમ સમજાવ્યું કે મારા વેવિશાળમાં હાજર ન રહીને તમે મારી મરજીને માન આપી રહ્યા છો. ખરેખર તો તમે જાણતા હતા કે પેલો જોહાનિસબર્ગવાળો પ્રીતમ પટેલ મુંબઈ આવ્યો છે અને એની હાજરીમાં તમારે મુંબઈથી ગેરહાજર થઈ જવું પડે એમ હતું... !'

સાંભળતાં જ અન્તુભાઈના મુખ પર પસીનો થવા લાગ્યો, છતાં રાધા સામે હસતો ચહેરો રાખી આશિષને પૂછ્યું : 'તને એવું કોણે કહ્યું ?'

'કેમ, તમારા ટેલિફોન સાથે જોડેલા મેસેજ રેકૉર્ડર પર એનો કોઈ સંદેશો નોંધાયો નથી ?' આશિષ ધીમેધીમે શબ્દોના નહોર ભરાવતો હતો : 'એ પ્રીતમ પટેલ બિચારો તમને મળવા બહુ આતુર હતો.'

'પણ એ તને ક્યાં મળ્યો ?'

'મને મળ્યો નથી, એનો ટેલિફોન અમારે ઘેર પણ આવ્યો હતો.' આશિષે અર્ધસત્ય ઉચ્ચાર્યું છતાં અન્તુભાઈનો ઉચાટ જરાયે ઓછો થયો નહીં.

'એણે અહીં ફોન કરવાની શી જરૂર પડી ?'

'કારણ કે મુંબઈના બે દિવસના રોકાણમાં એમનેય ખબર પડી ગઈ કે અમારા ઘરને તમે સમય-કસમયનું ઠેકાણું બનાવી દીધું છે.'

એટલી વારમાં રાધાબહેનની જિજ્ઞાસાને ઉચાટમાં પલટાઈ જતી જોઈને અન્તુભાઈએ વાત ફેરવી નાખી : 'આશિષ, એ વાત આપણે નિરાંતે કરીશું...'

'એ હું સમજી ગયો.' આશિષે ફરી ફટકો માર્યો : 'સામે બેઠાં છે એમનાથી આ ખાનગી રાખવા માગો છો.'

'બરાબર છે !' અન્તુભાઈએ નમતું જોખી દીધું : 'તારી સાથે મારે વાપીના એક કારખાનામાં પાંચ લાખ રૂપિયા રોકવા બાબત પણ વાતચીત કરવી હતી.'

'એ જ પાંચ લાખ રૂપિયા ને, જે જોહાનિસબર્ગની એક અંગ્રેજ પેઢીના ઉચાપત કરીને તમે અહીં ભાગી આવ્યા હતા ?'

'હા, એ જ !' વાતનો છેડો લાવવા અન્તુભાઈએ ફરી નમતું જોખી દીધું : 'હવે તારી બાને ફોન આપું ?'

'ના, ફોન તમારા માટે જ કર્યો હતો.' આશિષે છેલ્લો પ્રહાર કરી નાખ્યો : 'ગઈ કાલનો તમને કહેવા માટે અધીરો થઈ ગયો હતો. હવે મને શાંતિ થઈ ગઈ. તમારું તમે જાણો !'

સામેથી ફોન મુકાઈ ગયા પછી અન્તુભાઈએ ઝડપભેર ચહેરા પર રૂમાલ ફેરવીને પસીનો લૂછી નાખ્યો, પણ રાધાબહેનની અધીરાઈ તો એટલી વારેય ન ટકી શકી :

'તમે બંને કોની વાત કરતા હતા ? આશિષે તમારી સાથે વાત કરીને ફોન મૂકી કેમ દીધો ? પહેલી વાર તમને બંનેને આ રીતે વાત કરતા જોયા. શું બાબત છે ?'

'એ અમારી વચ્ચેની ખાનગી વાત છે !'

'તમારી વચ્ચે ખાનગી ?' રાધાબહેનની શંકા સળવળી ઊઠી : 'મારાથી ખાનગી ?' કહેતાં એ સોફા પર તેમની બાજુમાં ગોઠવાઈ ગયાં.

'જો, રાધા !' અન્તુભાઈએ તેમના ખભા પર હાથ મૂક્યો : 'છોકરો જુવાન થાય ત્યારે અમુક બાંધછોડ કરવી પડે છે.' બોલતાં તેમણે થૂંક ગળે ઉતાર્યું : 'એ સાંજે આશિષ બોલી ગયેલો કે એનાં વેવિશાળ-લગ્નમાં મારી હાજરી ન હોવી જોઈએ ત્યારે મને બહુ વસમું લાગ્યું હતું. કોઈએ ધક્કો મારીને કાઢી મૂક્યો હોય તેમ ઘરબહાર ચાલ્યો ગયો હતો. પણ ઘેર જઈને શાંતિથી વિચારતાં આશિષની વાત મને વાજબી લાગવા માંડી. આપણો સંબંધ એના સુખની આડે ન આવવો જોઈએ...'

'એ વિચાર આ સંબંધ બાંધતી વખતે તમને નહોતો આવ્યો ?

રાધાબહેન આવેશમાં વચ્ચે પૂછી બેઠાં ત્યારે અન્તુભાઈ પણ એટલા જ આવેશમાં બોલી ગયા : 'તું સાંભળ તો ખરી ! આશિષની વાત મને સાચી લાગી એટલે મેં એને ફોન કરીને સમજૂતી કરી લીધી કે તારાં વેવિશાળ-લગ્નમાં હું હાજર નહિ રહું.'

'અને મારી સામે વાપીના કારખાનાનું બહાનું ઉપજાવી કાઢ્યું !'

'ના. વાપીના કારખાનાની વાત પણ સાચી જ હતી.' અન્તુભાઈએ હવે સમજાવટથી કહેવા માંડ્યું : 'આશિષના ભવિષ્યને લક્ષમાં રાખીને જ હું એ કારખાનામાં રકમ રોકવા માગું છું. બધું લગભગ નક્કી પણ થઈ ગયું છે, પરંતુ

એ માટે મારે વેવિશાળના દિવસે જ વાપી જવાની જરૂર નહોતી. માત્ર આશિષના વેવિશાળમાં ગેરહાજર રહેવા ખાતર જ મેં ગઈ કાલનો દિવસ પસંદ કર્યો હતો.'

'એટલે કે એના લગ્નપ્રસંગે પણ તમે...'

'હાજર નથી રહેવાનો.' અધવચ્ચે જ એમણે રાધાબહેનનું વાક્ય પૂરું કર્યું : 'દસમી મેએ વાપીના કારખાનામાં અમે સત્યનારાયણની પૂજા રાખવાના છીએ.'

સાંભળીને રાધાબહેને હોઠ ભીડી લીધા. ભીતર ધૂંધવાતાં, નાખોરાં ફુલાવતાં એ વીંધી નાખતી નજરે અન્તુભાઈને નિહાળી રહ્યાં... છતાં અન્તુભાઈ અસ્વસ્થ થયા નહીં. એમને તો એક જ વાતની ચિંતા હતી : પેલો પીપી – પ્રીતમ પટેલ મુંબઈ આવી ગયો અને આશિષને ફોન પર પચીસ હજાર પાઉન્ડની ઉચાપતની જાણ કરી ગયો એની જાણ રાધાને ન થવી જોઈએ... નહીંતર, આશિષનાં લગ્નનો એ બિચારીનો આનંદ ઝૂંટવાઈ જશે.

*

વેવિશાળ અને લગ્ન વચ્ચેના સવા મહિનાનો સંવનનકાળ આશિષ માટે બહુ વિચિત્ર પરિસ્થિતિ સર્જી ગયો. ગીતા પ્રત્યેનું આકર્ષણ દિવસેદિવસે લગનીનું સ્વરૂપ ધારણ કરી રહ્યું હતું. સવાર, બપોર, સાંજ ગીતાને ફોન કર્યા વિના ચેન ન પડતું. એકાંતરે એનો ચહેરો જોવા આંખો અધીર બની જતી. સાંજ પડતાં જ ગીતાના સહવાસની ઝંખના જાગતી. રાત્રે નિદ્રાને આઘી ઠેલી એના જ વિચારોમાં આળોટ્યા કરવાનું ગમતું. ગીતાના સહવાસે પોતાનો આત્મવિશ્વાસ દૃઢ બનતો હોવાનું એ મહેસૂસ કરવા લાગ્યો. એટલે તો એણે કુમારને પણ કહી દીધું : 'દોસ્ત, હવે હું જાતે જ મામલો સંભાળી લઈશ. પેલું બધું તારે એને સમજાવવાની હવે જરૂર નહીં રહે.' ત્યારે સમજદાર કુમાર મિત્રના દૃઢ બનતા મનોબળ પર મુસ્કુરાયો હતો : 'મને હતું જ કે તારામાં આપોઆપ સુખદ પરિવર્તન આવી જશે. આશિષ, પ્યાર અને ધિક્કારને માટે ભગવાને માણસના મનમાં જુદાં-જુદાં જ ખાનાં રાખ્યાં છે. પછી એ બંનેની ભેળસેળ શું કામ થવા દેવી ?'

પરંતુ આશિષનો આત્મવિશ્વાસ અલ્પજીવી નીવડતો. ગીતાના સાથ કે ખ્યાલથી અલગ થતાંની સાથે જ માતા પ્રત્યેનો રોષ તેના મન પર સવાર થઈ જતો. પેલા પ્રીતમ પટેલે જતાં-જતાં સંભળાવેલો તર્ક વારેવારે તેના દિલને ડંખી જતો. આ તર્ક પોતાને માટે નવો નહોતો. છેક સાત વર્ષ પહેલાં પોતે જાણી ચૂક્યો હતો કે પિતાની હયાતીમાં જ રાધાબહેન અને અન્તુભાઈ વચ્ચે આવો કોઈક સંબંધ બંધાઈ ગયો હતો... પણ પ્રીતમ પટેલ તો એટલી હદે બોલી ગયો કે રામકૃષ્ણ આગની

દુર્ઘટનામાં ખપી ન ગયા હોત તો આ અંકલેશ્વરિયાએ એમનું કાટલું કાઢી નાખ્યું હોત ! એના આ તર્કના તંતુમાંથી પોતે કોઈક જુદો જ તાર ખેંચતો રહેતો હતો : મારા પિતાને આગમાં ધકેલી દેવામાં અન્તુભાઈનો હાથ નહીં હોય એની શી ખાતરી ? બસ, આ અનુમાન એની રગેરગમાં ધિક્કાર પ્રસરાવી દેતું, એનું વેર વાળવા માટે ક્યારેક એ ઊંઘમાં રાધાબહેનની ગળચી દબાવી દેતો અને ક્યારેક અન્તુકાકાને ગોળીથી ઠાર કરી દેવાની કલ્પનાથી ઝબકીને જાગી જતો. ભીતરના આ વલોપાતને વીસરી જવા માટે એ ગીતાના સુંવાળા સહવાસની કલ્પના કરી પરાણે સ્વસ્થ થઈ જતો ખરો, પણ આ ઉપાય ખતરનાક પુરવાર થયો. ગીતા સાથેની પ્યારભરી ગોષ્ઠિમાં એ અચાનક ચૂપ થઈ જતો. માતાની યાદ આવી જતાં મનમાં દ્વેષ ઊભરાઈ આવતો. ગીતાએ એકબે વાર પૂછેલુંય ખરું : 'વાતવાતમાં તમે આમ વિચારે કેમ ચડી જાઓ છો ?' ત્યારે સાવધ થઈને એ બહાનું ઉપજાવી કાઢતો : 'એ તો આપણા ભવિષ્યના વિચારે ચડી જાઉં છું.' ચાલાક ગીતા એનું જૂઠાણું પકડી પાડતી : 'આપણા ભવિષ્યના વિચારમાં આવો ઉદ્વેગ ન હોય. ઘરમાં આપણે ત્રણ જ જણ છીએ – તમે, હું અને બા... તેમાં વળી મને સાસુ એવાં મળ્યાં છે, જાણે સગી મા પાછી મળી હોય !'

આશિષને ત્યારે થયેલું : દિલ ખોલીને કહી દેવાની ઘડી આવી ગઈ છે કે ગીતા, મારી માના હજાર ગુણની સામે એક એવો ભયાનક દોષ છે જેને હું કદાપિ માફ નહીં કરી શકું. અન્તુકાકા સાથેના એના સંબંધે મારી જુવાનીને રૂંધી નાંખી, મારી પ્રતિભાને વીંધી નાખી અને મારી દૃષ્ટિને ધૂંધળી બનાવી દીધી. ગીતા, ક્યારેક હું ધૂંધવાઈ જાઉં તો મને સંભાળી લેજે !

પણ આશિષ આવું કાંઈ જ કહી શક્યો નહોતો. એમ તો ટેલિફોન પર અન્તુકાકાને પચીસ હજાર પાઉન્ડની ઉચાપતનું મહેણું સંભળાવી દીધા પછી એકબે વાર રૂબરૂ ભેળો થયો ત્યારે એ એમની સાથે નજર ક્યાં મિલાવી શક્યો ? અરે, અન્તુભાઈએ ફોન કરીને સામેથી પૂછ્યું કે પ્રીતમ પટેલ તને શું-શું કહી ગયો, ત્યારેય વાત ટાળી દીધી હતી – જાણે ન કહીને એમને ટટળાવતો હોય એવો મિથ્યા સંતોષ માન્યો હતો... ગીતા સમક્ષ દિલ ખોલી દેવાની ઘડી આવી ત્યારે મનને મનાવી લીધું. લગ્ન પછી એને બધી વાત કરી દઈશ. લગ્નની પહેલી રાત નિર્વિઘ્ન વીતી જાય તો હું મોકળા મને ખુલાસાવાર કહી શકીશ !

*

'લ્યો, માસીબા, હવે તો રાજી ને ? ઘરમાં વહુ આવી ગઈ. તમે કાયદેસરનાં સાસુ બની ગયાં !'

કુમારે રાધાબહેનના બેઉ ગાલ પર બંને હાથની હથેળી દબાવી હેત વરસાવ્યું ત્યારે એમણે એના બંને કાન પકડી લીધા : 'હું કાયદેસરની સાસુ બની ગઈ તેમ તું ગેરકાયદેસરનો દિયર બન્યો કે નહીં ? હવે જરા સભ્યતાથી વર્તતાં શીખ !'

કુમારે કાન છોડાવવા માટે રાધામાસીના ગાલ પરથી હાથ હટાવી લેવા પડ્યા :

'તમારે મને સભ્ય બનાવવો હોય તો, માસીબા, વચન આપ્યા પ્રમાણે આશિષની જેમ મનેય ઠાઠથી પરણાવવો પડશે.'

'તારું અંજળ પણ આવી લાગ્યું સમજ ને !' રાધાબહેને રિસેપ્શન માટે પહેરેલો બનાવટી અંબોડો માથામાંથી અળગો કરતાં કહ્યું : 'સત્કારસમારંભમાં મને બેત્રણ છોકરીના બાપે તારી પૃચ્છા કરી ત્યારે મેં એમ જ કહ્યું કે જેવો મારે આશિષ એવો આ કુમાર. આજકાલમાં માગું ન આવે તો મને કહેજે !'

માનવામાં ન આવતું હોય તેમ કુમાર રાધામાસીને તાકી રહ્યો ત્યાં રેશમી ઝભ્ભાનાં બટન ભીડતો આશિષ આવી ચડ્યો : 'તમે બંને વાતે વળગ્યાં છો, પણ ખબર છે કે રાતના બાર વાગી ગયા ! દશ મેની તારીખ પણ બદલાઈ ગઈ !'

'જોયું ને, માસીબા !' કુમારે છણકો કરીને બૂટ પહેરવા માંડ્યા : 'ઘરમાં બૈરી આવી ગઈ એટલે મિત્રની ગરજ ન રહી. એનો શયનખંડ મેં ફૂલોથી કેવો સજાવ્યો, છતાં આભાર વ્યક્ત કરવાને બદલે મને વિદાય કરી દેવાની અધીરાઈ દેખાડે છે !'

રાધાબહેનને થયું કે બંને મિત્રો મજાકમશ્કરી તરફ વળી રહ્યા છે એટલે 'હું કપડાં બદલી લઉં' કહેતાં પોતાના રૂમ તરફ ફર્યાં ત્યાં આશિષના શબ્દો એમની પીઠ પર અફળાયા : 'બૂટ કેમ પહેરી લીધા, કુમાર ? તને વિદાય થવાનું કોણે કહ્યું ? રાત અહીં જ રોકાઈ જા. હૉસ્ટેલમાં તારી કોણ રાહ જોવાનું હતું ?'

અને કુમાર ખરેખર બૂટની દોરી છોડવા નીચો નમ્યો ત્યાં રાધાબહેનનો અવાજ કાને પડ્યો :

'આશિષ ! એ બિચારાને જવા દે. હૉસ્ટેલમાં ઊંઘશે તો નિરાંતે ઊઠવા

મળશે. અહીં તો દીવાનખંડમાં છ વાગ્યામાં જાગી જવું પડશે.'

આશિષને એ ખટક્યું. છ વર્ષ પહેલાં પોતે ટાઈફૉઈડમાં પટકાયો હતો ત્યારે કંઈક આવું જ બન્યું હતું. કુમારે રાત રોકાઈ જવાનો આગ્રહ કર્યો અને રાધાબહેને ધરાર તેને રવાના કરી દીધેલો, કારણ કે મધરાતે અન્તુકાકા ઘેર આવવાના હતા. આશિષના દાંત ભીંસાયા : એવી જ રીતે આજે રાતે પણ...

'ઠીક છે, આશિષ ! હું જાઉં !' માઠું ન લાગ્યું હોય તેવું દેખાડવા કુમારે તેની સાથે હાથ મિલાવ્યા : 'આજની રાત તારે માટે યાદગાર ગણાય.' પછી હાથ દબાવતાં ઉમેર્યું : 'વિશ્વાસથી આગળ વધજે.'

આશિષ તેનો હાથ છોડવા માગતો નહોતો. તેના હોઠ સુધી શબ્દો આવી ગયા : યાર, આજ સુધી ગીતા સમક્ષ મારા મનની ગ્રંથિ વ્યક્ત કરી શક્યો નથી. તું રોકાઈ જા તો એ બહાને આજની રાત તારી સાથે વાતોમાં વિતાવી દઉં...

પણ એના શબ્દો હોઠ પર થીજી ગયા, કારણ કે 'ગૂડ નાઈટ' કહીને કુમાર બહાર નીકળી ગયો હતો.

ફૂલોની ખુશબોથી મહેકતા શયનખંડમાં આશિષે ધીમાં પગલે પ્રવેશ કર્યો ત્યારે પલંગ પર બેઠેલી ગીતાએ સહેજ ગરદન ઝુકાવીને આછેરું સ્મિત ફરકાવ્યું. બારણું બંધ કરીને આશિષ નજીક આવ્યો એટલે ધીરેધીરે ડોક ઊંચકીને ગીતાએ એની સાથે નજર મિલાવી. તેની હડપચી પકડીને આશિષ એકીટશે તેનું મુખ નીરખવા લાગ્યો. ઘણી વાર સુધી એ અબોલ રહ્યો ત્યારે ગીતાએ જ પૂછવું પડ્યું : 'આટલું બધું ધારીધારીને શું જુઓ છો ?'

'એ જ કે સાંજે પિતાએ વળાવી ત્યારે ધ્રુસકે-ધ્રુસકે રડનારી આ છોકરી અહીં આવવા બદલ ખરેખર ખુશ છે કે પછી...'

'ખુશ હોવાનો દેખાવ કરે છે... એમ જ ને ?' કહીને ગીતાએ લાડમાં પોતાની હડપચી પરથી તેનો હાથ હઠાવી લીધો : 'સ્ત્રીની ખુશીને સમજવા માટે માત્ર એનું મુખ નીરખ્યે નહીં ચાલે, મનમાં ડોકિયું કરવું પડે !'

'એ તો મને આવડતું નથી !' કહેતો આશિષ એની બાજુમાં ગોઠવાઈ ગયો. નાઈટલૅમ્પના આછા અજવાળામાં ગીતાનું મુખ વધુ મોહક લાગતું હતું. આશિષનો હાથ આપોઆપ એના ખભા પર જઈ ચડ્યો. ફૂલોના મઘમઘાટને લીધે એ સ્પર્શ વધુ ઉત્તેજનાત્મક બની ગયો. તેને બાહુપાશમાં જકડી લઈ આશિષના હોઠ એના

મુખ સુધી પહોંચ્યા ત્યાં પેલીએ હાથ આડો ધરી દઈ નાઈટલૅમ્પ તરફ ઇશારો કર્યો.

'સમજી ગયો !' આશિષને મજાક સૂઝી આવી : 'સ્ત્રીના મનમાં ડોકિયું કરવા માટે નાઈટલૅમ્પની જરૂર નથી !'

ઊભો થઈને એ નાઈટલૅમ્પની સ્વિચ દબાવવા હાથ લંબાવે ત્યાં બહારથી આવતા કોઈ અવાજે તેના કાન સરવા કરી દીધા. ઘરનો દરવાજો ઉઘાડી કોઈક અંદર દાખલ થતું હોય એવો ભાસ થયો. તેની ગરદન અક્કડ થઈ. ધીમેથી બારણું બંધ થવાનો અવાજ... પછી કોઈકનાં પગલાં... એ જ પરિચિત પગલાં... ડાબો પગ ખોડંગાતો હોય એવી ચાલ... આશિષનાં નાખોરાં ફુલ્યાં... મારાં લગ્નની પહેલી રાતની પણ આ માણસે મર્યાદા ન જાળવી ! તેના દાંત ભીંસાવા લાગ્યા : બાએ એટલે જ કુમારને અહીં રોકાવા ન દીધો ! તેના મનમાં ધિક્કાર ઘૂંટાવા લાગ્યો : મારાં લગ્નમાં ગેરહાજર રહીને અન્તુકાકાએ જાહેરમાં મારું માન રાખ્યું. અને મધરાતે ચોરની જેમ ઘરમાં ઘૂસી મારી સાથે–

આશિષ પીઠ ફેરવીને ઊભો ન હોત તો એના ચહેરાનું રૌદ્ર સ્વરૂપ જોઈને ગીતા છળી પડત.

'બત્તી બંધ કરતાં બીક લાગે છે કે ?' ગીતાએ ટહુકો કર્યો : 'ત્યાં ઊભા કેમ રહી ગયા ?'

અને શયનખંડ પાસેથી પસાર થતા અન્તુકાકાનાં પગલાં પોતાની છાતી પરથી પસાર થયાં હોય એવી પીડા અનુભવી. આશિષે ખુન્નસભેર નાઈટલૅમ્પની સ્વિચ દાબી દીધી.

અને અંધારો શયનખંડ ગીતાની તીણી ચીસથી ખળભળી ઊઠ્યો. ગળા ફરતે ભીંસાયેલા આશિષના બંને પંજાની પકડમાંથી છુટકારો પામવા એણે જોર તો અજમાવ્યું, પણ ગૂંગળાતા શ્વાસે તેની શક્તિ રૂંધી નાખી.

'શું થયું, આશિષ ?' રાધાબહેનના અવાજે આશિષને સજાગ બનાવી દીધો : મારી માતા તો ખંડની બહાર છે !

'ગીતાએ ચીસ કેમ પાડી, આશિષ ?' રાધાબહેન બારણા પર બેઉ હાથની મુઠ્ઠી પછાડતાં ઉદ્વેગથી પૂછી રહ્યાં હતાં : 'તું કેમ કંઈ બોલતો નથી ?'

ધીમેધીમે આશિષ ગીતાથી દૂર ખસ્યો. બહાર પૅસેજમાં થતી બત્તીના આછા અજવાળામાં પલંગ પર બેહોશ પડેલી ગીતા દેખાઈ. પોતાનો રેશમી ઝભ્ભો

પરસેવાથી પલળી ગયો હોવાનું મહેસૂસ કર્યું. બન્ને હાથના પંજા એટલા અક્કડ થઈ ગયા હતા કે હજુ પણ આંગળાં વળતાં નહોતાં.

'બારણું ઉઘાડ, આશિષ !' રાધાબહેન આક્રંદભર્યા અવાજે બરાડી પડ્યાં : 'શું થયું, કહે તો ખરો !'

ત્યારે આશિષે દાંત ભીંસ્યા. પોતાની જાત પર કાળ ચડતો હોય તેમ હાંફતા અવાજે અને ઘૂંટાતા શ્વાસે તેણે સામી ત્રાડ નાખી : 'કંઈ નથી થયું ! જા, જઈને સૂઈ જા તારા...'

છેલ્લા શબ્દો એ ઉચ્ચારી ન શક્યો. હૃદયમાં ભંડારી રાખેલી વેદના આંસુ વાટે વહેવા લાગી હતી.

❑

૮

રાધાબહેન 'રામાયણ'નો સીતાહરણનો પ્રસંગ વાંચતાં હતાં. 'રામાયણ' એમનો પ્રિય ગ્રંથ. અવકાશ મળે ત્યારે 'રામાયણ' ખોલીને બેસી જાય. રામ-વનવાસ કે સીતાહરણ કે સીતાત્યાગ એ ત્રણ એમના માનીતા પ્રસંગ; તેમાંય રામ-વનવાસ કે સીતાત્યાગ વાંચતાં હોય ત્યારે તો અધવચ્ચે જ તેમની આંખો ભીંજાવા લાગે અને રડતાં-રડતાં જ 'રામાયણ' બંધ કરી દે.

'લ્યો બા, તમારી કૉફી !'

ગીતા કૉફીનો કપ નીચે મૂકવા માટે જરા ઝૂકીને સાસુ સામે મલકી.

'તારો કપ ક્યાં, વહુ ?' નવાં-નવાં સાસુ થયેલાં રાધાબહેન 'વહુ'નું સંબોધન વાપરવાનો કોઈ મોકો જતો ન કરતાં : 'તારા માટે કૉફી નથી બનાવી ?'

'મારે હજુ અર્ધા કલાકની વાર છે, બા !' કહેતી ગીતાએ કાંડાઘડિયાળમાં જોયું : 'તમારે તો ચાર વાગ્યાનો કૉફીનો ટાઇમ છે. થોડાં કપડાં પર ઇસ્ત્રી ફેરવી, પછી હું નિરાંતે લઈશ.'

'તો પછી આશિષની સાથે જ પીજે ને.'

'એ તો છેક જમવાના ટાઇમે ઘેર આવશે.'

કહીને ગીતાએ ચાલની ઝડપ વધારી, પણ સાસુનો સવાલ તેને આંબી ગયો : 'તું કેમ કાંઈ કહેતી નથી, વહુ ? પરણ્યાને હજુ પંદર દિવસ થયા ત્યાં ઑફિસે ઓવરટાઇમ કરવાની એવી તે શી જરૂર છે ? તું ન કહી શકતી હો તો હું કહી દઈશ કે કાલથી ઓવરટાઇમ બંધ અને રોજ સાંજે ગીતાને લઈને ફરવા જવાનું !'

પણ ગીતાએ કોઈ પડઘો ન પાડ્યો ત્યારે રાધાબહેને આંખ પરથી વાંચવાનાં ચશ્માં હટાવી કૉફીનો કપ હાથમાં લીધો. કૉફી પીતાં-પીતાં એ પંદર દિવસ અગાઉની ઘટના વાગોળવા લાગ્યાં.

દસ મેની મધરાતે આશિષે શયનખંડમાં જઈ બારણું વાસ્યું કે તરત જ પોતે અરીસાની સામે ચહેરો નીરખવા ગોઠવાઈ ગયાં હતાં. સાજ-શણગાર બધા બરાબર હતા, માત્ર કપાળ પર લાલ રંગની એક ટીલડીની જ ખોટ હતી. એ ખોટ પૂરી કરીને ફ્રિજમાં સાચવી રાખેલી મોગરાની વેણી કાઢી : અંતુભાઈને મોગરાની સુવાસ બહુ ગમતી, કદાચ્ એ પોતે પણ કાંડા પર મોગરાનો ગજરો વીંટાળીને જ આવશે !

બિછાનામાં લંભાવીને પોતે વિચારતાં હતાં : એ થોડી વાર પછી આવે તો સારું, આશિષના બેડરૂમમાં લાઈટ હજુ છે... લગ્નના આગલા દિવસે મળવા આવ્યા ત્યારે કહેતા ગયેલા : 'રાધા, લગ્નમાં હાજર રહેવાનો લહાવો તો નહીં લઈ શકું, પણ રાત્રે તારી પાસે આવ્યા વગર નથી રહેવાનો ! લગ્નમાં શું-શું બન્યું, કોણ આવ્યું, ન આવ્યું, કોણ શું-શું બોલ્યું – એ બધું જ તારી પાસેથી સાંભળીશ અને વહેલી સવારે પાછો ચાલ્યો જઈશ...'

એમનો એ પ્રસ્તાવ પોતે નકારી શકી નહોતી. પોતે પણ એ રાતે એમનો સંગાથ ઝંખતી હતી, છતાં તાકીદ કરેલી : 'બને એટલા મોડા આવજો. દરવાજાની ચાવી તો તમારી પાસે છે. આસ્તેથી બારણું ખોલજો અને દબાતાં પગલે અંદર દાખલ થજો...'

એમણે લૉક ઉઘાડ્યું તેનો ખટાક અવાજ પોતાને કાને તો પડ્યો જ હતો. મનોમન બબડી જવાયું હતું : 'જરા વહેલા આવી ગયા !' એ દબાતાં પગલે તો આવ્યા, પણ અધીરાઈમાં બૂટ ઉતારવાનું ચૂકી ગયા. ઉંબરે આવીને ઊભા રહ્યા ત્યારે બંનેની આંખોમાં મિલનની ઉત્કટતા ઊછળવા માંડી. પાંચદસ પળ અપલક નેત્રે પરસ્પરને જોઈ લઈ બાકી રહેલું અંતર મિટાવી દેવાનું બંને વિચારતાં હતાં ત્યાં આશિષના રૂમમાંથી આવતી તીણી ચીસ સાંભળતાં જ બંને ધ્રૂજી ઊઠ્યાં હતાં : 'શું થયું'નો સવાલ બંનેની આંખોમાં તગતગી ઊઠ્યો. અન્તુભાઈ આવેશમાં આશિષની રૂમ તરફ ધસી જવા લાગ્યા ત્યારે પોતે સમયસૂચકતા વાપરી એમને રોકી પાડ્યા હતા. ગીતાની ચીસે પોતાનું ગળું સૂકવી નાખ્યું હોય તેમ થોડી વાર તો અવાજ જ નીકળી શક્યો નહિ. આશિષના બેડરૂમનાં બારણાં પર હાથ પછાડીને પૂછ્યું ત્યારે અંદરથી થોડી વારની ખામોશી પછી ઉડાઉ જવાબ મળ્યો અને પોતે બારણાં પાસે જ ફસડાઈને બેસી પડ્યા હતાં.

કેવી વિકટ પરિસ્થિતિ સર્જાઈ હતી ! પહેલી રાત્રે પુત્રવધૂની ચીસ સંભળાય અને પોતે લાચાર રહીને અજાણ્યાં થઈને ફફડતા જીવે બેસી રહેવું પડે ! ન કારણ જાણી શકાય કે ન નિવારણ જણાવી શકાય... અન્તુભાઈની હાજરી ન હોત તો

અડધા કલાક પછી ફરી પોતે પૂછપરછ કરત, પણ ઇશારાથી સમય સાચવી લેવાની સલાહ આપી પોતાને ટેકો આપીને એમણે જ પલંગ પર સુવાડી દીધી હતી. ત્યાર પછીના ચાર કલાક બંને એકબીજાની સામે જોતાં બેસી રહેલાં. પાંચ વાગ્યે અન્તુભાઈએ હિંમત આપીને વિદાય લીધા પછી થોડી વારે પોતાની આંખો મળી ગઈ અને આંખો ખૂલી ત્યારે સવારની ચા લઈને ગીતા જ સામે ઊભેલી દેખાઈ હતી !

'અરે, વહુ ! તમે !' આંચકા સાથે બિછાનામાં બેઠાં થતાં પોતે કહ્યું હતું : 'રોજ છ વાગ્યે અચૂક મારી આંખો ઊઘડી જાય છે અને આજે શું થયું ખબર ન પડી... પરણીને પહેલે દિવસે તમારે રસોડામાં ચા બનાવવી પડે.'

'મને તો રોજની આદત છે, બા !' ચાનો કપ બાજુમાં મૂકતાં ગીતાએ હસીને કહેલું : 'બાપુજીને ઊઠતાંવેંત ચા જોઈએ... અને બીજી એક વાત. તમે મને દીકરી જેવી ગણતાં હો તો વહુ ભલે કહો, પણ "તમે-તમે" ના કરતાં !'

ત્યારે પોતે વહાલથી હાથ પકડી તેને બાજુમાં બેસાડી હતી : 'આશિષ ઊઠ્યો કે ?'

ગીતાએ ડોક હલાવી ના પાડી ત્યારે પોતાના હોઠ પર આવી ગયું : વહુ, કાલે રાત્રે મેં ચીસ સાંભળી... પણ જુદા જ શબ્દો હોઠ પર પ્રગટ થયા : 'તને બરાબર ઊંઘ તો આવી ગઈ'તી ને ?'

'હાસ્તો !' શરમાતી હોય તેમ આડું જોઈને ગળે વીંટાળેલો સાડીનો છેડો ઠીક કરતી એ ઊભી થઈ ગયેલી : 'બા, હું નાહી લઉં. પછી તમે ચીંધો એ પ્રમાણે રસોઈની તૈયારી કરવા માંડું !'

ગીતાએ રાતવાળી વાત ટાળી દીધી હતી એ પોતે સમજી ગયાં. એક રીતે એમને વહુ માટે માન થયું તો બીજી રીતે ઉચાટ પણ જાગ્યો : એણે ચીસ શું કામ પાડી હશે ? એને એવો કોઈ રોગ હશે ? પણ તો-તો આશિષ તરત જ બારણું ઉઘાડી પોતાને જાણ કરત કે જુઓ ને, ગીતાને આ શું થાય છે ? વહુથી આંખોમાં પોતાને કોઈ ફરિયાદ ન સંભળાઈ તેમ પહેલી રાત પછી સ્ત્રીના ચહેરા પર દેખાવી જોઈએ એવી લજ્જા પણ જોવા નહીં મળી... નક્કી કાંઈક છે ખરું, પણ બંને માણસે આપસમાં સમજૂતી કરી લીધી હોવી જોઈએ કે બાને આની જાણ ન થવા દેવી જોઈએ.

જોકે ત્યાર પછી કોઈ રાતે ચીસનું પુનરાવર્તન થયું નહોતું... પણ આશિષમાં ન સમજાય એવું પરિવર્તન દેખાઈ રહ્યું હતું. તાજા પરણેલા પુરુષ જેવો એ

ખુશખુશાલ દેખાતો નહોતો. કાંઈ ને કાંઈ બહાનું કાઢી વહુની આસપાસ આંટાફેરા કરતો નહોતો કે માની નજર ચુકાવી વહુને કોઈ અડપલાં પણ કરી લેતો નહોતો. અરે, સાંજે ફરવા લઈ જવા કે રાત્રે સિનેમા જોવા લઈ જવાને બદલે આજકાલ ઑફિસમાં ઓવરટાઇમ શરૂ કરી દીધો.

...અને એ જ વખતે દરવાજાની ઘંટડી વાગી એટલે રાધાબહેને ઝટપટ કૉફી પૂરી કરી ચશ્માં ચઢાવી 'રામાયણ'માં ધ્યાન પરોવ્યું. એમણે માન્યું કે આશિષ આજે વહેલો આવ્યો હશે એટલે ગીતાને જ દરવાજો ઉઘાડવા જવા દીધી.

'કેમ, માસીબા, ઘરમાં નથી ?'

ઊઘડતા દરવાજામાં કુમારનો અવાજ સાંભળતાં જ રાધાબહેનના મોં પર અણગમો ઊપસી આવ્યો. છેલ્લા એક અઠવાડિયાથી નિયમિતપણે આમ જ બનતું હતું. સાડાચાર થાય એટલે કુમારનું આગમન થાય. આજે એટલે જ તો પોતે ગીતાને કૉફી માટે પૂછ્યું હતું. એણે ભલે કપડાં ઇસ્ત્રી કરવાનું બહાનું દેખાડ્યું, પણ રોજનો નિયમ થઈ ગયો હતો. કુમાર આવે એટલે ગીતા બે કપ કૉફી બનાવે અને પછી અંદરના ઓરડામાં ગુસપુસ કરતાં બેઉ સાથે કૉફી પીએ...

'રામાયણ વાંચો છો, માસીબા ?' કુમારે પૂછ્યું તો રોજની ઢબે, પણ રાધાબહેનને એમાંય કટાક્ષ દેખાયો. આંખો પરથી ચશ્માં હટાવી એમણે કુમાર સામે સહેજ પહોળી આંખે જોયું : 'આજકાલ તારાં બધાં ટ્યૂશન બંધ થઈ ગયાં કે શું ? સાંજે સાવ નવરો થઈ જાય છે !'

'ટ્યૂશનનું તો એવું છે ને, માસીબા ! કે સમય આગળપાછળ કરી શકાય. આજકાલ પરીક્ષાની તૈયારીઓ માટે રજા પડી છે એટલે સવારથી બપોર સુધીમાં બધાં ટ્યૂશન પતાવીને સાંજ પડતાં અહીં આવી પહોંચું છું.' કહીને કુમારે વગર માગ્યે ખુલાસો કરી દીધો : 'પરણીને આપણે ઘેર આવેલી ગીતાને કોઈકે તો કંપની આપવી જોઈએ ને !'

તેનું એ અંતિમ વાક્ય રાધાબહેનને ટાંચણી વાગવા જેવું ખટક્યું. બરાબર એ જ વખતે ગીતા રસોડામાં જતી દેખાઈ એટલે તેના પર તાકી રહેલા કુમારે રમતિયાળ ઢબે ઉમેર્યું : 'માસીબા, ગીતા કૉફી પણ બહુ ફાંકડી બનાવે છે.'

કુમારે રસોડા પર મંડાયેલી નજર પાછી ન વાળી એટલે હોઠ ભીડી ચશ્માં ચડાવીને રાધાબહેને 'રામાયણ' પર નજર નાખી. જેને લક્ષ્મણ જેવો માન્યો હતો એ કુમારનાં લક્ષણમાં આજકાલ એમને કાંઈક પરિવર્તન દેખાતું હતું. કુમારની દૃષ્ટિ બદલાઈ ગઈ હતી કે એ પોતાનો દૃષ્ટિકોણ હતો ?

'કુમાર !' રાધાબહેને ડોક ઊંચી કરી કુમાર સામે જોયું તો એ હજુય રસોડા પર મીટ માંડીને વિચારમાં તલ્લીન બની ગયો હતો એટલે જરા ઊંચેથી કહેવું પડ્યું : 'કુમાર ! ''રામાયણ''નો આ પ્રસંગ બહુ ભાવાત્મક છે.'

'ક્યો પ્રસંગ, માસીબા !' કહેતો એ ગોઠણભેર તેમની સામે બેસી ગયો.

'લક્ષ્મણે દોરેલી રેખા ઓળંગીને સીતાજી સાધુવેશે આવેલા રાવણને ભિક્ષા આપવા ગયાં ત્યારે રાવણ તેમનું અપહરણ કરી ગયો. પછી રામ-લક્ષ્મણ સીતાની શોધમાં નીકળે છે. માર્ગમાં સીતાનાં આભૂષણો હાથ લાગે છે, ત્યારે રામચંદ્ર નાના ભાઈને પૂછે છે : ભાઈ લક્ષ્મણ આ આભૂષણ તો સીતાનું જ છે ને ? એનો જવાબ લક્ષ્મણ શું આપે છે એ સાંભળ...'

'ફિલ્મમાં જોયેલું એ દશ્ય મને બરાબર યાદ છે, માસીબા !' કુમારે નાટકીય શૈલીમાં કહ્યું : 'લક્ષ્મણ કહે છે, મોટા ભાઈ, સીતાજી ડોકમાં કે કાન-નાકમાં કેવા અલંકાર પહેરતા હતા એની મને ક્યાંથી ખબર હોય... મેં કદી ઊંચી નજર કરીને ભાભીની સામે જોયું નથી. રોજ સવારે એમને પ્રણામ કરતો હોવાથી મને તો માત્ર ભાભીએ પગમાં પહેરેલાં ઝાંઝર યાદ રહ્યાં છે !'

'માત્ર યાદ રાખવાથી કાંઈ ન વળે, કુમાર !' અધીર રાધાબહેન ઠપકો આપવાની ઢબે બોલી ગયાં : દિયર-ભોજાઈના આવા પવિત્ર સંબંધની ભાવના જીવનમાં પણ ઉતારવી જોઈએ.'

'પણ, માસીબા, મને તો આ પ્રસંગમાં લક્ષ્મણના વસવસાનો પડઘો સંભળાયો !' કુમારે વાતને હળવું સ્વરૂપ આપતાં ઊભા થઈને કહ્યું : 'લક્ષ્મણે જો ભાભીને ઊંચી નજર કરીને જોયાં હોત તો સીતાજીના અલંકાર તરત જ ઓળખી કાઢત ને !'

'મારા રોયા ! તું તો બધામાંથી અવળા અર્થ જ કાઢે છે !' કહીને રાધાબહેને એના તરફ હાથ ઉગામ્યો ત્યારે એને પણ મજાક સમજીને દૂર ખસી જતાં કુમારે સંભળાવ્યું :

'માસીબા,' ''રામાયણ''નો જમાનો ગયો. કળિયુગનો દિયર તો ભાભીએ કેવી હેરસ્ટાઈલ કરી છે, કઈ લિપસ્ટિક લગાડી છે અને કેવા કટનું બ્લાઉઝ પહેર્યું છે એની પણ બરાબર નોંધ લે છે !'

આવું કહીને કુમારે રાધાબહેન સામે જોયું હોત તો ખબર પડત કે એ સમસમીને નાખોરાં ફુલાવતાં તેને વેધકપણે તાકી રહ્યાં હતાં... પણ કુમારનું ધ્યાન તો રસોડામાંથી કૉફીના બે કપ સાથે બહાર નીકળતી ગીતા પર હતું.

'આજકાલ તું બગડતો જાય છે !' એવું રાધાબહેને કહ્યું તોપણ એમના તરફ દૃષ્ટિ કર્યા વગર ગીતાને અનુસરતા કુમારે જવાબ આપી દીધો :

'અને તમે આજકાલ સુધરતાં જાઓ છો, માસીબા !'

કુમાર તો આદત મુજબ બોલી ગયો હતો, પણ રાધાબહેનને એ વાક્ય હાડોહાડ વાગ્યું હતું. અન્તુભાઈ સાથેના પોતાના સંબંધના સંદર્ભમાં તેણે મને સંભળાવ્યું કે હવે હું સુધરતી જાઉં છું ! અગાઉ કેટલી વાર કહ્યું કે ગીતાને 'ભાભી' કહે, પણ માનતો જ નથી. અત્યારે લક્ષ્મણનું દૃષ્ટાંત સમજાવ્યું તો મજાકમાં ઉડાવી દીધું. ઘરમાં આવ્યો ત્યારથી ગીતા પર જ મીટ માંડી રાખી છે અને ઓછું હોય તેમ મને સુધરી જવાનું મહેણું માર્યું !

ધૂંધવાતા મનને વારી લેવા માટે રાધાબહેને 'રામાયણ' તરફ લક્ષ વાળ્યું, પોતાની જાતને ઠપકોય આપ્યો : મારે આ રીતે નહીં વિચારવું જોઈએ... પણ અંદરથી કુમાર-ગીતાના ખડખડાટ હસવાના અવાજ કાને અફળાયા ત્યારે વધુ ધૂંધવાયાં. છોકરી જોવા માટે આનાકાની કરતા આશિષને કુમારે કહેલા શબ્દો મનમાં પડઘાયા : એક વાર તું છોકરી પસંદ કરી લે, બાકીનું બધું હું સંભાળી લઈશ – એનો અર્થ હવે મને સમજાવા લાગ્યો. લગ્નની રાતે કુમારને ઘેર રોકાઈ જવાનો આશિષનો આગ્રહ, શયનખંડમાંની સંભળાયેલી ગીતાની ચીસ, પરણ્યા પછી ઑફિસમાં ઓવરટાઇમ કરવા લાગેલો આશિષ અને ટ્યૂશનના ટાઇમ બદલીને રોજ સાંજે ઘેર આવતો કુમાર...

તર્કના એક પછી એક અંકોડા જોડતાં રાધાબહેનના મન ફરતે વહેમની સાંકળે ભરડો લેવા માંડ્યો. આંખો 'રામાયણ' પર હતી, પણ મનમાં 'મહાભારત' સર્જાવા લાગ્યું.

અંદરના રૂમમાંથી આવતા હાસ્યના પડઘા શમી ગયા એટલે રાધાબહેને કાન વધારે સરવા કર્યા. સ્ત્રી-પુરુષ વચ્ચેની ગુફ્તેગોનો અસ્પષ્ટ અવાજ સંભળાવા લાગ્યો. સામે પડેલી ઉઘાડી 'રામાયણ'નાં પૃષ્ઠો પર કાળા અક્ષરો તાંડવ કરતા હોય એવો આભાસ થયો. રાધાબહેને બળપૂર્વક આંખો મીંચી દીધી, પણ તેનું પરિણામ તો વધુ વિપરીત આવ્યું. બંધ આંખોએ માનસપટ પર ન જોયેલું વર્ષો પહેલાંનું એક દૃશ્ય ઉપસાવ્યું...

સ્ત્રીને ઊંચકીને પુરુષ પલંગ પર સુવાડે છે. પેલી ભાનમાં નથી અને પુરુષની વાસના અંકુશમાં નથી. ધીમેધીમે એ સ્ત્રીના દેહ પરથી વસ્ત્રો ઉઠાવે છે. સ્ત્રીની કાયા ટાઢીબોળ છે, પણ પુરુષના દેહમાં દાહ લાગ્યો છે અને... અને ન

બનવાનું બની જાય છે... રાધાબહેનના સમગ્ર દેહમાં ક્રોધ ભભૂકી ઊઠે છે. અત્યારે જાણે એ જ દશ્ય અંદરના ઓરડામાં ભજવાઈ રહ્યું હોય તેમ એમને ચીસ પાડી ઊઠવાનું મન થાય છે. પણ ગળામાંથી ચીસ પણ નીકળતી નથી. આંખો ઉઘાડી એ ઓરડા તરફ જુએ છે, પણ કોઈ હિલચાલ કળાતી નથી. એ ખામોશી એમના મગજમાં ખળભળાટ મચાવી દે છે. ઊઠીને ત્યાં ધસી જવાની ઇચ્છા જોર કરી ગઈ, પણ ક્રોધને કારણે અક્કડ થઈ ગયેલી પલાંઠીમાંથી પગ છૂટા થયા નહીં ત્યારે નજીકમાં પડેલા કૉફીના ખાલી કપ પર ઝાપટ મારીને ભીતરમાં ઘૂંટાતા ખુન્નસના જોશમાં ઓરડાની દીવાલ પર કાચના કપનો ઘા કરી દીધો.

ખણ ણ...ણ... અવાજ સાંભળતાં જ ચોંકીને બહાર ધસી આવેલા કુમારે માસીબા તરફ જોયું. એમના રૌદ્ર સ્વરૂપનું કારણ સમજાયું નહીં ત્યારે મજાકમાં પૂછી બેઠો : 'શું થયું, માસીબા ? 'રામાયણ'માં એવું તે શું વાંચવામાં આવ્યું કે તમે આટલાં બધાં કોપાયમાન થઈ ગયાં ?'

તેની એ મજાકે અગ્નિમાં ઘી હોમવાનું કામ કર્યું. લાલઘૂમ ચહેરે અને ધ્રૂજતા શરીરે રાધાબહેને ત્રાડ નાખી : 'મારા આશિષની વહુ સાથે અંદર શું છાનગપતિયાં કરે છે ?'

કોઈકે વીજળીનો શૉટ આપ્યો હોય તેમ કુમારના શરીરમાં રૂંવાડે-રૂંવાડે આગ પ્રગટી ઊઠી. બરાબર એ જ વખતે ઓરડામાંથી બહાર આવી નીચે પડેલા કાચના ટુકડા વીણતી ગીતાએ સમસમીને સાસુ સામે જોયું.

'મારી સામે આંખો શાની કાઢે છે ?' મગજ પર સવાર થયેલા ક્રોધે રાધાબહેનની વાણી પરનો રહ્યોસહ્યો સંયમ પણ છટકાવી દીધો : 'તને જરાય લાજશરમ નથી આવતી ? ધણીની ગેરહાજરીમાં રોજેરોજ એને બેડરૂમમાં લઈ જાય છે, બપોર થાય ત્યાં એની વાટ જોતી બનીઠનીને તૈયાર થવા માંડે છે અને સાસુ સાથે કૉફી પીવી ગમતી ન હોય તેમ કુમારના આવ્યા પછી રસોડામાં કૉફી બનાવવા દોડી જાય છે...'

'માસીબા !' કુમારથી રાડ નખાઈ ગઈ : 'તમે... તમે આ શું બોલી રહ્યાં છો ? ગીતાને ઘરમાં આવ્યાને ભલે હજુ પંદર દિવસ થયા હોય, પણ હું તો તમારા દીકરા જેવો...'

'જા-જા, દીકરાવાળા !' રાધાબહેને તેને પૂરું બોલવાય ન દીધો : 'અનાથ જાણીને મેં દયા દેખાડી, પણ કોને ખબર તું કોની કૂખે જન્મ્યો હઈશ... દિયર થઈને રહેવાને બદલે દોસ્તની પીઠ પાછળ એની જ નવવધૂ સાથે...'

'બા !' હવે ગીતા રહી ન શકી. ધ્રૂજતી કાયા સાથે આગળ ધસી આવીને ઘૂંટાતા શ્વાસે એ બોલી ગઈ : 'તમે અત્યારે ક્રોધમાં ગમે તેમ બોલી રહ્યાં છો. તમને હું હાથ જોડું છું – હવે એક શબ્દ પણ ઉચ્ચારતાં નહીં !'

'નહીંતર તું શું કરી લેવાની ?' રાધાબહેન જુસ્સાભેર ઊભાં થયાં : 'તને વચ્ચે બોલવાનું કોણે કહ્યું ? જા, તારા રૂમમાં જઈને બેસ...' પછી કુમાર સામે દાંત ભીંસ્યા : 'ચાલ્યો જા, છોકરા... અને સાંભળતો જા, આજ પછી ક્યારેય મારા ઘરમાં પગ મૂકતો નહીં... કોને ખબર કેવા કમજાત આદમીની ઓલાદ હોઈશ તું...'

રાધાબહેનના છેલ્લા એક વાક્યમાં કુમારને પોતાનું સમગ્ર અસ્તિત્વ ઓગળી જતું લાગ્યું. પોતાના ચારિત્ર્ય પરના આક્ષેપ તો એ ઘડીભર માટે સહી લેત, માસીબાના મનમાં દઢ થયેલો વહેમ સમજાવટથી દૂર કરી દેત, પણ 'કમજાત આદમીની ઓલાદ'નું અપમાન બહુ વસમું લાગ્યું એને !

'માસીબા, તમે જાકારો આપ્યો છે એટલે ચાલ્યો જાઉં છું, પણ...' બોલતાં-બોલતાં તેનો કંઠ ભરાઈ આવ્યો એટલે કહેવાનું અધ્યાહાર રાખીને જ તેણે ત્યાંથી નીકળી જવું પડ્યું.

કુમારને જતો જોઈ રહેલી ગીતા હજુય હાંફતી-કાંપતી હતી. ફેફસાંમાં ભરી રાખેલો શ્વાસ છોડતાં સાસુ પર ધારદાર નજર ફેંકીને એ તેના રૂમમાં ધસી ગઈ ત્યારે રાધાબહેને માન્યું કે પલંગ પર પછાડ નાખીને હમણાં એ પોક મૂકશે...

પણ તેમની ધારણા કરતાં કાંઈક જુદું જ બની ગયું. અર્ધી મિનિટ પછી ઓરડામાંથી બહાર આવતી ગીતાના મુખ પર કોઈ બળવાખોર જેવું ઝનૂન ઊભરાતું દેખાયું. ઊંડો શ્વાસ લઈ હોઠ ભીડીને રાધાબહેન સામે તેણે તીક્ષ્ણ નજર ફેંકી.

'સાસુજી ! થોડી વાર માટે તમારી એ તુલસીદાસજીરચિત રામાયણ બાજુએ રાખો.' ધીમાં છતાં મક્કમ પગલે આગળ વધતી ગીતા પ્રત્યેક શબ્દ પર વજન મૂકીને બોલતી હતી : 'હું તમને આ બીજી રામાયણ સંભળાવવા માગું છું.' કહીને ગીતાએ બગલમાં દબાવી રાખેલી પાકા પૂંઠાની એક્સરસાઈઝ બૂક ઉઘાડી.

'બીજી રામાયણ !' રાધાબહેનની પૃચ્છામાં અધીરાઈ ઊછળી આવી.

'આપની પોતાની રામાયણ !' કહીને ગીતાએ ફરી ધારદાર નજરથી સાસુને વીંધી નાખ્યાં : 'તમારા પુત્ર આશિષના હૈયાની વ્યથા હૃદયને મક્કમ કરીને સાંભળજો.'

'લાવ !' રાધાબહેને હાથ લંબાવી આજ્ઞા અને આજીજીના મિશ્રભાવે કહ્યું :

'નોટબૂક મને આપી દે. હું વાંચી લઈશ.'

ત્યારે ગીતાના હોઠ વ્યંગમાં વંકાયા : 'વાંચવા કરતાં ક્યારેક સાંભળવાથી વધુ અસર થાય છે... સાંભળો.' કહીને ગીતાએ નોટબૂકના પાના પર દૃષ્ટિ માંડી : 'તમારા પુત્ર લખે છે કે –

''અગાઉ મને અનાથ કુમાર માટે દયા જાગતી હતી. એ બિચારાને માતા નથી એનું દુઃખ થતું, પણ મારી માતાના ચારિત્ર્ય વિશે લોકોની નિંદા સાંભળીને થતું : આવી મા હોવા કરતાં મા વગરના હોવું વધારે સારું !

આ એ રાતની વાત છે જ્યારે મને ટાઈફૉઈડ થયો હતો. બિચારો કુમાર મારી સારવાર માટે ઘેર રોકાવા માગતો હતો, પણ બાએ તેને રોકાવા જ ન દીધો. આમ તો અન્તુકાકા અમારે ઘેર દિવસના ભાગમાં જ આવતા, જ્યારે હું સ્કૂલ કે કૉલેજમાં હોઉં, પણ માંદગીના કારણે આખો દિવસ ઘરમાં મારી હાજરી હોવાથી રાતે આવતા થયા. તાવના ઘેનમાંથી હું અચાનક જાગી ગયો ત્યારે સાડાઅગિયાર વાગ્યા હશે. બાજુના ઓરડામાંથી હસવાના અવાજ સંભળાયા એટલે મને કુતૂહલ જાગ્યું. હું અહીં બીમાર પડ્યો છું ત્યારે આવા સમયે બા કોની સાથે હસવા બેઠી હશે ? શરીરમાં નબળાઈ હોવા છતાં હું ઊભો થઈ ટેકે-ટેકે મારા ઓરડાના બારણા સુધી પહોંચ્યો. દરવાજો ઉઘાડું છું, ત્યાં મારા કાને સંવાદ અફળાયા : 'રાધા, આપણી પહેલી રાતની વાત યાદ છે ને... વિક્ટોરિયા લેક પર આપણે માણેલી મધુરજની !'

'એ તે કેમ ભુલાય ? ત્યારે આશિષ સવા વરસનો હતો. અચાનક રાતે જાગી જઈને આશિષે આપણા એ પ્રથમ મિલનમાં વિક્ષેપ પાડ્યો ત્યારે તમે ગુસ્સાથી લાલચોળ થઈ ગયા હતા અને મેં વાંસો થાબડીને આશિષને ઊંઘાડી દીધો ત્યાં સુધી રઘવાયાની જેમ તમે પલંગ પાસે આંટા મારતા રહ્યા હતા...'

આ સંવાદ સાંભળીને મને તમ્મર આવવા લાગ્યાં. શું મારી બાએ પિતાની હયાતીમાં એક પુત્રની મા થયા છતાં પણ અન્તુકાકા સાથે આ રીતે આડો વ્યવહાર બાંધ્યો હતો ? આઘાતને કારણે હું માંડમાંડ નીચે પટકાઈ પડતો બચ્યો. ઘસડાતો-ઘસડાતો પથારીમાં જઈને પડ્યો ત્યારે ભગવાનને એટલી પ્રાર્થના કરી : હવે મને આ માંદગીમાંથી કદી સાજો નહીં કરતો ! મને મારા સ્વર્ગવાસી પિતા પાસે...''

'ગીતા !' રાધાબહેને રાડ નાખી : 'બસ... હવે બહુ થયું ! કહું છું, એ નોટબૂક મને આપી દે !'

'નહીં, સાસુમા ! એમ હૃદય પોચું રાખો તે કેમ ચાલે ?' ગીતાના હાવભાવ

અને બોલવામાં દઢતા હતી : 'હજુ આગળ તો ઘણુંબધું છે, તેમાંથી થોડુંક સાંભળી લો અને બાકીનું તમે જાતે જ વાંચી લેજો, બહુ વાર નહીં લાગે !'

ત્યારે રાધાબહેને હાંફતી છાતી પર હાથ મૂકીને સાંભળવું પડ્યું :

"ત્યારથી બા માટે મારા મનમાં અભાવ જાગ્યો અને અન્તુકાકા માટે નફરત ! ઘણી વાર હું બાને પૂછતો કે મારા પિતાની કોઈ તસવીર જ તેં સાચવી નથી, ત્યારે એ કહેતી કે આફ્રિકાથી સ્ટીમરમાં આવતાં સામાનની એક પેટી ગુમ થઈ જતાં તેમાં એમની બધી જ સ્મૃતિ આપણે ગુમાવી બેઠાં... પણ એનો એ જવાબ મને કદાપિ સાચો લાગ્યો નથી. બાએ અન્તુકાકા સાથે મળીને મારા પિતાની પ્રત્યેક સ્મૃતિનો નાશ કરી નાખ્યો છે. કદાચ મારા પિતાની તસવીર ઘરમાં હોય તો બા છૂટથી અન્તુકાકાના સહવાસનું સુખ ભોગવી ન શકે એવી એ લોકોનાં મનમાં બીક... કેવાં હલકટ માનસ !"

ગીતા પાનું ફેરવીને આગળ વાંચવા જતી હતી ત્યાં સાસુએ તરાપ મારીને તેના હાથમાંથી નોટ ઝૂંટવી લીધી.

'તારા હાથમાં આ લખાણ ક્યાંથી આવ્યું ?'

નોટબૂક ઝૂંટવી લેનાર સાસુના મુખ પર પણ હવે રોષ નહીં, રંજ વર્તાતો હતો. આક્રમક મટી જઈને એ લાચારી દર્શાવતાં સામે ઊભાં હતાં. નોટબૂક પર કબજો જમાવેલા એમના બેઉ હાથ થરથર કાંપતા હતા છતાં ગીતાને દયા ન જાગી :

'નોટબૂક ભલે લઈ લીધી; પણ તમારે સાંભળવું તો પડશે જ, સાસુજી ! થોડી વાર પહેલાં જ તમે જે વહુના ચારિત્ર્ય પર ચીતરામણ કર્યું એનો વલોપાત નહીં સાંભળો તો ફરજ ચૂક્યાં ગણાશો.'

'બોલ, શું કહેવું છે તારે ?' રાધાબહેન કહેવા તો માગતાં હતાં જુસ્સાભેર, પણ અવાજમાં નરમાશ જ રહી, 'આટલા જખમ ઓછા લાગતા હોય તો તું પણ બે-પાંચ ઘા કરી દે, વહુ !'

'હું તો મારા હૈયાના જખમ ઉઘાડા કરું છું, બા ! તમે મારા પરણ્યાની પહેલી રાતે અમારા શયનખંડમાંથી એક ચીસ સાંભળી હતી ખરી ?'

સાંભળતાં જ ધક્કો લાગ્યો હોય તેમ રાધાબહેને ભીંતનો ટેકો લઈ લેવો પડ્યો : 'હા !'

'તમારા દીકરાએ પહેલી રાતે જ મારી ગળચી દબાવી દીધી હતી !'

'હેં !' રાધાબહેને પીઠથી ભીંતનો ટેકો લઈ બેઉ હાથ ધડકતી છાતી પર

દાબી દેવા પડ્યા : 'એણે તારી સાથે એવું કર્યું ?'

'શું કર્યું એ ન પૂછો, બા ! શું કામ કર્યું એમ પૂછો !' કહીને જાણે થોડી વાર પહેલાં જ કોઈએ ગળચી દબાવી હોય તેમ ગીતાએ બંને હાથ ડોક પર પસવાર્યા : 'હું મરતાં- મરતાં બચી છતાં મેં તમારી પાસે એક હરફ ન ઉચ્ચાર્યો, કારણ કે એમાં દોષ તમારા દીકરાનો નહીં, તમારો પોતાનો હતો !'

'મારો ?'

'હા, તમારા પ્રત્યેની ઘૃણાને કારણે તમારો પુત્ર પ્રત્યેક સ્ત્રીને ધિક્કારતો થઈ ગયો. એટલા ખાતર એ તો પરણવાય માગતો નહોતો, પણ કુમારે એને ખાતરી આપી કે મિત્રના મનની ગ્રંથિ એ મને સમજાવી દેશે અને ધીમેધીમે બધું થાળે પડી જશે... પરંતુ લગ્નની પહેલી રાત પહેલાં ન કુમારે મને આ બાબતથી વાકેફ કરી કે ન આશિષ મારી સમક્ષ દિલ ખોલી શક્યો ! હવે તમારો શું સંકોચ રાખવો ? સગાઈની સાંજે આ ઘરમાં મારાં પગલાં પાડતી વખતે તમે બોલી ગયાં હતાં ને કે નાની-નાની પગલીઓ પાડનાર આવે તો આ સૂનું ઘર કલ્લોલ કરતું થઈ જાય... પણ પરણ્યાને પંદર દિવસ થયા છતાં અમારી બંને વચ્ચે હજુ પતિપત્નીનો સંબંધ જ સ્થપાયો નથી, પછી પગલી પાડનારો ક્યાંથી આવવાનો ?'

ભીંતે પીઠ ટેકવીને ઊભેલાં રાધાબહેન ધીમેધીમે સરકતાં ભોંય પર ફસકાઈ પડ્યાં.

'હવે રહી કુમારની વાત...' ગીતાએ શ્વાસ ખાઈને કહેવા માંડ્યું : 'તમારા દીકરા રોજ સાંજે ઑફિસમાં ઓવરટાઇમ કરવા નહિ પણ કોઈ માનસશાસ્ત્રી પાસે સારવાર લેવા જાય છે એટલે મોડા આવે છે... અને કુમાર એમની ગેરહાજરીમાં મારી સાથે છાનગપતિયાં કરવા નહીં પણ આશિષના માનસમાં કેવો સુધારો થાય છે એની ચર્ચા કરવા તેમ જ બની શકે તો બે ઘડી મને હસાવીને આનંદમાં રાખવા આવે છે.'

ત્યારે ગોઠણ પર માથું ઢાળી દઈ રાધાબહેન ધ્રુસકે-ધ્રુસકે રડી પડ્યાં, ક્યાંય સુધી છાનું આક્રંદ કરતાં રહ્યાં, છતાં ગીતા એમની પાસે ગઈ નહીં. અચાનક ફોનનું ડાયલ ઘુમાવવાનો અવાજ સંભળાયો ત્યારે એમણે ડોક ઊંચી કરી તો ટેલિફોન જોડી રહેલી ગીતાની બાજુમાં એની બૅગ પણ પડી હતી.

એ કંઈ કહેવા જાય ત્યાર પહેલાં તો ગીતાએ જોડેલો નંબર લાગી ગયો અને સામે છેડે આશિષ પણ આવી ગયો.

'કોણ, આશિષ ?' ગીતાએ શક્ય એટલી સ્વસ્થતા ધારણ કરી સ્વાભાવિક

સ્વરે કહેવા માંડ્યું : 'આજે બાપુજી આઉટડૉર શૂટિંગમાંથી પાછા આવી ગયા એટલે તમે રજા આપો તો હું ઘેર જઈ આવું.'

સામેથી આશિષે કાંઈ કહ્યું એટલે ગીતાએ ઉમેર્યું : 'ના, માત્ર એક રાત માટે નથી જતી, ત્યાં ગમશે તો થોડા દિવસ રોકાઈ જઈશ.'

રાધાબહેન ઊભાં થઈને એની પાસે આવે ત્યાર પહેલાં તો ફોન પૂરો કરીને હાથમાં બૅગ ઊંચકતી ગીતા ઊભી પણ થઈ ગઈ હતી.

રાધાબહેન ગીતાને રોકવા માગતાં હતાં, પણ વહુની આંખોમાં દૃઢ સંકલ્પ જોઈને એમની જીભ ઊપડી નહીં.

❑

૯

નિયમ મુજબ ગિજુભાઈની આંખ મળસકે ઊઘડી ગઈ હતી. રાત્રે ગમે એટલા મોડા સૂએ તોપણ સાડાચાર વાગ્યે પથારીમાંથી બેઠા થઈ જઈ, ઘરના કોઈને જગાડ્યા વિના સવારની પહેલી ચા જાતે બનાવી લેવાનો નિયમ વર્ષોથી એણે સાચવ્યો હતો. હીંડોળે હીંચકતા ચાના ઘૂંટડા ભરતા ગિજુભાઈની નજર ચામડાની બૅગ પર પડી. કાલે સાંજે દીકરી સાસરેથી આવી છે એ વાત તો સાવ વીસરાઈ ગઈ !

ના, ગિજુભાઈ ભુલકણા નહોતા. એકની એક પુત્રીની યાદ તો સદાકાળ એમના હૈયે વળગેલી રહેતી, એટલે જ તો ગીતાને વળાવીને બે દિવસ પછી બાર દિવસનું આઉટડૉર શૂટિંગ ગોઠવ્યું હતું. દીકરીની જુદાઈના શરૂઆતના દિવસો એ દીકરી વગરના ઘરમાં વિતાવવા માગતા નહોતા. વળાવતી વેળાએ પોતાની છાતી પર માથું નાખી ધ્રુસકે- ધ્રુસકે રડતી પુત્રીને એ કહી શક્યા નહોતા કે મેં માત્ર કન્યાદાન નથી આપ્યું, મારા કાળજાનો કટકો આપી દીધો, છતાં તારી જેમ હું મોકળાશથી રડી શકતો નથી.

હીંચકેથી ઊઠીને એ અંદરના ખંડમાં ગયા. આદત મુજબ ગીતા જમણા હાથથી મોં ઢાંકીને સૂતી હતી, ઘસઘસાટ ઊંઘતી હતી. ઘણી વાર ઊંઘતી પુત્રીનું મુખ જોવા પોતે મોં પરથી એનો હાથ ખસેડી લેતા ત્યારે 'સૂવા દો ને, બાપુજી !' કહી ગીતા પડખું ફેરવી ફરી ઊંઘવા માંડતી અને ગિજુભાઈ તેનો નિર્દોષ ચહેરો નીરખ્યા કરતા. આજે એવી જ ઇચ્છાથી તેમણે હાથ લંબાવ્યો, પણ સાસરેથી આવેલી દીકરીની નીંદરમાં ક્યાં ખલેલ પાડવી એ વિચારે લંબાવેલ હાથને પાછો વાળી લઈ ફુલસ્પીડમાં ફરતો પંખો જરા ધીમો કરીને એ ફરી હીંચકે આવીને બેઠા.

ગીતાનું ઘેર આવવું એમને જરા વિચિત્ર લાગ્યું. કાલ સવારે આઉટડૉરમાંથી

આવીને પહેલું કામ એને ફોન જોડવાનું કર્યું હતું. રિસીવર રાધાબહેને ઊંચકેલું એટલે ખબરઅંતર પૂછી ગીતા સાથે વાતચીત કરી તેમાં પોતે ખાસ કહ્યું હતું : હું તમને સૌને મળવા સાંજે આવું છું... પણ તેને બદલે ગીતાએ જ 'સામેથી મળવા આવી છું' એમ કહીને ઘરમાં તેની બૅગ મૂકી હતી. અણધારી દીકરી રહેવા આવી એના હરખમાં પોતે એ પણ વિચાર્યું નહિ કે આમ અચાનક એ કેમ આવી ચડી ? પહેલી વાર સાસરેથી પિયર તેડાવવા માટે તો મુહૂર્ત જોવાનું હોય, આપવા-લેવાનો વહેવાર કરવાનો હોય, તેને બદલે...

ગિજુભાઈને કાંઈક ખટકવા લાગ્યું : ગીતા સાસરે સુખી તો હશે ને ? ચહેરા પરથી દુઃખી દેખાતી નહોતી, શરીરેય સુકાઈ નથી. કદાચ સાસરિયામાં અજાણ્યું લાગ્યું હશે, શરૂઆત છે એટલે ગોઠતું નહિ હોય, તેમાં મેં ફોન કર્યો એટલે પિયર યાદ આવી ગયું હોય અને સાંજે સાસુની રજા લઈ મારી પાસે આવી હોય...

'કેમ છે આશિષ ? કેમ છે તારાં સાસુ ?' રાત્રે જમતાં-જમતાં પૂછ્યું ત્યારે એણે ટૂંકમાં જ જવાબ આપી દીધો હતો : 'બધાં જ મજામાં છે !' કહીને વાત વાળી લેવા સામો સવાલ પૂછી લીધો હતો : 'બાપુજી, તમારી ફિલ્મ કેટલે પહોંચી ? રામની ભૂમિકા ભજવતા પેલા પ્રેમકુમારને તમે પછી રાખ્યો કે રદ કર્યો ?'

વાતચીત કરતી વખતે એ નજર વાળી લેતી હતી. જમીને 'ચાલ, શેતરંજની એક બાજી રમી નાખીએ' એવું સૂચવ્યું ત્યારે એણે ઉત્સાહ દર્શાવ્યો નહોતો : 'બાપુજી, તમે આટલા દિવસના શૂટિંગ પછી થાક્યાપાક્યા આવ્યા છો. આજે બરાબર ઊંઘી કાઢો, આપણે કાલે રમીશું.'

'તું કેટલા દિવસ રહેવાની ?' એમ પૂછ્યું ત્યારે બગાસા સાથે જવાબને ખાઈ જતાં છણકો કર્યો હતો : 'કેમ, તમારે મને જલદી વિદાય કરી દેવી છે ?'

ના, દીકરીને મેં વળાવી હતી એવી નિખાલસ અને સાલસ પાછી આવી નથી. જરૂર કાંઈક બની ગયું છે.

ગિજુભાઈ તર્ક અને હીંચકો બંને થંભાવીને રસોડામાં ગયા. ઝપાટાબંધ બે કપ ચા બનાવી ગીતાના ખંડમાં પહોંચ્યા. બારી આડેથી પડદો હટાવ્યો એટલે ગીતા સફાળી બેઠી થઈ ગઈ. 'અરે ! અજવાળું થઈ ગયું !' કહેતી આંખો ચોળીને એણે સામે જોયું તો પિતા બેઠા હતા અને બાજુમાં ચાનો કપ પડ્યો હતો ! છોભીલું હસી પડતાં બોલી : 'અરે ! મને તો એમ કે હું સાસરે છું અને ઊઠવામાં મોડું થઈ ગયું... !'

'એટલે સાસુ ખિજાશે !' ગિજુભાઈએ સાહજિકપણે એનું વાક્ય પૂરું કર્યું

ત્યારે બગાસું ખાવા માટે પહોળું કરેલું તેનું મોં અધખુલ્લું રહી ગયું. પછી ચાના કપ પર દૃષ્ટિ કરીને લાડમાં કહ્યું : 'હું નવી-નવાઈની તો સાસરે નથી ગઈ કે મારા માટે તમે ચા બનાવી !'

'પહેલાં તું હાથ-મોં ધોઈ આવ, બ્રશ કરી આવ, એટલે આપણે સાથે ચા પીએ.' ગિજુભાઈએ વાત ઉખેળવાની તૈયારી કરતાં કહ્યું અને ગીતા પાછી આવી ત્યાં સુધીમાં શરૂઆત કરવાનો પ્રશ્ન પણ વિચારી રાખ્યો.

'સાચું કહેજે, ગીતા, કાલે સાસુ સાથે ઝઘડો કરીને આવી છે ને ?'

ગીતાએ હાથમાં પકડેલો ચાનો કપ ધ્રૂજી ઊઠ્યો. સાવ અણધાર્યો સવાલ આવી પડ્યો એટલે ચહેરાના ભાવ સાચવી લેવામાં વિલંબ થયો.

'એવું તમને કોણે કહ્યું ?' એનાથી પુછાઈ ગયું : 'ક્યારે મારી સાસુનો ફોન આવી ગયો ?'

'એટલે ઝઘડો થયો એ વાત તો સાચી !' પોતાનું અનુમાન સાચું પડ્યું એનો ગિજુભાઈને ખેદ થયો : 'રાધાબહેનનો મારા પર કોઈ જ ફોન નથી આવ્યો, પણ મને લાગ્યું કે કાંઈક બની ગયું છે... એ સિવાય તું આમ દોડી ન આવે.'

જવાબ શોધવા ખાતર ગીતાએ ચાનો કપ હોઠે અડકાડી રાખ્યો. બધું કહી દઈને પિતાને પરેશાન કરવા નહોતા, તેમ વાત ટાળી દેવાનો પણ કોઈ અર્થ નહોતો. મધ્યમમાર્ગ વિચારતી ગીતાને સૂઝી આવ્યું :

'ધારો કે સાસુ સાથે ઝઘડીને આવી હોઉં તો તમે મને ઘરમાં રાખો કે નહીં ?'

આંચકો છુપાવી ગિજુભાઈએ તેની સામે જોયું : વાત ધાર્યા કરતાં પણ વધુ ગંભીર લાગે છે.

'દીકરી ઝઘડો કરીને આવે તો હું એને વહેલી તકે પાછી મૂકી આવું.'

'બાપુજી !' ચાનો કપ બાજુએ મૂકતાં એ બોલી ઊઠી : 'એટલે તમે તમારી ફિલ્મોમાં વારંવાર સંવાદ બોલાવો છો તેમ આર્ય નારી ડોલીમાં બેસીને શ્વશુરગૃહે ગયા પછી એની અરથી પણ સાસરેથી જ નીકળે એવું કહેવા માગો છો ?'

બોલતાં-બોલતાં ગીતાના કપાળમાં ઊપસેલી નસ અને અવાજમાં આવી ગયેલી ઉગ્રતાએ ગિજુભાઈને ગંભીર બનાવી દીધા : 'તારે આવું બોલવું પડે એવું તે શું બની ગયું, ગીતા ? માંડીને વાત કર તો ખબર પડે ને ?'

'દીકરીએ સાસરિયાની બધી જ વાતો પિયરમાં કહેવી જોઈએ એવું તો તમે નહીં જ માનતા હો, બાપુજી !'

'ગીતા !' ગિજુભાઈથી ઊંચા અવાજે બોલાઈ ગયું. પુત્રી ધૂંધવાઈને આવી છે એ સમજાઈ ગયા પછી એમની અધીરાઈ તીવ્ર બની ગઈ. 'તું આ રીતે પિયર ન આવી હોત તો તારા સાસરિયાની કોઈ વાત હું તને પૂછત નહીં. અરે, તારી બાની હયાતી હોત તોય મારે તને પૂછવાનો વખત ન આવત... દલીલ કર્યા વગર ભલી થઈને કહે ને : સાસુ સાથે કઈ બાબતમાં ઝગડો થયો ? રાધાબહેન સ્વભાવનાં તો બહુ સારાં છે.'

'મેં એમના સ્વભાવનો દોષ ક્યાં કાઢ્યો ?' ફરી એ દલીલબાજીમાં ઊતરી પડત, પણ એમ કરવા જતાં તો પિતાની સહાનુભૂતિને બદલે ઠપકો જ સાંભળવાનો હતો એટલે ગરદન ઝુકાવીને કારણ દર્શાવી દીધું : 'સાસુએ મારા ચારિત્ર્ય પર શંકા કરી.'

'રાધાબહેન !...' ઝૂકીને બેઠેલા ગિજુભાઈ આંચકા સાથે ટટ્ટાર થઈ ગયા : 'તારા ચારિત્ર્ય પર શંકા ? કેવી શંકા ?'

'આશિષની ગેરહાજરીમાં કુમાર સાંજે ઘેર આવીને મારી સાથે મજાક-મશ્કરી કરે એ એમનાથી સહેવાયું નહીં.'

'ઓહ !' ગિજુભાઈની આંખો ચમકી : 'એટલે પેલા બોલકણા છોકરાએ આ હોળી પ્રગટાવી !'

'જુઓ, બાપુજી, તમે પણ મારી સાસુનું ઉપરાણું લઈ કુમારને વગોવવાના હો તો આપણે ચર્ચા અહીંથી જ અટકાવી દઈએ.'

'ભલે, હું કોઈનું ઉપરાણું નહીં લઉં, પણ રાધાબહેને તને શું કહ્યું ?'

'મને કહ્યા પહેલાં કુમારને પણ ન કહેવા જેવું કહી નાખ્યું.' અત્યારેય એ યાદ આવતાં ગીતાએ આંખો મીંચી દીધી : 'કુમાર અનાથ છે એ વાત સાચી, પણ એટલે એને કમજાતની ઓલાદ કહીને ઉતારી કેમ પડાય ?'

'કદાચ કુમારના વર્તનમાં રાધાબહેનને કાંઈક અજુગતું લાગ્યું હશે.'

'મને તો મારી સાસુનું જ વર્તન અજુગતું લાગ્યું. મારી હાજરીમાં કુમારને કે કુમારની હાજરીમાં મને એ આવું કહી જ કેમ શકે ?'

'પણ એણે તને કહ્યું શું એ તો કહે ?'

'એ જ કે આશિષની ગેરહાજરીમાં હું કુમારને મળવા બનીઠનીને તૈયાર થાઉં છું, એ આવે એટલે એની સાથે બેડરૂમમાં છાનગપતિયાં કરું છું.'

'એમણે એવું કહ્યું ?' ગિજુભાઈ અસ્વસ્થ બની ગયા : 'પછી તેં શું કર્યું ?'

'મેં ?' ગીતાની ડોક ટટાર થઈ, પણ તરત જ જીભ સંભાળી લીધી.

નોટબૂકની વાત કરવી નહોતી. પહેલી રાતે આશિષના વિચિત્ર આચરણનો હરફ ઉચ્ચારવો નહોતો. તો-તો બાપુજીની છાતી જ બેસી જાય.

'ગીતા, અટકી કેમ ગઈ ? તેં શું કર્યું ?'

'મેં પણ સાસુજીને બરાબરની સંભળાવી દીધી ! કહ્યું કે બીજાના ચારિત્ર્ય પર શંકા કરતાં પહેલાં તમારા પોતાના ચારિત્ર્ય...'

'ગીતા !' ગિજુભાઈ અથરા અવાજે અધવચ્ચે બોલી ઊઠ્યા : 'ગમે તેમ તોપણ એ તારાં વડીલ કહેવાય. તારાથી એમને આમ ન કહેવાય. તારી પાસેથી મેં આવી આશા નહોતી રાખી, મારી દીકરી !'

બોલતાં-બોલતાં એ ગળગળા થઈ ગયા. ત્યારે ગીતા નરમ પડી ખરી, પણ દલીલ કરવાનું ચૂકી નહીં :

'મેં પણ મારી સાસુ પાસેથી એવી આશા રાખી નહોતી, બાપુજી !'

'દીકરી, તારું કે કુમારનું અપમાન કરીને રાધાબહેન અત્યારે પસ્તાતાં હશે, જ્યારે તું તો કાંઈ જ ખોટું ન કર્યું હોય એ રીતે મારી સમક્ષ બયાન કરી રહી છે.' ગિજુભાઈના સ્વરમાં સમજાવટ ભળી : 'રાધાબહેનના ચરિત્ર્યનો તોલ કરવા માટે તું હજુ બહુ નાની છે... એ જો ટૂંકા દિલનાં હોત તો એમણે તને વહુ તરીકે સ્વીકારી જ ન હોત.'

'એટલે ?' ગીતા ચોંકી : 'મને વહુ તરીકે સ્વીકારવામાં એમનું મોટું દિલ ક્યાં આવ્યું, બાપુજી ?

'તારે જાણવું જ છે, ગીતા ?' કરુણામય દૃષ્ટિએ પુત્રીને જોતાં ગિજુભાઈએ કહ્યું : 'તારા ઘરસંસારમાં આ અઘટિત બનાવ ન બન્યો હોત તો કદાચ ક્યારેય આ ભેદ ખોલવાનો અવસર ન આવત... આજે કહેવું જ પડે છે ત્યારે પિતા-પુત્રીના સંબંધનો મલાજો રાખીને કહેવાય એ રીતે કહીશ.'

પિતાની ગંભીર મુખમુદ્રા અને ભારેખમ અવાજે ગીતાની જિજ્ઞાસા વધારી દીધી તેમ થોડો ફફડાટ પણ જગાડ્યો.

'આજે હું અઠ્ઠાવને પહોંચ્યો. તારો જન્મ થયો ત્યારે મારી ઉંમર પાંત્રીસની હતી. ત્રેવીસમે વરસે મારાં લગ્ન થયાં ત્યારે યશોદા માંડ અઢારની હશે. ઓછું ભણેલી છતાં ભારે સુશીલ, બહુ દેખાવડી નહીં છતાં અતિ માયાળુ અને પતિના દુઃખમાં પતિવ્રતાની જેમ પડખે ઊભી રહેનારી એ સ્ત્રીને ઈશ્વરે એક કારમી ખોડ આપી હતી. દર બે વર્ષે યશોદા મા બનતી. પણ સંતાન નવ વર્ષનું થાય ત્યાં એની કૂખ ઊજડી જાય. લોહીનું કોઈક એવું દર્દ હતું કે બાળક ઊઝરે જ નહીં. દસ વર્ષના

લગ્નજીવનમાં એણે બે દીકરા ને બે દીકરીઓને જન્મ આપ્યો, પણ એનો ખોળો ખાલી જ રહ્યો. એ ચાર પ્રસૂતિ પછી ડૉક્ટરોએ એને ચેતવણી આપી કે હવે સંતાનની તૃષ્ણા છોડો, નહીંતર તમે પોતે જ જીવ ગુમાવી બેસશો. મનેય ડૉક્ટરોએ ઠપકો આપ્યો કે તમે પોતે તો કંઈ સમજો ! પત્ની કરતાં તમને સંતાન વધારે વહાલાં છે ?

યશોદાને પોતાના જીવની પરવા નહોતી, પણ દરેક બાળકના મૃત્યુ પછી બેત્રણ મહિના હું સાવ ગુમસૂમ બની જતો એનો એને ભય લાગતો. મને ચિત્તભ્રમ થઈ જવાની એને બીક લાગતી.

આખરે પોતાની હાર સ્વીકારીને તેણે મને બીજું લગ્ન કરવા માટે દબાણ કરવા માંડ્યું : હું ભલે મા ન બની શકી, પણ તમે પિતા તો થઈ શકો ને ! આ ઘરમાં ઘોડિયું નહિ બંધાય ત્યાં સુધી મારા જીવને સુખ નહીં સાંપડે. બીજી વારનીને હું કોઈ વાતે ઓછું નહીં આવવા દઉં. તમારા પર મારો બધો હક્કદાવો જતો કરીશ, પણ તમે સારી સ્ત્રી પસંદ કરીને લઈ આવો...

હું તેના દબાણને વશ ન થયો. સંતાનની તૃષ્ણા તો મનેય એટલી જ હતી, છતાં બીજી સ્ત્રી કરવા સામે મારો વિરોધ એટલો જ હતો કે મારા પિતા બનવાથી એને માતૃત્વ મળવાનું નહોતું. ભલે એ બાળકને જન્મ આપી ન શકે, પણ એને પોતાના બાળકની જેમ ઉછેરી તો શકે ને ? એટલે મેં દત્તકની વાત ઉચ્ચારી ત્યારે એ છંછેડાઈ પડી. મારે તો તમારું જ બાળક જોઈએ. બીજાના બાળકને ઉછેરવામાં મને આશ્વાસન મળશે, પણ માતૃત્વ તો નહીં જ... તમે કોઈ સગાવહાલાંનું બાળક લો એવું પણ નહીં !

એ અરસામાં જ એક વિચિત્ર ઘટના બની ગઈ. ત્યારે હું આસિસ્ટન્ટ ડિરેક્ટર હતો. અમે પહેલી વારનું "રામરાજ્ય" ઉતારી રહ્યા હતા. પાત્રવરણી થતી હતી ત્યારે સીતા તરીકે મેં વસંતી નામની એક નવી છોકરી માટે ભલામણ કરી. દેખાવે એ સોહામણી હતી, અભિનયપટુતા ધરાવતી હતી અને બિચારી રાંક પણ બહુ હતી. પરંતુ સીતાના રોલ માટે લાયક હોવા છતાં દિગ્દર્શકે પોતાની માનીતી હીરોઈન શોભાને જ લેવાનો આગ્રહ રાખ્યો. બિચારી વસંતીને ભાગે લક્ષ્મણની પત્ની ઊર્મિલાના બેચાર સીન જ આવ્યા.

વસંતીને હતાશ જોઈને મને એના પ્રત્યે અનુકંપા જાગી... મેં એને ખાતરી આપી કે આપણી કંપનીની હવે પછીની ફિલ્મનું દિગ્દર્શન મને સોંપવામાં આવશે તેમાં હું તને જ હીરોઈન બનાવીશ. એ આશ્ચર્યથી મારી સામે જોઈ રહી. અમારી

લાઈનમાં મતલબ વગર કોઈ કાંઈ આપતું નથી. લાગણી-નીતરતી નજરે મને જોઈ લેતાં એ બોલી : વસાવડાજી, આ ફિલ્મમાંય તમે મારા માટે આટલી બધી મહેનત કરી છતાં બદલામાં મારી પાસે કોઈ જ માગણી કેમ મૂકી નહીં ? તમે બીજા બધા કરતાં જુદા લાગો છો. બાકી દિગ્દર્શકસાહેબે માત્ર બે સીનમાં ચાન્સ આપ્યો તેમાંય મને વારંવાર સંભળાવે છે કે છૂટછાટ લેવા દે, નહીં તો તને હીરોઈન કોણ બનાવવાનું ?

મેં કહ્યું : વસંતી, માનવીના હાથમાં લખ્યું કોઈ ટાળી શકતું નથી. લાવ જોઈએ, તારા હાથની રેખા જોઈને કહી દઉં ! ત્યારે હસ્તરેખા જોવાનો મને ભારે નાદ લાગ્યો હતો. કેટલીક આગાહી એવી સચોટપણે સાચી પડી કે મારી ભવિષ્યવાણીને લોકો બ્રહ્મવાક્ય માનવા લાગ્યા હતા. વસંતીનો હાથ તો મેં એને હિંમત આપવા જોવા લીધો હતો, પણ હાથની રેખા જોઈને મારી જ હિંમત ભાંગી પડી. તેની આયુષ્યરેખા સાવ ટૂંકી હતી !

મારા મુખભાવ પરથી એ કાંઈક કળી ગઈ હોય તેમ બોલી ઊઠી : વસાવડાજી, ખોટું બોલો તો તમને તમારી આ વિદ્યાના સોગન છે. જે હોય તે સાવ સાચેસાચું કહી દેજો. હીરોઈન બનવાની પોકળ આશા આપવા ખાતર ખોટું બોલવાના પાપમાં નહીં પડતા.

પણ ત્યાં સુધીમાં તો મારી મૂંઝવણ બેવડાઈ ગઈ, કારણ કે એક રેખા મૃત્યુયોગ સૂચવતી હતી તો બીજી રેખા માતૃત્વનો યોગ ! બહુ વિચાર કરીને મેં અર્ધસત્ય ઉચ્ચાર્યું : વસંતી, તું હીરોઈન તો નહીં બની શકે, પણ માતા જરૂર બનવાની ! સાંભળીને એ ખુશ થઈ ગઈ. આ કહેતાં તમે આટલું બધું અચકાતા'તા કેમ, વસાવડાજી ?... નિર્દોષભાવે એ પૂછી બેઠી ત્યારે મારે કહેવું પડ્યું : કારણ કે તું કુંવારી માતા બનવાની !

સાંભળીને ઝાટકા સાથે એણે પોતાનો હાથ પાછો ખેંચી લીધો હતો : તમે મને એવી ધારીને આવું શું કામ કહ્યું ? એની આંખોના ખૂણા ભીના થવા લાગ્યા, ત્યારે મારો સ્વાર્થ જીભે આવી ગયો : જો, વસંતી, તેં થોડી વાર પહેલાં જ કહ્યું હતું કે તને ચાન્સ આપવામાં આટલી બધી મહેનત કરી છતાં તારી પાસે મેં કોઈ માગણી કેમ ન કરી ? એ માગણી હવે મૂકું છું. તું મારા સંતાનની માતા બનીશ ?

આ સાંભળીને એ ડઘાઈ ગઈ. જાણે મારા પ્રત્યેનું બધું માન ઓસરી ગયું હોય એવા ભાવ એની આંખોમાં ઊપસી આવ્યા. આવી વિચિત્ર માગણી કરવા માટે હું મારી જાતને ઠપકો આપતો હતો ત્યાં એણે ગમ્મત ખાતર પૂછ્યું : ધારો કે હું

તમારી માગણી પૂરી કરું તો તમે મારા બાળકને પિતા તરીકે તમારું નામ આપશો ખરા ?

હા !... મારી હા સાંભળીને તો એ સાવ દિગ્મૂઢ બની ગઈ. મારે એને નિખાલસ થઈને સમજાવવું પડ્યું કે મારા થકી તારી કૂખે અવતરેલા બાળકથી હું મારી પત્નીનો ખાલી ખોળો ભરવા માગું છું. વારંવાર માતા બનવા છતાં નિઃસંતાન રહેલી યશોદાની કથની સાંભળીને એ ચૂપચાપ ત્યાંથી ચાલતી થઈ. જતાં-જતાં મારી સામે એવી રીતે જોયું કે જાણે કહેતી હોય : કોઈ સ્ત્રી પાસે આવી તે માગણી કરવાની હોય ?

બીજે દિવસે એ સ્ટુડિયોમાં ન દેખાઈ એટલે મને મારી જાત પર વધુ રોષ ચડ્યો. હું મને પોતાને જ બેવકૂફ લાગ્યો. હવે વસંતી ક્યારેય મને મોં નહીં દેખાડે. કદાચ કોઈને શોધીને પરણી જશે, માતા બની જશે..

પણ સાંજે ઘેર ગયો ત્યારે ખબર પડી કે સ્ટુડિયોમાં ન દેખાયેલી વસંતી ઘેર યશોદાને મળવા આવી ગઈ હતી. પોતે બાળકને જન્મ આપે તો યશોદા એને સ્વીકારવા તૈયાર થશે ને - એવું પૂછવા આવી હતી ! યશોદા સાથે બધું પાકું કરીને વસંતીએ કહ્યું : એટલી ધરપત રાખજો કે એક વાર બાળક તમને સોંપી દીધા પછી ક્યારેય તેના પર મારો હક બજાવવા નહીં આવું !

ત્યારે યશોદાએ તેનું કાંડું પકડી લીધું હતું : બહેન, મારા ધણીએ તારાથી એક વાત છાની રાખી છે. મા બન્યા પછી તું ઝાઝું જીવીશ નહીં, તારી આયુષ્યરેખાનો હવે છેડો આવી ચૂક્યો છે. વસાવડાજીની ભવિષ્યવાણી ખોટી પડે એવી ભગવાન પાસે પ્રાર્થના કરું છું !

સાંભળીને થોડી વાર તો વસંતી શૂન્યમનસ્ક બની ગઈ. યશોદાએ જાણે પોતાને મોતની સજા ફરમાવી હોય તેમ ભાવશૂન્ય નજરે તેને તાકી રહી. પછી ઘૂંટાતો શ્વાસ છોડતાં પોતાનો નિર્ણય જાહેર કરતી ગઈ : મારે મરવાનું જ હોય તો તમારા જેવી કપટરહિત સ્ત્રીને સંતાનદાન આપીને વસાવડાજીના ઋણમાંથી મુક્ત શું કામ ન બનવું ?'

'પછી ?' બોલતાં અટકી થોડી વાર આંખો મીંચી અવાક્ બેઠેલા ગિજુભાઈને જોઈને ગીતાની અધીરાઈ ઊછળી પડી : 'પછી શું થયું, બાપુજી ?'

'પછી ?' નિઃશ્વાસ સાથે વાતનો દોર સાંધતાં ગિજુભાઈએ કહ્યું : 'પછી જે થવાનું હતું તે થયું. સંતાનદાન આપવા વસંતીએ મારું પડખં સેવ્યું. બે જીવવાળી થઈ ત્યારે ઘેર આવીને યશોદાને ખુશખબર આપી ગઈ. છેલ્લા છ મહિના યશોદા

સાથે હરિદ્વાર જઈને રહી અને પ્રસૂતિની પીડા ભોગવી પોતાની પુત્રી યશોદાના હાથમાં સોંપી કૃતાર્થતાના સ્મિત સાથે એ ચિરનિદ્રામાં પોઢી ગઈ.'

હવે ગિજુભાઈ અટક્યા ત્યારે આંખો મીંચીને વિચારમાં ગરકાવ થઈ જવાનો વારો ગીતાનો આવ્યો. એ જાત સાથે વાત કરતી હતી : સગી મા ન હોવા છતાં ક્યારેય મને એવું વર્તાવા દીધું નહોતું. બાળમરણ પામનારાં પોતાનાં ચારે સંતાનો પ્રત્યેની અતૃપ્ત મમતા જાણે એકસામટી મારા પર વરસાવતાં હોય એટલા હેતથી એમણે મને ઉછેરી...

'લે, જો !' ફ્રેમમાં મઢેલો એક ફોટો તેની સામે ધરતાં ગિજુભાઈએ કહ્યું : 'આ છે તારી જન્મદાત્રી વસંતી. ઊર્મિલાની ભૂમિકામાં પડાવેલી એની આ એક જ છબી મારી પાસે છે.'

ગીતાએ ધારીધારીને છબી નિહાળી પછી ફોટાના કાચ પર આંગળીનાં ટેરવાં ફેરવી મનોમન પૂજ્યભાવ વ્યક્ત કર્યો : 'કુંવારી માતા ! તારી ઉદારતા પ્રત્યે મસ્તક નમાવું છું !'

'હવે સમજાય છે ને, ગીતા ! કોઈના જીવનનો ભેદ પામ્યા વગર એના ચારિત્રનો તોલ કરવા બેસીએ તો કદાચ આપણી પોતાની જ ચારિત્રહીનતા સાબિત થાય !'

સાંભળીને ગીતાએ ડોક ઊંચી કરી. પિતાએ રાધાબહેન સાથે વાત સાંકળી લીધી એનો ખ્યાલ આવતાં જ તેના ચહેરા પર ભાવપલટો આવી ગયો.

'મારાં સાસુએ આ બધું જાણ્યા પછીય પુત્રવધૂ તરીકે મારો સ્વીકાર કર્યો એટલે તમે એમને મોટાં દિલનાં કહો છો ને, બાપુજી ?'

'ના, દીકરી, વેવિશાળ નક્કી કરતાં પહેલાં હું એમને આ વાત જ કહેવા ગયો હતો. પણ...'

'પણ શું ? અટકી કેમ ગયા ?'

'ગીતા મારી પુત્રી ખરી પણ યશોદાની પુત્રી નથી એટલું કહીને હું આગળ વાત કરું ત્યાર પહેલાં તો એમણે મને બોલતો જ બંધ કરી દીધો... મને ત્યારે થયું કે તને જન્મ આપનારી વસંતી અને તને પુત્રવધૂ તરીકે સ્વીકારનારી રાધાબહેન બેઉ પોતપોતાની રીતે બહુ ઊંચા આત્મા છે.'

'તો પછી એમણે મારા ચારિત્ર્ય પર...'

'ગીતા, તું એ વાત ભૂલી કેમ નથી શકતી ?' ગિજુભાઈએ ઠપકો આપવાની ઢબે ઉચ્ચાર્યું : 'એવી ક્ષણ તો દરેકના જીવનમાં આવી જાય છે, જ્યારે એ માનસિક

સંતુલન ગુમાવીને ન કહેવા જેવું કહી નાખે, ન કરવા જેવું કરી નાખે... ત્યારે સામેવાળાએ આ ક્ષણ જ સાચવી લેવાની હોય છે.'

'એટલે ?'

'એટલે એમ કે તું નાહીધોઈને પરવારી જા એટલી વારમાં હું પૂજાપાઠ પતાવી લઉં.'

કહીને દીવાનખંડમાં જઈ ગિજુભાઈએ ફોનનું ડાયલ ઘુમાવ્યું : 'કોણ, રાધાબહેન ? ઘણા લોકો તો દીકરીના ઘરનું પાણીય પીતા નથી, પણ મને તો સવારના પહોરમાં તમારા ઘરની ચા પીવાની તલપ લાગી છે.'

'ખુશીથી આવો. હું ચા બનાવી રાખું છું.'

'નહીં, ચા તો ગીતા બનાવશે અને આપણે બંને સાથે બેસીને પીશું.'

સામેથી રાધાબહેન થોડીક વાર કાંઈ જ બોલ્યાં નહીં ત્યારે ગિજુભાઈ પામી ગયા કે એમની આંખો વહી રહી છે અને શબ્દો તણાઈ રહ્યા છે.

ટેલિફોન પાસેથી ઊભાં થઈને રાધાબહેને અરીસામાં જોયું. પોતે પોતાને જ ઓળખી ન શક્યાં હોય એવું પ્રતિબિંબ દેખાયું. મનોવ્યથા માત્ર એક જ રાતમાં માનવીની આવી અવદશા કરી શકે એ માનવામાં ન આવ્યું. બેતાળીસ વરસે લોકોને બત્રીસનાં લાગતાં રાધાબહેન અરીસામાં પોતાને આજે બાવનનાં લાગવા માંડ્યાં. છેલ્લાં એકવીસ વર્ષમાં પોતે ક્યાં ઓછું સહન કર્યું હતું ! બહારની દુનિયા સાથે કે પોતાની જાત સાથે ક્યાં ઓછું ઝઘડી હતી ! છતાં ગઈ કાલના એક જ ઝઘડાએ તેને આટલી બધી પીંખી નાખી ! પોતે કુમારને ન કહેવા જેવું કંઈક કહી નાખ્યું, ગીતાએ પોતાને ન કહેવા જેવું ઘણું કહી દીધું... આ બંનેના પ્રત્યાઘાત કરતાં અનેકગણો આઘાત તો આશિષે નોટબૂકમાં દોરેલા માતાની ચારિત્રહીનતાના ચિતારે રાધાબહેનને પહોંચાડ્યો : અન્તુભાઈ સાથેના મારા સંબંધની આશિષના માનસ પર આટલી બધી વિપરીત અસર થશે એ મને ક્યારેય કેમ સૂઝ્યું નહીં ? સમજણો થયેલો પુત્ર પરપુરુષ સાથેનો માતાનો આ સંબંધ સંજોગોને આધીન સમજીને જતો કરી દેશે એવું પોતે શું કામ માની લીધું ? મનમાં ને મનમાં દીકરો આટઆટલો મૂંઝાતો, કોચવાતો અને વીંધાતો રહ્યો તેનું પરિણામ કેવું ભયાનક આવ્યું ! પત્નીનો સુંવાળો સહચાર માણવાની પ્રથમ રાત્રે જ એણે નવોઢાની ગળચી દાબી દીધી ! આશિષમાં છુપાયેલા આ ગુનેગારને મેં પેદા કર્યો એટલે એની સજા પણ હવે મારે જ ભોગવવાની રહે છે !

ગિજુભાઈએ ફોન કરીને જણાવ્યું કે ગીતાને લઈને એ આવી રહ્યા છે ત્યારે

રાધાબહેનની આંખોમાં રાહતનાં આંસુ ઊભરાવાં જોઈતાં હતાં, પણ હૈયામાં પ્રગટેલા દાવાનળમાં આંસુ વરાળ થઈ ચૂક્યાં હતાં એટલે આંખો કોરીધાકોર જ રહી. આંસુ પણ માણસનો સાથ છોડી દે છે ત્યારે બહુ વસમું લાગે છે.

અરીસા સામેથી હટીને રાધાબહેને દીવાનખંડમાં બધું ઠીકઠાક કર્યું. વૉશ-બૅસિન પર જઈને ઉજાગરાવાળી આંખોમાં પાણી છાંટ્યું. પુત્રના બેડરૂમમાં ડોકાઈને ઊંઘતા આશિષ પર નજર નાખી ત્યારે નિસાસો ઢોળાઈ ગયો : મારી જેમ એણે પણ આખી રાત વલોપાતમાં વિતાવી હશે. બિચારો ભલે બે ઘડી ઊંઘતો...

અને ત્યાં જ ઘંટડી વાગી. રાધાબહેને આછેરો ફફડાટ અનુભવ્યો. ગઈ કાલે લડીને ચાલી ગયેલી વહુ સવાર પડતાં જ પાછી તો આવી, પણ સ્વેચ્છાએ આવતી હશે કે ગિજુભાઈના દબાણથી ? ગીતાએ એના પિતાને ગઈ કાલવાળી બધી જ વાત કરી હશે તો એમની આંખોમાં પણ હવે મારા માટે સદ્ભાવ જોવા નહીં મળે.

ચહેરા પર શક્ય એટલી સ્વસ્થતા ધારણ કરી લઈ એમણે બારણું ઉઘાડ્યું : 'આવો' બોલવા ગયાં, પણ આવકાર ગળામાં જ રૂંધાઈ ગયો ત્યારે પરાણે સ્મિત ફરકાવી પોતે અંદર ચાલ્યાં આવ્યાં. હજુ ગીતા સાથે એ નજર મેળવી શક્યાં નહોતાં.

'ગીતા, પહેલું કામ રસોડામાં જઈને ચા બનાવવાનું કર... લોકવહેવાર કહે છે કે દીકરીના ઘરનું પાણી ન પીવું જોઈએ એટલે મારા માટે એકલા દૂધની જ ચા બનાવજે !'

રાધાબહેન સમજી ગયાં કે ગિજુભાઈ સાસુ-વહુ વચ્ચેનું ભારેખમ વાતાવરણ વિખેરી નાખવા માગે છે. ગીતા બૅગ મૂકીને સીધી રસોડામાં ચાલી ગઈ અને ગિજુભાઈ દીવાનખંડના સોફા પર ગોઠવાયા.

'આશિષકુમાર તો હજુ સૂતા હશે ?' કાંઈ જ બન્યું ન હોય એટલી સ્વાભાવિકતાથી ગિજુભાઈએ પૂછ્યું, છતાં રાધાબહેન એમનો સામનો કરી ન શક્યાં.

'હું... આવું...' કહેતાં ઊઠીને રસોડામાં ગયાં, ગૅસ પર ચા બનાવતી ગીતા પાસે દબાતાં પગલે પહોંચી જઈ હળવેકથી તેના ખભા પર હાથ મૂક્યો ત્યારે એ ભડકી ગઈ. ઝાટકા સાથે ડોક ફેરવીને જોયું તો સાસુ ઊભાં હતાં. એક જ રાતમાં બદલાઈ ગયેલી સાસુની સૂરત જોઈને ગીતાનો જીવ ઊતરડાઈ ગયો : અરેરે, મારું તો સ્વમાન ઘવાયું, પણ એમનું તો જાણે અસ્તિત્વ જ ઘવાઈ ગયું હોય એવી હાલત થઈ ગઈ !

બંને થોડી વાર એકમેકને તાકી રહ્યાં, પછી ઊકળતી ચા તરફ નજર કરી ગીતા માંડ પૂછી શકી :

'તમારા દીકરાને બધી વાતની જાણ થઈ ગઈ ?'

'હા !' રાધાબહેન જાણે એ જ કહેવા આવ્યાં હોય તેમ ઉતાવળે બોલી ગયાં : 'મેં જ એને બધી વાત કરી દીધી.'

સાંભળીને ગીતા ધ્રૂજી ઊઠી... ત્યારે તો માતા-પુત્ર વચ્ચે ભયાનક ઘર્ષણ જાગ્યું હશે.

'જો, ગીતા, મારા તરફથી કોઈ બચાવ કે ખુલાસો થઈ શકે તેમ નથી.' રાધાબહેન ગદ્‌ગદ થઈ ગયાં : 'પણ આશિષે આપેલી ધમકીનો એ અમલ ન કરી બેસે એની જવાબદારી તને સોંપું છું.'

ત્યારે ગીતાએ આંચકા સાથે ડોક ફેરવી : 'શું ધમકી આપી છે એમણે ?'

'એ જ કે હવે પછી અન્તુકાકા કદી આ ઘરનો ઉંબર ઓળંગશે તો હું એમને જીવતા પાછા નહીં જવા દઉં !'

માનવામાં ન આવતું હોય તેમ ગીતા સાસુ સામે જોઈ રહી ત્યારે રાધાબહેને ઉમેર્યું : 'આ ધમકી એણે એવા સ્વસ્થ અવાજે ઉચ્ચારી હતી કે એનો અમલ કરતાં એને કોઈ જ રોકી નહીં શકે.'

કહીને રાધાબહેન ગીતાનો જવાબ સાંભળવા ટાંપીને તેને જોઈ રહ્યાં. એ સાંભળવા માગતાં હતાં કે ચિંતા ન કરો, સાસુમા, આશિષની ધમકીનો કદાપિ અમલ નહીં થવા દઉં...

પણ તેને બદલે ગીતાએ જુદું જ કહ્યું :

'તમે બાપુજી સાથે બેસો, હું હમણાં જ ચા લઈ આવું છું.'

❑

૧૦

'માતૃમંદિર'ના મેઇન ગેટની બહાર નીકળતાં કુમારે ડોક ફેરવીને એની ઊંચી ઇમારત પર એક દૃષ્ટિ નાખી લીધી. સત્તરેક વર્ષ પહેલાં પોતે અહીંથી ભાગી છૂટ્યો ત્યારે સંસ્થાનું મકાન એક માળનું હતું. સવાસો અનાથ છોકરાઓનો એમાં સમાવેશ થતો અને આજ... કેટલી ઊંચી ઇમારત ઊભી છે ! છતાં ફેર શું પડ્યો ? આટલાં વર્ષમાં અનાથ બાળકો પ્રત્યે સમાજની અનુકંપા વધી એની સરખામણીમાં અનાથોની સંખ્યા કેટલી બધી વધી ગઈ !

પોતાના જ વિચારનો એક શબ્દ તેને ખટકી ગયો. અનુકંપા ! છટ્... કહેતાં એણે 'માતૃમંદિર' પરથી નજર હટાવી લઈ બસ-સ્ટેન્ડ તરફ પગ ઉપાડ્યા. બસની લાઈનમાં જઈને એ ગોઠવાયો. ત્યાં આગળ ઊભેલામાંથી એકબે જણે તેની સામે કતરાતી નજરે જોયું. કુમારને થયું : મેં ક્યૂનો નિયમ જાળવ્યો છતાં આ ભદ્ર માણસોને કતરાવાની શી જરૂર પડી ? કે પછી એમનેય જાણ થઈ ગઈ છે કે હું અનાથ છું ! પણ આવું તો ગઈ કાલથી થાય છે ! જેને જુએ એ તેની તરફ તુચ્છકારથી જોતો દેખાય છે. શું આખા જગતને જાણ થઈ ગઈ કે હું અનાથ છું, કોઈ કમજાત આદમીની ઓલાદ છું ?!

ચોવીસ કલાક પહેલાં રાધામાસીએ ઉચ્ચારેલા કાળોતરા નાગના એકસામટા ત્રણ ડંખ જેવા એ ત્રણ શબ્દોએ કુમારના મર્મસ્થાનમાં અત્યારેય કાળી પીડા જગાડી દીધી. ગીતા સાથેના પોતાના વર્તન માટે રાધામાસીએ બહુ આકરાં વેણ કહી નાખ્યાં, પોતાના ચારિત્ર પર પ્રહાર કર્યો, છતાં એ સાંખી શકત... ક્ષણિક આવેશમાં બોલી ગયાં એમ માનીને જતું કરી દેત, પણ 'કમજાત આદમીની ઓલાદ'ના ઉચ્ચારણમાં ક્ષણિક આવેશ નહોતો, વર્ષોથી એમના મનમાં ઘૂંટાઈ રહેલો તિરસ્કાર હતો... તો પછી 'જેવો મારો આશિષ એવો તું'નો દંભ શું કામ

કરતાં રહ્યાં ? બનાવટી અનુકંપા દેખાડીને આ રીતે હડધૂત શું કામ કરી દીધો ?

આગલી સાંજે રાધાબહેનના ઘરમાંથી હડધૂત થઈને બહાર નીકળેલા કુમારે મનોમન એક સંકલ્પ કરી લીધો હતો : હું કયા કમજાત આદમીની ઓલાદ છું એનો પત્તો મેળવ્યા વગર હવે જંપીને બેસીશ નહીં ! સાચાખોટા વિચારો કરી, તાજા જખમને ખોદતા રહી હૉસ્ટેલને બદલે મરીનડ્રાઈવની પાળે જઈને એ જડની જેમ બેસી ગયો હતો. સમુદ્રમાં ડૂબી રહેલા આથમતા સૂર્યને જોયો ત્યારે એને પણ ડૂબી મરવાની ઇચ્છા જાગી હતી. ઘડીભર શૂન્યમનસ્ક તો થોડી વાર વિચારોના વલોપાતની અભાન-સભાન જેવી અવસ્થામાં એ કાળનુંય ભાન ભૂલી ગયો. મધરાત થવા આવી ત્યારે પાળી પર જ શરીર લંબાવીને આડો પડ્યો. હૉસ્ટેલ પર ન જવાનો નિર્ધાર કરી લીધો હતો : કદાચ આશિષ પોતાને શોધવા ત્યાં આવશે. એની માએ કરેલા અપમાન બદલ બિચારો પોતે માફી માગશે અને કદાચ આગ્રહ કરીને એને ઘેર પણ લઈ જશે...

સવારના કૂણા તડકાએ આંખ ઉઘાડી દીધી ત્યારે આસપાસથી પસાર થતા લોકોને પોતાને વિચિત્ર નજરે નિહાળી રહેલા જોઈને તેણે ત્યાંથી ઊઠીને ચાલતા થવું પડ્યું હતું. હૉસ્ટેલ જઈ નાહીધોઈને કપડાં બદલી આવવાનો વિચાર આવ્યો તે પણ જતો કર્યો : હું ક્યાં હવે ઊજળા લોકોમાં ગણાઉં છું !

બે દિવસની વધેલી દાઢી અને ચોવીસ કલાકનાં વાસી કપડાંભેર એ ચાર-છ કલાક દિશાશૂન્યની જેમ ભટકતો રહ્યો હતો. બપોરે રેસ્ટોરાંમાં કાંઈક ખાઈ લઈને ત્યાંથી એક ફોન જોડ્યો : 'માતૃમંદિર ?... રઘુનાથ પંડિત છે ?' તેનો જવાબ મળ્યો : 'રઘુદાદા સાંજે ચાર પછી આવશે...' અને પેલાનું બોલવાનું ચાલું હતું છતાં તેણે ફોન બંધ કરી દીધેલો.

ચાર વગાડવા માટે ત્રણ કલાક તાપમાં ભટકવાને બદલે એરકન્ડિશન્ડ થિયેટરના સાડાબારના શોમાં આંખો મીંચીને બેસી ગયો હતો. ન તો પરદા પરનું એક પણ દશ્ય જોયું કે ન કાને અફળાતા સંવાદનો અર્થ તારવ્યો. અરે, કઈ ફિલ્મની ટિકિટ લીધી હતી એનીય એને ખબર નહોતી !

'અરે, ભાઈ, બસ મેં જાના હૈ તો આગે બઢો !'

લાઈનમાં પાછળ ઊભેલાએ ટપાર્યો ત્યારે એને ખ્યાલ આવ્યો કે પોતે થિયેટરમાંથી નીકળી 'માતૃમંદિર' જઈ આવીને ઘાટકોપર જતી બસ પકડવા લાઈનમાં ઊભો હતો ! પાછળવાળાની ટકોરથી તેના પગમાં સળવળાટ જાગ્યો. ઉતાવળાં પગલે આગળ વધતો એ બસમાં બેસી ગયો પણ તેનું મન તો સત્તર વર્ષ

પાછળ જ દોડતું રહ્યું.

'રઘુદાદા, મને ઓળખ્યો ?' બોંતેર વર્ષના બુઝુર્ગને કુમારે આશાભેર પૂછ્યું ત્યારે રઘુનાથ પંડિત ભાવશૂન્ય આંખે તેને તાકી રહ્યા હતા. કુમારને થયું : અહીં તો મારા જેવા અનેક અનાથ આવે અને ઉંમરલાયક થાય એટલે આશ્રમનો આધાર છોડી જિંદગીની વાંકીચૂકી કેડી પકડીને ચાલતા થઈ જાય, તેમાં રઘુદાદા મારા જેવા એકાદને ક્યાં યાદ રાખે !

'મારું નામ કુમાર, જેને તમે કુમાર કનડગતિયો કહેતા એ !' ઓળખાણ યાદ કરાવવા તેણે નામ સાથે પોતાના અપલક્ષણની નિશાની પણ આપી !

'નામ કાંઈક યાદ આવે છે !' રઘુનાથ આંખો બીડીને બબડ્યા : 'બહુ કનડગત કરતો એક છોકરો જે મને વારંવાર પૂછતો કે બહાર રહેનારા બીજા બધાને જુદા-જુદા પિતા હોય છે, ત્યારે અહીં રહેતા અમારા સૌના પિતા એક ભગવાન જ શા માટે ?'

વીસેક વર્ષ પહેલાંના પોતાના ઉદ્ગાર સાંભળીને કુમારના તપતા અને તરફડતા હૈયા પર ટાઢકનાં બે-ચાર છાંટણાં થયાં. જાણે કહી દેવાનું મન થયું : ત્યારે તો તમારી શિક્ષા સામે બળવો કરીને હું નાસી ગયો હતો. આજે ફરી આશરો લેવા આવ્યો છું... પણ કુમારના હોઠે જુદા જ શબ્દો ઊપસી આવ્યા : 'તમારી યાદશક્તિ ભારે સતેજ છે, રઘુદાદા !'

'હા, ભાઈ, યાદશક્તિ સતેજ રહી પણ આંખો નિસ્તેજ થઈ ગઈ.' કહીને તેના ખભા પર હાથ મૂક્યો : 'તારા ચહેરા પર આછીપાતળી દાઢી દેખાય છે. તારું કદ ભાળી શકું છું, પણ આ મોતિયાવાળી આંખો હવે કોઈને પિછાણી શકતી નથી.'

ખભા પર મુકાયેલા રઘુદાદાના વૃદ્ધ હાથમાંથી વાત્સલ્ય વહેવા લાગ્યું હોય એવું કુમારે મહેસૂસ કર્યું. વર્ષો જૂની આત્મીયતા સળવળીને મન પર છવાઈ જશે એની દહેશત અનુભવી : ના, જે કામસર આવ્યો છું એ સિવાયની બીજી કોઈ માયામાં હવે લપેટાવું નથી.

'છોકરા, બેસ તો ખરો.' કહીને રઘુદાદાએ એને પોતાની પડખે બેસાડ્યો ત્યારે કુમારે થોડા કૂણા થવું પડ્યું. રઘુદાદા સવાલો પૂછતા ગયા અને જવાબ સાંભળીને ખુશાલી વ્યક્ત કરતા રહ્યા : 'એમ ત્યારે, તું બી. એ. પછી એમ. એ. થઈને હવે એલએલ. બી. કરે છે ! વાહ, હૉસ્ટેલમાં રહી ટ્યુશનોમાં મહિને બારસો-પંદરસો કમાઈ લે છે... તો-તો હવે તારે પરણી જવું જોઈએ...'

ત્યારે કુમારની સમતા ખૂટી ગઈ. ટટ્ટાર થઈ જતાં એણે પૂછી લીધું : 'દાદા,

બાળપણમાં પૂછતો હતો એવો જ સવાલ પૂછીને તમને કનડવા આવ્યો છું.'

'બોલ ને, બેટા...'

'મારો બાપ કોણ હતો ?'

સાભળતાં જ રઘુદાદાનો ચહેરો વિહ્વળ બની ગયો. સવાલમાં સંતાયેલી પીડાને એ પામી ગયા હતા. આવી પૃચ્છાનો એમને ઘણી વાર સામનો કરવો પડતો, જેનો જવાબ મોટે ભાગે એમણે નિઃશ્વાસમાં જ આપવો પડતો.

'બચપણમાં તમે જવાબ ન આપી શકતા એવો પ્રશ્ન નથી, દાદા !' રઘુનાથ પંડિતની ખામોશી ખટકી હોય એમ અધીર અવાજે કુમાર બોલી ગયો : 'મારે એ માણસનાં નામ-ઠેકાણું જાણવાં છે જે મારા કપાળે કમજાત આદમીની ઓલાદનું કલંક લગાડી ગયો !'

એની વાણીમાં ભભૂકતું વેર પારખી ગયેલા રઘુનાથ નિઃશ્વાસ ન નાખી શક્યા : બસ, એ જ કલંકનો કિસ્સો ! અહીંથી ઊછરી ભણીગણીને છોકરા બહાર જાય, સમાજમાં સૌની સાથે સમાનતાથી જીવવાને લાયક થાય અને પોતાનો ભૂતકાળ ભૂલી જઈને કોઈના પ્રેમમાં પડે કે કોઈની સાથે લગ્નસંબંધમાં બંધાવાની ઇચ્છા કરે ત્યાં તો એ કલંક તેને ભૂતકાળની ખાઈમાં ધકેલી દે છે...

'શું વિચારમાં પડી ગયા, દાદા !' કુમારને થયું કે હમણાં એ વાતને ટાળી દેશે : 'આ સવાલ મારા માટે જીવનમરણનો છે. ન કહો તો તમને મારા સોગન છે, રઘુદાદા !'

કહીને કુમારે રઘુનાથ પંડિતનો જમણો હાથ પોતાના માથા પર મૂકી દીધો : 'સાચો જવાબ આપજો, દાદા !'

'તેં સોગન ન આપ્યા હોત તોય હું ખોટો જવાબ આપવાનો જ નહોતો... મોટા ભાગે તો અમારી પાસે જવાબ હોતો જ નથી !'

'છતાં તપાસ કરી જુઓ, જૂનું રેકર્ડ મંગાવીને ચેક કરશો તો એમાંથી કાંઈક મળી પણ આવે... પ્લીઝ, દાદા !'

ત્યારે રઘુનાથે નમતું જોખી દીધું. સહાયક સંચાલક પુરોહિતને બોલાવી માતૃમંદિરનાં જૂનાં રજિસ્ટર મંગાવ્યાં. ચાર રજિસ્ટરો ઉથલાવ્યા પછી પાંચમા રજિસ્ટરમાં કુમારનું પાનું મળ્યું. આતુર દૃષ્ટિ દોડાવી વાંચવા માંડ્યું : સંસ્થામાં પ્રવેશની તારીખ અને વરસ, પ્રવેશ વખતની ઉંમર, પ્રવેશ કરાવનાર વ્યક્તિનું નામ અને પછી આવતું હતું વાલીબાઈ અને પિતાના નામ સામેનું ખાનું હતું સાવ કોરું !

હતાશ કુમારને ખીજ ચડી. રજિસ્ટર પછાડવાનું ખુન્નસ જાગ્યું. કુતૂહલ

ખાતર આજુબાજુનાં પાનાં ફેરવવાં માંડ્યાં : જોઉં તો ખરો, દરેકના બાપના નામ સામેનું ખાનું કોરું છે કે...

ના, એવું નહોતું. દસમાંથી છ અનાથ એવા નીકળ્યા જેમના બાપનાં નામ હતાં, પણ હયાત નથી એવો શેરો માર્યો હતો. અચાનક એ પાનાં ફેરવતો અટકી ગયો. તેને ખ્યાલ આવ્યો કે દરેક પાના પર બાળકનો ફોટો હતો પણ પોતાનું જ એક પાનું ફોટા વગરનું હતું.

'અરે, દાદા ! આમાંથી મારો ફોટો કોણે કાઢી લીધો ?'

ચમકીને રઘુનાથજીએ તેના હાથમાંથી રજિસ્ટર લઈ લીધું : 'ફોટો કાઢી લીધો ?' માનવામાં આવતું ન હોય તેમ એમણે પાના પર હાથ ફેરવ્યો : 'કદાચ ઊખડી ગયો હશે.'

'નહીં, દાદા, કોઈકે ઉખેડી લીધો હોય એવું દેખાય છે.' કુમારે ઉશ્કેરાટભર્યા અવાજે કહ્યું : 'ફોટાનો એક ખૂણો હજુય ચોંટ્યો છે.'

'એવું છે ?' જરા વાર વિચારમાં પડી જઈ રઘુનાથજીએ પુરોહિતને હાક મારીને બોલાવ્યા : 'જુઓ તો, આમાંથી ફોટો કોણ ઉખેડી ગયું ?'

પુરોહિતે પહેલાં તો સાહજિક અચરજ દાખવ્યું, પણ કુમાર તેના ચહેરાને એકીટશે તાકતો રહ્યો ત્યારે એની આંખોમાં ચમક ઊપસતી દેખાઈ. એમણે રજિસ્ટરના પૂંઠા પર જોયું, નંબર તપાસ્યો પછી કંઈક સૂઝી આવ્યું હોય તેમ બોલી ઊઠ્યા : 'હવે યાદ આવે છે. હજુ છ મહિના પહેલાં જ એક બાઈ આવી હતી.'

'કોણ બાઈ ?' ટટ્ટાર થઈને કુમારે પૂછ્યું ત્યારે પુરોહિતે બાઈનો ચહેરો સ્મૃતિમાં તાજો કરવા રોકાઈને કહ્યું : 'આધેડ વયની હતી, કપડાં પરથી ગરીબ અને પછાત લાગી. એણે કહ્યું કે અમુક વરસ પહેલાં મારા ભાઈના એક છોકરાને કોક અહીં મૂકી ગયું હતું. હું એની ભાળ લેવા આવી છું... મને આશ્ચર્ય તો થયું, પણ એણે બહુ જિદ્દ કરી એટલે મેં જૂનાં રજિસ્ટર ખોળીને વાલીબાઈના દીકરાવાળું આ પાનું કાઢ્યું ત્યારે તો એ ગળગળી થઈ ગઈ હતી. મેં એને સમજાવ્યું કે આ છોકરો તો સત્તર વરસ અગાઉ અહીંથી નાસી ગયો હતો, ત્યાર પછી ક્યારેય દેખાયો નથી. જુઓ, આ પાના પર એના નાસી જવા અંગેની નોંધ પણ છે... ત્યારે એ હીબકાં ભરતી રડવા લાગી, જાતજાતનું બબડવા લાગી. મને બહુ લાગી આવ્યું. હું અંદર જઈને પાણી લઈ આવ્યો. એ પાણી પીને જતી રહી પણ હવે યાદ આવે છે કે જતાં પહેલાં એના મોં પર ચોરી કરી હોય એવા ભાવ હતા... કદાચ એ જ ફોટો ઉખેડીને લઈ ગઈ હશે.'

'એટલે મારી કોઈક ફઈ આ દુનિયામાં છે અને મને શોધે છે.' કુમારના બોલવામાં કટાક્ષ હતો : 'પણ મારે એને શોધવી ક્યાં ?'

'અરે હા, મને યાદ આવ્યું.' કહેતાં પુરોહિતે પોરસ કર્યો ત્યારે કુમાર એને સંભળાવવા જતો હતો કે તમને બધું થોડીથોડી વારે જ યાદ આવે છે ! પણ પુરોહિત યાદ આવેલું કહેવાને બદલે ઉતાવળે પોતાની કચેરીમાં ધસી ગયા. પાંચ જ મિનિટમાં પાછા આવ્યા ત્યારે એમના હાથમાં ટેબલ કૅલેન્ડર પરથી ફાડેલું છ મહિના પહેલાંની તારીખનું પાનિયું હતું.

'લ્યો, એ બાઈ મને સરનામું લખાવતી ગઈ હતી. કહેતી હતી કે કદાચ મારા ભત્રીજાની ભાળ લાગે તો આ ઠેકાણે લખી જણાવજો. હું તમારો પાડ જિંદગીભર નહીં ભૂલું.'

પુરોહિત પૂરું કહી લે એ પહેલાં જ તેના હાથમાંથી કુમારે તારીખિયું છીનવી લીધું. નામ-ઠેકાણું વાંચીને આનંદ થવાને બદલે અચરજ થયું : લાલજી લંગડો, વિમાન-ટેકરીની ઝૂંપડપટ્ટી, ઘાટકોપર... 'આમાં તો બાઈને બદલે કોઈ લંગડાનું ઠેકાણું છે.'

'મનેય ઠેકાણું વાંચીને વિચિત્ર લાગેલું, તોપણ સાચવી રાખ્યું. સારું થયું ને, તમને કામ લાગ્યું...'

'સારું થશે કે ખરાબ એ તો ભગવાન જાણે !' કહેતાં ખિસ્સામાં કાગળ સરકાવી એણે ચાલતી પકડી હતી. પાછળથી રઘુદાદાની બે-ત્રણ હાક સંભળાઈ હતી : 'જરા થોભ, છોકરા ! મારી વાત સાંભળતો જા. તારું દિમાગ અત્યારે ઠેકાણે નથી...' પણ ન સાંભળ્યું કરી પછવાડે જોયા વિના જ કુમાર આગળ વધી ગયો.

'ભાઈસા'બ, પૂરા બસ ખાલી હો ગયા !' કન્ટક્ટરે તેનો ખભો હલાવતાં કુમારને સજાગ કર્યો : 'ઘાટકોપર આ ગયા !'

છોભીલાભાવે કુમાર સફાળો ઊભો થઈ ગયો. ઊતરતાં સુધીમાં તેનો હાથ અનાયસ શર્ટના ખિસ્સામાં ગયો. પેલી ચબરખી કાઢીને કન્ડક્ટરને જ પૂછી લીધું : 'ભાઈસા'બ, વિમાન-ટેકરી કઈ બાજુ આવી ?'

ત્યારે કંડક્ટર ઘડીભર તેની સામે જોઈ રહ્યો પછી મૂછમાં હસતાં કહ્યું : 'સીધેસીધા ચાલ્યા જાઓ. મેઇન રોડ પર ડાબી બાજુ વળીને ઊંચે જોજો. વિમાનની ચેતવણી માટે લાલબત્તી ખોડેલી ટેકરી દેખાશે. વરસો પહેલાં ત્યાં વિમાન-અકસ્માતમાં અનેક માણસોએ જાન ગુમાવ્યા ત્યારથી તેનું નામ વિમાન-ટેકરી પડી ગયું.'

છેલ્લા વાક્યના પ્રત્યાઘાત-રૂપે કુમાર બબડ્યો : કદાચ ફરી ત્યાં એકાદ અકસ્માત સર્જાશે અને એકાદ માણસ જાન ગુમાવશે.

*

વિમાન-ટેકરીની દિશામાં ઝડપી ગતિએ ચાલતા રહેલા કુમારનાં કદમ ઝૂંપડપટ્ટીમાં દાખલ થતાં જ અચાનક થંભી ગયા. આડેધડ ઊભાં કરેલાં પતરાં-વાંસડાનાં ઘોલકાં જેવાં ઝૂંપડાં, ગંદકી વચ્ચે રમતાં પાંચ-છ નાગાંપૂગાં બાળકો, લાંબા હાથ કરી ઘાંટા પાડી એકબીજીને બેફામ ગાળો ભાંડતી બે-ત્રણ સ્ત્રીઓ અને લથડતી ચાલે કોઈ ફિલ્મી ગીતના શબ્દો સાથે મોઢામાંથી દારૂની દુર્ગંધ ફેંકતો એકાદ દારૂડિયો... આટલી ઝલક જોઈને જ ત્યાંથી પાછા ફરી જવાની વૃત્તિ જાગી ઊઠી : મારું કુળ શોધવા હું અહીં આવ્યો ! એ દલીલના જવાબમાં તરત અંદરથી પડઘો સંભળાયો : વાસ્તવિકતાનો સામનો કરતાં આટલો બધો ક્ષોભ અનુભવે છે તો પછી રાધામાસીનું મહેણું આટલું બધું વસમું કેમ લાગ્યું ?

અને તેણે પગ ઉપાડ્યા. ચાલની ગતિ તેજ થઈ ગઈ. ધીમેધીમે મનોબળ દૃઢ થતું ગયું. થોડેક આગળ વધીને ખાટલા પર ચલમ પીતાં આડા પડેલા એક આધેડ વયના આદમીને હિંમત કરીને પૂછી લીધું : 'લાલજી લંગડાની ખોલી ક્યાં આવી ?'

પૃચ્છા સાંભળીને પેલાના મોંમાંથી નીકળતા ચલમના ધુમાડા પળવાર માટે ગળામાં અટવાઈ ગયા, એકાદ ખાંસી આવી ગઈ. પગથી માથા સુધી જોઈ લીધા પછી હાથ લંબાવીને તેણે ઠેકાણું ચીંધ્યું : 'બે-ત્રણ વળાંક વટાવ્યા પછી આખી ઝૂંપડપટ્ટીમાં સૌથી અલગ દેખાતું નળિયાંવાળું છાપરું આવે ત્યાં અટકી જાજે. લાલજી દાદો ખાટલા પર બેઠો હશે અને તેનો ડાઘિયો એક-બે વડચકાં કરીને તારું સ્વાગત કરશે.'

એણે લાલજી લંગડાને બદલે દાદો કહ્યો. નળિયાંવાળા છાપરાનું ઠેકાણું ચીંધ્યું અને ડાઘિયા કૂતરાની બીક પણ બતાવી. એ ત્રણે વાતમાંથી કુમારને અણસાર આવી ગયો કે લાલજી ઝૂંપડપટ્ટીનો વી. આઈ. પી. હોવો જોઈએ !

હજુ સૂરજ આથમ્યો નહોતો છતાં ટેકરીની આડશને કારણે નમતા પહોરથી જ અંધારામાં લપેટાઈ જતી ઝૂંપડપટ્ટીની વાંકીચૂકી કેડી પર સાચવીને ચાલતા કુમારને કાને કૂતરાના ભસવાનો અવાજ અફળાયો. થંભી જઈને જોયું તો દસેક વારના અંતરે નળિયાંના છાપરાવાળું ઘર દેખાયું. ઓસરીની થાંભલીએ સાંકળથી બાંધેલો ડાઘિયો તેને આગળ વધતો રોકવા માટે વધુ જોરથી ભસવા મંડ્યો, છતાં

એણે પગ ઉપાડ્યા : ના, ભયભીત દેખાવું નથી. લાલજીના કૂતરા સામે કમજોરી દેખાડીશ તો એ દાદો મને દાદ નહીં આપે.

કુમાર લગોલગ જઈ પહોંચ્યો ત્યારે તો ભસતો ડાઘિયો સાંકળ તોડાવીને તેના પર તરાપ મારવા ભુરાયો થઈ ગયો. બંને વચ્ચે એક ખાટલા જેટલું અંતર હતું તોપણ કુમાર અડગ રહ્યો. 'ઘરમાં કોઈ છે?'ની હાંક મારવાનું વિચારતો હતો ત્યાં લાકડાની કાખઘોડીના ટેકે ઉંબરો ઓળંગતા આધેડ વયના આદમીનો ઘોઘરો સાદ સંભળાયો : 'એલા મોતિયા, કોને દેખીને આટલો બધો રઘવાયો થઈ ગયો ?'

ખાટલા પાસે ઊભેલા કુમાર તરફ નજર ગઈ એટલે ઉતાવળે ઓસરીની કોર સુધી આવીને લટકતા ફાનસની વાટ સતેજ કરી. 'કોણ છે, ભૈ ? આંઈયાં તો અમારે ધોળે દી બત્તી જગાવવી પડે છે.'

ફાનસના અજવાળામાં બેઉ એકબીજાને નીરખવામાં તલ્લીન થઈ ગયા. આમ તો પહેલી નજરે જ જોવો ન ગમે તેવો કદરૂપો અને કઠોર દેખાતો હતો લાલજી, છતાં કુમાર એકીટશે તેને જોતો રહ્યો : શીળીના ગોબાવાળું ભરાવદાર મુખ, પહોળા કપાળ પર જૂના જખમનાં બે-ત્રણ નિશાન, કોડા જેવી આંખો, બેદરકારીથી વધવા દીધેલી મૂછો, માથાના પાંખા વાળ, ડોકમાં લટકતું તાવીજ, પહેરણને બદલે પહેરેલી બંડીમાંથી ડોકાઈ જતા બેએક જખમ, નાડીવાળા લેંઘાનો જમણો પાયસો જોતાં જ ખબર પડી જાય કે એ પગ ગોઠણ પાસેથી કપાયેલો છે.

આટલી વાર સુધી લાલજી તરફથી કોઈ પૃચ્છા ન થઈ ત્યારે કુમારને સમજાયું કે એ પણ પોતાને ધારીધારીને નિહાળી રહ્યો હતો.

જાણે કોઈને ઓળખી કાઢવા માગતો હોય એવી તીવ્રતા એની દૃષ્ટિમાં કળાતી હતી. બરાબર એ જ વખતે ડાઘિયાને ભસવાનું સૂઝ્યું અને એ વિક્ષેપ વસમો લાગ્યો હોય તેમ લાલજીએ ઝાટકા સાથે ડોક ફેરવી એને લાકડાની કાખઘોડી ફટકારી દીધી : 'મારી હાજરીમાં મહેમાનને ભસે છે, સાલા હરામી !'

જાણે પોતાને હરામી કહ્યો હોય તેમ ખચકાઈને કુમાર એક ડગલું પાછળ હઠી ગયો ત્યાં લાલજીએ હાથ લંબાવ્યો : 'ઓળખાણ તો પડી નહીં, પણ તારા જેવા સારા ઘરના જુવાન અહીં કો'ક જ આવે છે એટલે અચરજ થયું. શું કામ પડ્યું આ લાલજીનું ?'

શરૂઆત કેમ કરવી એની ગડમથલમાં કુમાર તેની સામે જોતો રહ્યો એટલે પેલાએ હાથ ખેંચી તેને ખાટલા પર બેસાડી દીધો : 'છોકરા, તું કાંઈક મૂંઝવણમાં દેખાય છે !'

ઝૂંપડપટ્ટીના એક દાદાની આ સહાનુભૂતિ તેને સ્પર્શી જવી જોઈએ એને બદલે કુમારને એનો સ્પર્શ પણ ખટક્યો. હાથ પકડીને પાસે બેસાડવાની તેની આ આત્મીયતા અજુગતી લાગી હોય તેમ એ થોડો દૂર ખસી ગયો :

'તમે મને ઓળખતા નથી તેમ હું પણ મને પોતાને ઓળખતો નથી.' એટલું બોલ્યા પછી પણ કુમારને થયું કે બરાબર કહેવાયું નથી : 'માતૃમંદિરમાંથી કાંઈક જાણવા મળ્યું એટલે વધારે જાણવા અહીં આવ્યો છું !'

'માતૃમંદિર !' લાલજી પર અણધારી અસર થઈ : 'શું જાણવું છે તારે ?' પૂછ્યા પછી એનેય થયું કે બહુ અધીરાઈ દેખાડી દીધી એટલે સંભાળી લીધું : 'તને મારું નામ કોણે આપ્યું ?'

'માતૃમંદિરમાં છ મહિના પહેલાં કોઈ માજી એક અનાથ છોકરાની ભાળ લેવા આવ્યાં હતાં. તમારું ઠેકાણું આપીને કહી ગયેલાં કે ક્યારેય આ છોકરાનો ભેટો થાય તો એને આ ઠેકાણે જરૂર મોકલજો.'

'એટલે તું પોતે જ એ...' પોતે એક પગે લંગડો છે એ વીસરીને આવેશમાં લાલજી ઊભો થવા જતો હતો પણ ફરી સાવધ થઈ ગયો : 'હા, હવે યાદ આવ્યું. મૂળી કહેતી'તી કે મારા ભાઈનો પોરિયો એક વાર મળી જાય તો આપણે એને ખોળે લઈ લઈએ.'

'કોણ મૂળી ?'

'મંદિરવાળાને મારું ઠેકાણું આપી ગઈ એ, મારી ઘરવાળી. કહીને અધીર અવાજે એણે પૂછી લીધું : 'પણ તું પોતે જ મૂળીના ભાઈનો પોરિયો કે ?'

'એનો જવાબ પછી...'

ધૂંધવાતા કુમારનો અવાજ ઘેરો બની ગયો : 'પહેલાં મારે એ જાણવું છે કે મૂળીનો ભાઈ છે કોણ ?'

'મૂળીનો ભાઈ... એટલે કે તારો બાપ...' કંઠમાં કાંઈક કઠતું હોય તેમ લાલજી અટકીઅટકીને બોલતો હતો : 'મૂળી તો આજે જ નવસારી ગઈ... અને એનો ભાઈ... પણ તારે એનું કામ શું છે એ કે'ની ?'

'કા...મ !' કુમારના દાંત ભીંસાયા. મુખ પર રતાશ પ્રસરવા લાગી : 'મારે એક ખૂન કરવું છે !'

'ખૂન ?' લાલજીના ચહેરા પરથી લોહી ઊડી ગયું. જાણે એના ઇરાદાનો તાગ લેવા માગતો હોય તેમ એને ધારીધારીને જોવા લાગ્યો ત્યારે કુમારે વાત પલટાવી નાખી.

'બાપને કારણે મારે આજે એક જણનું મહેણું સાંભળવું પડ્યું... મારો બાપ જીવતો હોય તો એની પાસે હું મહેણું મારનારનું ખૂન કરાવવા માગતો હતો.'

'કોનું ખૂન કરવું છે તારે ?' લાલજી ફરી જુસ્સામાં આવી ગયો : 'કોણે મહેણું માર્યું તને ?'

ત્યારે કોણ જાણે કેમ, કુમારની જીભે ન ધારેલું નામ ઉચ્ચારી નાખ્યું : 'એનું નામ છે અન્તુભાઈ અંકલેશ્વરિયા...'

'એ ક્યાં રહે છે ?'

'રહે છે ચોપાટી... માલદાર માણસ છે.' કહ્યા પછી કુમાર સજાગ બની ગયો : 'પણ તમે શાનાં નામઠામ પૂછો છો ? ખૂન તો મારા બાપે કરવાનું છે.'

ત્યારે લાલજીની ડોક ઝૂકી ગઈ, થોડી વાર એ અબોલ રહ્યો, તેની ખામોશી કુમારને ખટકી. તેને લાગ્યું કે આ માણસ કંઈક છુપાવે છે.

'છોકરા, તું ખરેખર મૂળીના ભાઈનો જ પોરિયો હો તો તારી પાસે ખોટું નૈ બોલું.' લાલજીના અવાજમાં ભીનાશ આવવા લાગી : 'હું અને તારો બાપ હારે જ કામ કરતા. રેલવેમાંનાં વૅગન તોડવાનો અમારો ધંધો. એક રાતે વૅગનમાંથી માલ ચોરીને યાર્ડ ઓળંગતા હતા ત્યાં રેલવેની પોલીસે પડકાર્યા. અમને એમ કે પીછો પકડે એ પહેલાં ભાગી છૂટશું. અમે પગ ઉપાડ્યા ત્યાં સન...ન...ન કરતી એક ગોળી છૂટી. મારી પિંડી વીંધી નાખી... હું નીચે ફસડાઈ પડ્યો ત્યાં બીજી ગોળી છૂટી અને રામજીની છાતી સોંસરવી નીકળી ગઈ.'

આટલું કહીને લાલજી ગળું ખંખેરવા અટક્યો. ભૂતકાળ યાદ કરવામાં ઘડીભર કુમારની હાજરી વીસરી ગયેલા લાલજીને ખ્યાલ ન આવ્યો કે કુમાર ખાટલા પરથી ઊભો થઈ ગયો હતો.

'બસ, રામજી ત્યાં જ ઢળી પડ્યો અને હું કેદ થયો. ઈસ્પિતાલમાં ઑપરેશન કરીને મારો પગ કાપી નાખ્યો. પછી મારા પાછલા બધા ગુનાસર આઠ વરસની સજા ફટકારી દીધી... જેલમાંય મારા હાથે એક કેદીનું ખૂન થયું એટલે જનમટીપ થઈ.'

બોલતાં-બોલતાં એનું ધ્યાન પડ્યું કે કુમાર ખાટલા પરથી ઊભો થઈ ગયો છે એટલે તેના તરફ હાથ લંબાવ્યો : 'પણ તું ઊભો થઈ ગયો ? પૂરી વાત તો સાંભળ...'

તેનો હાથ તરછોડી દઈ કુમારે અધીરાઈ દર્શાવી : 'હવે સાંભળવાનું એટલું જ બાકી છે કે પોલીસની ગોળી ખાતાં પહેલાં એ રામજીએ મારી બા સાથે લગ્ન

કર્યાં હતાં ?'

'ના... એણે વાલી સાથે સંબંધ બાંધ્યો'તો ખરો, પણ...'

'લગ્ન કર્યાં નહોતાં, એમ જ ને ?' તેના પર ધિક્કાર વરસાવતી નજર ફેંકી ઝાટકા સાથે પીઠ ફેરવી લઈને કુમારે ચાલતી પકડી.

'ઊભો તો રે', છોકરા !' લાલજીની રાડ તેનો પીછો કરતી રહી, પણ પોતાનો ભૂતકાળ તરછોડી જવા માગતા કુમારે ન તેનો સાદ કાને ધર્યો કે ન એક વાર ડોક ફેરવીને પાછળ જોયું.

ધૂંઆપૂંઆ થતો એ ઝૂંપડપટ્ટી બહાર નીકળી ફેફસાંમાં ભરેલો શ્વાસ છોડવા ઊભો રહ્યો ત્યાં ઍમ્બૅસેડર કાર આવીને તેની સામે ઊભી રહી ગઈ. અંદર બેઠેલી વ્યક્તિને જોતાં જ કુમારની ભ્રૂકુટી તણાઈ : અન્તુકાકા ! અહીંયાં ?

મોં ફેરવી લઈ નાસી છૂટવા પગ ઉપાડે એ પહેલાં જ અન્તુકાકાના અવાજે તેને રોકી પાડ્યો :

'ક્યાં જાય છે, કુમાર ?' કહીને કારનો દરવાજો ઉઘાડ્યો : 'ચાલ, બેસી જા અંદર !'

શબ્દોથી જવાબ આપવાનો સૂઝ્યો નહીં ત્યારે ઍમ્બૅસેડર કારના ઉઘાડા બારણા પર પગેથી પાટુ મારીને ધૂંધવાતા કુમારે દોટ મૂકી.

કારમાં બેઠેલા અન્તુભાઈ હતાશ નજરે એને દોડી જતો જોઈ રહ્યા હતા, ત્યારે ઝૂંપડપટ્ટીને નાકે આવીને એક પગે ઊભેલો લાલજી શિકારીની આંખે અન્તુભાઈને જોઈ રહ્યો હતો.

❑

૧૧

મધદરિયે અચાનક ત્રાટકેલા ઝંઝાવાતમાં તોફાની મોજાંની થપાટ ખાતું વહાણ ડૂબુંડૂબું થતું હોય અને આજુબાજુમાં મદદે આવી ચડે એવું કોઈ જ દેખાતું ન હોય એવી દયાજનક હાલતમાં રાધાબહેન સામે પડેલા ટેલિફોન પર શાપ વરસાવતાં બેઠાં હતાં. શું બની ગયું એ સમજાતું નહોતું અને થોડુંઘણું જે સમજાયું હતું એવું બનવાનો તો સ્વપ્નેય ખ્યાલ નહોતો. અર્ધા કલાક પહેલાં સર્વનાશની ચેતવણી સંભળાવીને મૂંગા થઈ ગયેલા ફોન પર રાધાબહેનને એવો કાળ ચઢ્યો કે વાયર ખેંચી કાઢી એ કાળમુખા ટેલિફોનને બારીમાંથી બહાર ફગાવી દઉં... પણ એમ કરવુંય પાલવે તેમ નહોતું, કારણ કે આ ટેલિફોન જ એમને ડૂબતાં બચાવી શકે તેમ હતો. ડુબાડનારેય એ અને તારણહાર પણ એ જ !

રાધાબહેનને એક સંતાપ તો અઠવાડિયાથી કોરી ખાતો હતો. 'અન્તુકાકા ઘરમાં પગ મૂકશે તો એમને જીવતા પાછા નહીં જવા દઉં' એવી આશિષની ધમકી લટકતી તલવારની જેમ દિવસ-રાત એમના માથા પર તોળાઈ રહી હતી. આશિષને તો હવે એ વારી શકે એમ નહોતાં અને અન્તુભાઈને હંમેશને માટે ઘેર આવતા પણ રોકી શકે તેમ નહોતાં. ટેલિફોન પર અન્તુભાઈને આજીજી કરી થોડા દિવસ પૂરતું ઘેર નહીં આવવા માંડ સમજાવી શક્યાં હતાં. અન્તુભાઈનો આગ્રહ હતો કે આશિષ ઘેર ન હોય ત્યારે એક વાર આવીને હું તારી સાથે રૂબરૂ આ વિશે ચર્ચા કરી લઉં પછી જે નિર્ણય લઈએ એમાં અફર રહીશ. તું કહીશ તો જિંદગીભર તારે આંગણે પગ નહીં મૂકું... પણ રૂબરૂ મળવા આવવાના એમના આગ્રહને રાધાબહેને મક્કમપણે ટાળ્યો હતો : આશિષે એવું નથી કહ્યું કે મારી હાજરીમાં એ ઘેર આવશે તો જ ધમકીનો અમલ કરશે... કોને ખબર, તમે ઘેર આવો એવી આશામાં એ ઘરની આસપાસ ક્યાંક છુપાઈને બેસતો હોય... આજકાલ એ ઑફિસના કામમાં

ધ્યાન નથી આપતો અને ઘરમાં પણ ધૂંઆપૂંઆ થઈને ફર્યા કરે છે. ફોન પર રાધાબહેનની આજીજી સાથે ડૂસકું બહાર પડ્યું ત્યારે અન્તુભાઈએ કબૂલ રાખવું પડ્યું : 'ભલે, હું થોડા દિવસ વાપીમાં જ રહી જઈશ. આ તો એક વાવાઝોડું છે, થોડા સમયમાં શમી જશે...'

રાધાબહેનને બીજો ઉચાટ હતો કુમારનો. પોતે હડહડતું અપમાન કરીને એને કાઢી મૂક્યા પછી ખૂબ પસ્તાવો થયો. ગીતા તો ગિજુભાઈની સમજાવટથી બીજી સવારે ઘેર પાછી આવી ગઈ, પણ કુમારને કોણ મનાવે ? આશિષ એને સમજાવી શકે તેમ હતો, પણ પોતે ગીતા મારફત આવું કહેવડાવ્યું ત્યારે આશિષે સંભળાવી દીધું હતું : કુમાર સ્વમાની માણસ છે, અન્તુકાકા જેવો બેશરમ નથી કે નાક કાપો તોય નકટો થઈને દોડ્યો આવે ! મને મનાવવા જવાનું કહે છે, પણ એને ઘરમાંથી કાઢી મૂકનારને કહે કે જઈને મનાવી લાવે ! જોકે રાધાબહેનને શંકા તો રહ્યા કરતી કે આશિષને કુમાર મળતો હોવો જોઈએ અને બંને મળીને કોઈક કાવતરું પણ ઘડતા હશે.

તેને બદલે કુદરતે કાંઈક જુદું જ કાવતરું ઘડી કાઢ્યું. રાત્રે સાડાઆઠ સુધી આશિષ ઘેર પાછો ન ફર્યો ત્યારે પહેલી વાર એમણે ગીતાને પૂછેલું : 'એ આજે મોડો આવવાનું કહીને ગયો હતો કે ?' ગીતાએ ડોકું ધુણાવ્યું એટલે એમણે મનોમન વિચાર્યું હતું : કદાચ કુમારની સાથે બહાર ફરતો હશે... સાડાનવ સુધી આશિષનો ફોન પણ ન આવ્યો ત્યારે ગીતા જ ઊંચીનીચી થવા લાગી હતી : આપણો ફોન તો બરાબર ચાલે છે ને ? છેક સવા- દસ વાગ્યે ફોનની ઘંટડી રણકી ત્યારે સાસ–વહુ બંને રિસીવર ઊંચકવા દોડી ગયાં હતાં.

'તમે કોણ બોલો છો ?' સામેથી અજાણ્યો ઘોઘરો અવાજ સંભળાયો એટલે પહેલાં તો રાધાબહેને માની લીધું કે રૉંગ નંબર હશે... પણ પૂછનારે તરત જ ઉમેર્યું : 'આશિષની મા બોલે છે કે બીબી ?'

ત્યારે રાધાબહેનનું હૃદય એક-બે ધબકારા ચૂકી ગયું. નક્કી આશિષને કાંઈક થયું છે... હે ભગવાન ! અકસ્માતના અમંગળ ખબર સાંભળવા જેટલી શક્તિ હવે મારામાં રહી નથી !

'ગભરાશો નહીં, તમારા દીકરાને કંઈ થયું નથી.' સામેથી આટલું સાંભળવા મળ્યું ત્યારે રાધાબહેન અને એમની બાજુમાં ઊભેલી ગીતા બંનેએ ધરપત અનુભવી. પણ એ ધરપત ક્ષણજીવી નીવડી : 'લ્યો, પહેલાં તમારા દીકરાનો અવાજ સાંભળો.'

'કોણ, બા ?' આશિષના અવાજે રાધાબહેનના ચિત્તતંત્રમાં એવો ખળભળાટ મચાવી દીધો કે હોંકારો બહાર આવતાં વાર લાગી. ત્યાં સુધીમાં સામે છેડેથી આશિષે પૂછ્યું : 'તું ચૂપ કેમ છે, બા ?'

'દીકરા, તું ક્યાં છે ?' કાંઈક અજુગતું લાગતું હોય તેમ અધીરા સ્વરે રાધાબહેન બોલ્યાં : 'હું અને ગીતા તારી ફિકર કરતાં બેઠાં છીએ !'

'બા ! હું... હું આશિષ...' એટલું બોલે ત્યાં સામા છેડે અવાજ બલદાઈ ગયો. અગાઉના ઘોઘરા સાદમાં સાંભળવા મળ્યું : 'તમારો દીકરો અમારા કબજામાં છે. બરાબર સાંભળી લ્યો : દીકરો સાજોસારો પાછો જોઈતો હોય તો સાડાસાત લાખ રૂપિયા તૈયાર રાખજો.'

'પણ...'

'વચ્ચે નહીં બોલ, બૂઢી !' બોલનારે હવે તોછડાઈ વાપરી : 'આની જાણ પોલીસને કરવાની નથી. નહીંતર તારા એકના એક છોકરાના કટકા કરી નાખશું... એકાદ કલાક પછી બીજો ફોન કરીએ છીએ.'

અને ફટાક કરતો ફોન મુકાઈ ગયો. રાધાબહેનને બધું ચક્કર-ચક્કર ફરતું દેખાયું. શરીરનું સંતુલન ગુમાવી નીચે પડતું મૂકતાં હતાં ત્યાં ગીતાએ એમને સંભાળી લીધાં : 'શું થયું, બા ? એ સલામત તો છે ને ? ફોન પર પેલા માણસે પૈસા શું કામ માગ્યા ? ધમકી કેમ આપી ?'

રાધાબહેનને સ્વસ્થ થતાં થોડી વાર લાગી હતી. આવા સંકટમાં પોતાના કરતાં આશિષની પત્નીને સંભાળવાની છે એવો ખ્યાલ આવતાં તેમણે પાણી-પાણી થઈ ગયેલા હાથપગ લૂછી, ચહેરા પર પરાણે જુસ્સો લાવી, ટેલિફોન પર સાંભળેલી આશિષના અપહરણની વાત કહી સંભળાવી હતી : 'એમણે બદલામાં સાડાસાત લાખ રૂપિયા માગ્યા છે ! પણ તું ચિંતા નહીં કરતી, વહુ ! જાત વેચીને પણ હું મારા દીકરાને જ્યાં હશે ત્યાંથી હેમખેમ પાછો લાવીશ.'

પંદર-વીસ મિનિટ તો સાસુ-વહુ પરસ્પરને ધરપત અને હિંમત આપતાં રહ્યાં, પણ પછી વાસ્તવિકતાનું ભાન થયું કે એમની પડખે અત્યારે કોઈ જ પુરુષ નથી. અપહરણ કરનાર ગુંડાઓ સાથે કામ પાડવામાં કોઈકની તો જરૂર પડવાની. બીજો ફોન આવે ત્યારે રકમની વાત પર ભાર મૂકીને એ લોકો પૂછશે કે પૈસા આપો છો કે તમારા દીકરાના કટકા...

હચમચી ઊઠતાં રાધાબહેને ડાયલ ઘુમાવી અંતુભાઈનો ફોન જોડ્યો. ઘંટડી વાગી એટલે બોલવા માટે ગળું ખોંખાર્યું, પણ સામેથી અંતુભાઈને બદલે

ટેપરેકૉર્ડરનો અવાજ સંભળાયો : 'મિસ્ટર અંકલેશ્વરિયા બહાર ગયા છે. તમારો સંદેશો નોંધાવી દો...' ત્યારે રાધાબહેનને નિર્જીવ ટેપરેકૉર્ડર પર દાઝ ચડી હતી છતાં સંદેશો તો કહેવો જ પડ્યો : 'એક અણધારી આફત આવી પડી છે. આશિષ...' એટલું કહીને એમણે વાત વાળી લીધી હતી. 'તમે આવતાંવેંત તાબડતોબ ફોન કરો !' છેલ્લા શબ્દોમાં ઘૂંટાયેલું એમનું રુદન પણ રેકૉર્ડરમાં ઝિલાઈ ગયું હતું.

'બા, કોને ખબર, વાપી ગયેલા અંતુકાકા ક્યારે પાછા આવશે !' ગીતા થથરતા અવાજે બોલી ગયેલી : 'અત્યારે કુમાર હાજર હોત તો...' કહેતી એ ઊભી થઈ ગઈ હતી : 'હું હૉસ્ટેલ પર જઈને કુમારને બોલાવી લાવું.'

'અત્યારે ?' રાધાબહેને વહુનો હાથ પકડી લીધો હતો : 'પોણાઅગિયાર વાગ્યે તું એકલી ટેક્સીમાં...' કહીને ઉમેર્યું હતું : 'તેને બદલે હું જ જઈને...'

'નહીં, બા, તમારે ઘેર રહેવું જરૂરી છે. પેલાનો ફોન આવે ત્યારે તમે હાજર હોવાં જોઈએ. નહીંતર એ લોકો પાછા વહેમાશે.' કહેતી એ પર્સ ઊંચકીને સડસડાટ રવાના થઈ હતી.

અને એકલાં પડેલાં રાધાબહેન ક્ષણેક્ષણે અમંગળ તર્કમાં ડૂબતાં જતાં હતાં. ભયની મૂઠીમાં હૃદય ભીંસાતું જતું હતું. પેલાનો ફોન આવે એ પહેલાં ગીતા કુમારને લઈને આવી પહોંચે એવી આજીજી ઈશ્વરને કરતાં હતાં ત્યાં જ ફોનની ઘંટડી રણકી ઊઠી અને કોઈ ભયાનક રાક્ષસ છાતી ઉપર સવાર થયો હોય તેમ હાંફતાં-હાંફતાં રાધાબહેને રિસીવર ઊંચક્યું. એમના ગળામાંથી 'હલ્લો' પણ નીકળી શક્યું નહીં.

'કોણ ?' સામેથી પુછાયું ત્યારે રાધાબહેનના ચહેરા પર ઝડપી પરિવર્તન આવી ગયું : 'તમે આવી ગયા ?'

'હા, રાધા, હમણાં જ આવ્યો અને આવતાં જ ફોનના રેકૉર્ડર પર સંદેશો સાંભળી કપડાં બદલવા રોકાયા વિના તને ફોન જોડ્યો.' અંતુભાઈ એકીશ્વાસે બોલતા હતા : 'શું વાત છે, રાધા ? શી આફત ?...'

'તમે હમણાં ને હમણાં આવો... મારો જીવ કપાઈ રહ્યો છે ! શ્વાસ રૂંધાઈ રહ્યો છે... હું... હું... સાવ એકલી...'

રાધાબહેનને ગળે ડૂમો ભરાઈ આવ્યો અને અંતુભાઈ પણ વધુ સાંભળવાને બદલે બોલી ઊઠ્યા : 'હિંમત રાખ, રાધા ! હું બેઠો છું ત્યાં સુધી તું એકલી નથી... અબઘડી આવી પહોંચું છું.'

રિસીવર મૂકીને રાધાબહેન ઊઠ્યાં, મોં ધોયું, બે ઘૂંટડા પાણી પીધું અને ફરી ટેલિફોન સામે આવીને ગોઠવાયાં. અંતુભાઈના આવતાં પહેલાં ફોન ન આવે એટલા માટે રિસીવર નીચે મૂકી દેવાનો વિચાર આવ્યો પણ તરત માંડી વાળ્યો. કોને ખબર એમાં પણ સામેવાળાને વહેમ આવશે !

ત્યાં જ દરવાજાની ઘંટડી વાગી એટલે એ સફાળાં ઊભાં થઈ ગયાં : એ આટલા જલદી આવી પહોંચ્યા ! ઉતાવળાં પગલે જઈને દરવાજો ઉઘાડ્યો તો ગીતા સાથે કુમારને ઊભેલો જોયો. બંનેની નજર ટકરાઈ ત્યારે વધુ વાર નજર મિલાવી ન શકતાં હોય તેમ આડું જોઈ લઈને રાધાબહેને કહ્યું : 'સારું થયું તું આવી ગયો, કુમાર !'

પણ કુમારને અત્યારે આવકાર કે અવગણનાની પરવા નહોતી. ચિંતાતુર ચહેરે અંદર ધસી આવતાં એ બબડ્યો : 'મારા તો માનવામાં આવતું નથી, માસીબા ! આપણો આશિષ લખપતિનો બેટો ક્યાં છે કે એ લોકો અપહરણ કરીને બદલામાં સાડાસાત લાખ રૂપિયા માગે... જરૂર કાંઈક ગોટાળો છે ! કાં તો આશિષને ઉઠાવી જવામાં એ લોકોની ભૂલ થઈ છે અથવા તો કોઈક જાણભેદુએ કાવતરું ઘડ્યું છે.'

'કેવું કાવતરું, કુમાર !' રાધાબહેને અધીરાઈથી પૂછ્યું : 'આશિષને ઉપાડી જવામાં કોને રસ...' પણ એ બોલવાનું પૂરું કરે તે પહેલાં જ ઘરના ઉઘાડા દરવાજામાંથી દાખલ થતા અંતુભાઈ અંદર આવી પહોંચ્યા હતા :

'શું થયું ? આશિષ કેમ દેખાતો નથી ? કોઈ અકસ્માત ?'

'નહીં ! નહીં !' રાધાબહેન ફરી રઘવાયાં થઈ ગયા. પેલા લોકોનો ફોન આવે એ પહેલાં ઝડપથી કહેવાય એ રીતે એમને સમજાવી દીધું. કુમારને તો ગીતાએ ટેકસીમાં જ બધું સમજાવી દીધું હતું.

'આશિષનું કીડનૅપિંગ ?' અન્તુભાઈએ માથું ધુણાવ્યું : 'એ બને જ નહીં !' કહેતાં વિચારમાં પડી ગયા ત્યારે ગીતા બોલી ઊઠી : 'બને નહીં છતાં બન્યું છે... હવે એ નક્કી કરો કે બીજો ફોન આવે ત્યારે એમની માગણીનો શો જવાબ આપવો છે ?'

'જવાબ ?' અંતુભાઈ મૂંઝવણમાં પડી ગયા. સોફા પર બેસીને ટેલિફોન નજીક ખેંચ્યો : 'ફોન આવે તે પહેલાં હું પોલીસ કમિશનરને જાણ કરી દઉં. એ ... ફોન ટેપ કરીને તરત પત્તો લગાડશે...'

...ભાઈએ બે વાર ચકરડાં ઘુમાવ્યાં હશે ત્યાં રાધાબહેને ઝાપટ

મારીને ફોન ખેંચી લીધો : 'એટલે તમે પોલીસને જાણ કરી મારા દીકરાનો જીવ જોખમમાં મૂકવા માગો છો ?' એમનું મુખ રૌદ્રતા ધારણ કરવા લાગ્યું : 'પોલીસને જાણ કરવાની હોત તો મને પણ એ આવડતું હતું... તમને મારા દીકરા કરતાં પૈસા વધારે વહાલા છે ?'

'એમ નથી, રાધા...' બોલતાં-બોલતાં ભૂલ સુધારી લીધી : 'ભાભી, પોલીસવાળા અપહરણ કરનારને ખબર પણ નહીં પડવા દે. કમિશનર મને બહુ સારી રીતે ઓળખે છે...'

'પોલીસ કમિશનર તમને ખરેખર બહુ સારી રીતે ઓળખે છે, એમ ?' આંખો કાઢીને એ એવી રીતે બોલી ગયાં જાણે કહેતાં હોય : 'સારી રીતે ઓળખતા હશે, પણ સાચી રીતે નહીં. એવું હોત તો તમે પોતે જ અત્યારે જેલમાં હોત !'

આંખોના ભાવ દ્વારા રાધાબહેને જે કહ્યું તે માત્ર અન્તુભાઈને જ સમજાયું અને કોઈ વધુ દલીલ કરે એ પહેલાં ફોનની ઘંટડી રણકી ઊઠી : એક... બે... ત્રણ વખત ઘંટડી વાગી ત્યાં સુધી ચારેએ એકબીજા સામે સચિંત નજરે જોયા કર્યું. પછી અન્તુભાઈએ ઇશારતથી રાધાબહેનને ફોન ઊંચકવા સૂચવ્યું.

ધ્રૂજતા હાથે રાધાબહેને રિસીવર ઊંચકી કાને માંડ્યું ત્યારે અન્તુભાઈ સરકીને તેથી લગોલગ ગોઠવાઈ ગયા.

'હેલ્લો !' રાધાબહેનના હોઠ ફફડ્યા.

'કોણ બોલે છે, રાધાબાઈ ?' એ જ ઘોઘરા અવાજમાં પૃચ્છા થઈ : 'ત્યાં બીજા કોણ-કોણ છે ?'

'બીજું !' રાધાબહેને જવાબ આપવામાં વાર લગાડી. અન્તુભાઈ સામે જોયું એટલે એમણે ગીતા તરફ ઇશારત કરી,

'હું અને મારા આશિષની વહુ... બે જણાં છીએ.'

'જૂઠું નહીં બોલ, બાઈ !' પેલાએ વડચકું ભરવાની રીતે ઊંચા અવાજે સંભળાવ્યું : 'બે આદમી પણ ત્યાં બેઠા છે ને ?'

સાંભળતાં જ રાધાબહેનને ધક્કો લાગ્યો. રિસીવર પાસે કાન રાખીને સાંભળતા અન્તુભાઈની ડોક પણ ચોરી પકડાઈ ગઈ હોય તેમ પાછી હઠી ગઈ. રાધાબહેને માઉથપીસ પર આડો હાથ રાખીને ત્રણેને કહ્યું : 'એ લોકો આપણી બધી હિલચાલ પર નજર રાખી બેઠા છે.'

'સાંભળ, બાઈ ! ત્યાં પેલા બે બેઠા છે એમાં એક તારા દીકરાનો બાપ અને બીજો છે તારો યાર !' કહીને પેલાએ અટ્ટહાસ્ય કર્યું : '

મવાલીનું મહેણું સાંભળીને રાધાબહેન ભોંઠાં પડી ગયાં. ગીતા અને કુમારે ન સાંભળ્યું હોય એવું મનોમન ઇચ્છીને પૂછવાની હિંમત કરી : 'તમે શું કામ એક વિધવાના દીકરાને પજવો છો ?'

'વિધવા ?' પેલો ફરી હસ્યો : 'હજી લગી તમે લોકોએ પોલીસને જાણ કરી નથી એટલે ભરોસો રાખીને લાંબી વાત કરું છું... સાંભળ, બાઈ, દરેક માણસ એશ કરવા રસ્તા શોધી લે છે. તેં યાર શોધી લીધો, તેમ અમારે માલદારના છોકરાને ઉઠાવી જવાનો આ ધંધો.'

'પણ અમે ક્યાં માલદાર છીએ ?'

'એ તો બાજુમાં બેઠેલા માલદારને પૂછી જો.' બોલનારે મક્કમપણે કહ્યું : 'અમે અગાઉથી પૂરેપૂરી બાતમી મેળવી લીધા પછી જ કામ કરીએ છીએ... ચાલ, હવે પેલા માલદારને ફોન આપ. બાઈમાણસ સાથે સોદો કરવાનું ફાવશે નહીં.'

ત્યારે રાધાબહેન વિમાસણમાં પડી ગયાં, એટલે પેલો સામેથી તાડૂક્યો : 'કહ્યું નહીં કે પેલાને ફોન આપ ?'

હેબતાઈ જઈને રાધાબહેને રિસીવર અન્તુભાઈને સોંપી દીધું : 'લ્યો તમે જ વાત કરી લો.'

અન્તુભાઈએ રિસીવર કાને મૂકી એક શ્વાસ છોડી શરૂઆત કરી : 'હા, બોલો, ભાઈ, કઈ રીતે પતાવટ કરવાની છે ?'

'હં !' સામેથી લહેકો સંભળાયો : 'આનું નામ બિઝનેસમૅન... વખત બગાડવાથી કોઈને ફાયદો થવાનો નથી. અમારી માગણી પૂરી કરો અને છોકરો પાછો લઈ જાઓ.'

'ક્યાંથી ?'

અન્તુભાઈએ પૂછ્યું તો ખરું, પણ સામેથી એક ગાળ સાંભળ્યા પછી ભૂલ સમજાઈ ગઈ.

'બેવકૂફ, ક્યાંથી – એવું પૂછીને ચાલાકી અજમાવે છે ? ઠેકાણું જાણી લેવાની અધીરાઈ હોય તો પહેલાં સાડાસાત લાખની જોગવાઈ કર.'

'એ માટે થોડો ટાઇમ આપો.'

'કેટલો ટાઇમ ?'

'કાલે બૅન્ક ઊઘડે એટલો.'

'આપ્યો !' પેલાએ ઉદારતા દાખવી : 'બૅન્કમાંથી પૈસા ઉપાડવાનું બપોરના અઢી વાગ્યા સુધી ચાલુ હોય છે. અમે તમને ત્રણ વાગ્યા સુધીનો ટાઇમ આપ્યો.'

'ભલે !' અન્તુભાઈએ નરમ પડી જઈને પૂછ્યું : 'ત્યાં સુધીમાં તમારા સાડાસાત લાખની સગવડ કરી રાખું છું.'

'પણ સીરિયલ નંબરની નોટો ન હોવી જોઈએ.'

'નહીં હોય.'

'તો કાલે બપોરે સાડાત્રણ વાગ્યે આ નંબર પર ફોન કરશું...' કહીને પેલો થોડી વાર અટક્યો : 'એટલું યાદ રાખજો કે તમારી દરેક હિલચાલ પર અહીં બેઠા-બેઠા અમે નિગેહબાની રાખીએ છીએ. ફોન પણ દરેક વખતે જુદીજુદી જગ્યાએથી કરીએ છીએ. એટલે કોઈ જાતની ચાલાકી અજમાવવાનો વિચાર કરતા નહીં, નહીંતર છોકરાની જવાન બૈરીને વિધવા થવાનો વારો આવશે !'

અને ફોન મુકાઈ ગયો. વારાફરતી દરેક સામે જોઈ લઈ અન્તુભાઈએ રિસીવર ક્રેડલ પર મૂકી દીધું. દીવાનખંડમાં થોડી વાર ખામોશી છવાઈ રહી.

'સાડાસાત લાખ રૂપિયા આપી દેવાના !' નિસાસો નાખી રાધાબહેને ખામોશી તોડી. થોડી વાર પહેલાં મારા દીકરા કરતાં તમને પૈસા વધુ વહાલા છે એવું મહેણું સંભળાવનાર રાધાબહેન જ આમ બોલી રહ્યાં હતાં છતાં કોઈને નવાઈ ન લાગી. કોઈ કાંઈ ન બોલ્યું ત્યારે તેમણે ફરી નિશ્વાસ નાખ્યો :

'ઠીક છે ! મારો આ ફ્લૅટ, મારી આ ઘરવખરી, મારાં ઘરેણાં-દાગીના – બધું જ વેચીને...'

'તમને આવું બોલતાં શરમ નથી આવતી !' અન્તુભાઈ તાડૂક્યા : આશિષ ભલે મને પરાયો ગણે, પણ મારા માટે આશિષ પરાયો નથી... અને અપહરણ કરનારેય મારી હેસિયતનો હિસાબ માંડીને જ રકમની માગણી કરે છે. એ લોકો બધી તપાસ કરીને જ આવાં કામ કરતા હોય છે.'

'બા, અત્યારે ભલે અંતુકાકા રકમ ચૂકવે.' પહેલી વાર ગીતા બોલી ઊઠી : આપણે એમની પાઈએ પાઈ ચૂકવી આપીશું.'

ત્યારે અન્તુભાઈએ ધારદાર નજરે એની સામે જોયું. એ કહેવા જતા હતા કે પાઈએ પાઈ જ શું કામ, વ્યાજસહિત ચૂકવી આપવાનું કહેવું હતું ને ! પણ સંજોગો સામસામી દલીલ કરવાના નહોતા એટલે એ ઊભા થઈ ગયા.

'કોણ કોને માટે શું ચૂકવે છે એ બધું પછી જોયું જશે. અત્યારે તો પૈસાની જોગવાઈ કરવાની છે. હું જાઉં... મારે કદાચ હમણાં જ વાપી જવું પડશે. સવારે આઠ વાગ્યે ત્યાં બૅન્ક ખૂલે એટલે બધી બૅલેન્સ ઉઠાવી લઈ બાર વાગ્યા સુધીમાં મુંબઈ પાછા ફરીને ઘટતી રકમ બૅન્કમાંથી ઉપાડી લઈશું.'

ઊઠતાં-ઊઠતાં કાંઈક યાદ આવ્યું હોય તેમ એમણે કુમાર સામે જોયું : 'અને કુમાર, તું કાલ બપોર સુધી અહીં જ રોકાઈ જજે. આવા સંજોગોમાં આ બંને ઘરમાં એકલાં રહે એ બરાબર નહીં.'

ત્યારે કુમારથી સહજપણે રાધામાસી તરફ જોવાઈ ગયું. અન્તુભાઈ સિવાયનાં ત્રણેને થોડા દિવસ પહેલાંની ઘટના તાજી થઈ આવી, પણ રાધાબહેને બીજી જ ઘડીએ એની યાદ ખંખેરી નાખી :

'એમાં કહેવાનું શું હોય ? આશિષની ગેરહાજરીમાં એ અમારું ધ્યાન નહીં રાખે તો બીજું કોણ રાખવાનું ?'

છતાં કુમાર ચૂપ રહ્યો ત્યારે અન્તુભાઈથી પુછાઈ ગયું : 'તું કેમ કાંઈ બોલતો નથી, કુમાર ?'

'શું બોલું ?' કહીને એ અટક્યો, પછી વેધક નજરે અન્તુકાકા સામે જોઈને બોલી ગયો : 'મને તો આ બધું થોડું વિચિત્ર લાગે છે. કોઈ નાટક જેવું !'

એના કહેવાનો ભાવાર્થ કોઈ સમજ્યું નહિ હોય અને સમજ્યું હશે તો સમસમી રહ્યું હશે. સાંભળ્યું-ન-સાંભળ્યું કરી પીઠ ફેરવી લઈ અંતુભાઈએ ચાલતી પકડી.

*

મંગળવારે બપોરે ચાર વાગ્યે અંતુભાઈ અને કુમાર સાડાસાત લાખ રૂપિયાની કાળી બૅગ સાથે આશિષના ઘરનો ઉંબરો ઓળંગીને બહાર નીકળતા હતા ત્યારે રાધાબહેન મમતાથી ઊભરાતા હૈયે આંખો મીંચીને એકના એક પુત્રના કુશળક્ષેમની ભગવાનને પ્રાર્થના કરતાં હતાં અને ગીતા આશાભરી આંખે એ બંનેને જોઈ રહી હતી. આશિષના અપહરણની વાત ફૂટી ન જાય એવી સાવધાનીથી ચાર જણાં વર્તતાં હતાં. પાંચમા ગિજુભાઈને આ ઘટનાની જાણ કરવી જોઈએ, પણ એ આઉટડૉર શૂટિંગમાં હતા એટલે એમને પણ અજાણ રાખવા પડ્યા.

સો-સોની નોટોવાળી સાડાસાત લાખની બૅગ સાથે અંતુભાઈ ઘરમાં દાખલ થયા ત્યારે પુત્ર પાછો હેમખેમ મળવાની શ્રદ્ધા રાધાબહેનના હૈયામાં દૃઢ થઈ હતી. ક્યાંય સુધી એ અંતુભાઈને ઉપકારભાવથી જોતાં રહ્યાં હતાં. ગીતાના મનમાંય એ તારણહારના પગે પડી જવાની લાગણી જાગી હતી, પણ કુમારના હૈયામાં તો અત્યારેય શંકા જ સળવળતી હતી : આ માણસ આબાદ ખેલ ભજવી જાણે છે !

સાડાત્રણે ચારે જણાં હજુ ચા-કૉફી પીતાં હતાં ત્યાં જ ફોનની ઘંટડી રણકી ઊઠી હતી અને અંતુભાઈએ જ ફોન ઊંચકી લીધો હતો.

'કેમ, શેઠિયા, રકમ લઈ આવ્યા ને ?'

જવાબમાં અંતુભાઈ હા કહે તે પહેલાં જ સામેવાળાએ કહી દીધું : 'કાળી બૅગમાં રકમ લઈને તમે ત્યાં પહોંચ્યા ત્યારે જ અમને એના ખબર મળી ગયા હતા.'

'એટલે તમને અમારા પર પૂરો ભરોસો છે...' કહીને અંતુભાઈએ પૂછી લીધું : 'તો હવે અત્યારે રકમ પહોંચાડવા ક્યાં આવવાનું છે ?'

'પૈસાનો ભાર હળવો કરવાની બહુ ઉતાવળ છે, શેઠિયા ?' સામેવાળાએ નાટકીય ઢબે કહ્યું : 'મારી હથેળીમાં પણ લક્ષ્મીની ખજવાળ આવવા લાગી છે.'

'તો ઠેકાણું આપો ને... !'

'ઠેકાણું... પહેલાં તો તમારે અંધેરી રેલવે સ્ટેશનની પશ્ચિમ બાજુએ બહાર નીકળી ફ્રૂટવાળાની બાજુમાં લૉટરી વેચતા કાણિયા પાસેથી એક ટિકિટ ખરીદવાની.'

'પછી ?'

'પછીની વાત પછી !' સામેથી કરડાકી સંભળાઈ : 'બહુ પૂછતાછ કરવાની નહીં.' કાણિયાને કહેજો કે સાડાસાત લાખના ઇનામવાળી લૉટરીની એક ટિકિટ આપો.'

'ભલે ! અમે નીકળીએ છીએ.' કહીને અંતુભાઈ ફોન મૂકવા જતા હતા ત્યાં સામેવાળાએ રોક્યા : 'નહીં, હમણાં નીકળવાનું નથી. તમારે પાંચ વાગ્યે જ ત્યાં પહોંચવાનું છે. ત્યાં સુધીમાં અમારો બધો બંદોબસ્ત પાકો થઈ જશે.'

'બીજુ કાંઈ ?'

'બીજુ એ કે પોલીસને જાણ કરવાની જરા સરખી ગંધ અમને આવશે તો, શેઠિયા, તારી ખેર નથી ! મારો માણસ તને કે તારી સાથે આવનારને ઠાર કરતાં અચકાશે નહીં ! તારો જાન જશે, સાડાસાત લાખ જશે અને છોકરો જમીનમાં દટાઈ જશે !'

ધમકીનાં એ વાક્યો સાંભળી અંતુભાઈની હથેળીમાં પરસેવો છૂટ્યો હતો, પણ સામે બેઠેલાં ત્રણને એ કળાવા દીધેલું નહીં. ત્રણ ને પાંત્રીસ મિનિટથી સવાચાર વાગતાં સુધીમાં ચાળીસ મિનિટ ચારેએ ઊંચા જીવે વિતાવવી પડી.

'કુમાર, કાલે રાત્રે તું એક વાક્ય બોલી ગયેલો.' અંતુભાઈએ સિગ્નલ પાસે કાર થોભવવા બ્રેક મારીને તેની સામે જોયું : 'તેં કહેલું કે તને તો આ બધું નાટક લાગે છે !'

કટોકટીના સમયે પુછાયેલા એ અણધાર્યા સવાલે કુમારને ઘડીભર ચોંકાવી દીધો. આડું જોઈને એ વાત ઉડાવી દેવાનું વિચારતો હતો ત્યાં –

'જો, કુમાર, સ્ત્રીઓની હાજરીમાં મારે તને પૂછવું નહોતું અને આપણે જે કામ માટે જઈએ છીએ એ નિર્વિઘ્ને પાર પાડવામાં આપણી વચ્ચે જરા સરખી શંકા હોય તો એ નિર્મૂળ કરી દેવી જોઈએ.'

'મારી વાત સાંભળ્યા પછી શંકા નિર્મૂળ થવાને બદલે તમે ખિજાઈને મને મોટરમાંથી ઉતારી મૂકશો.'

'એવું નહીં થાય તેની ખાતરી આપું છું.' અંતુભાઈએ મોટરની ગતિ તેજ કરતાં કહ્યું : 'હવે કહે, આશિષના અપહરણમાં તને નાટક જેવું શું લાગ્યું ?'

'તમે પોતે જ અપહરણ કરાવ્યું હોય એવું મને લાગ્યું.' ઉતાવળે બોલી જઈને કુમારે કહ્યું : 'હવે સાડાસાત લાખના બદલામાં તમે એને છોડાવવા જઈ રહ્યા છો એ નાટકનો બીજો અંક છે.'

સાંભળીને અંતુભાઈને એવો આંચકો અનુભવ્યો કે એક્સિલરેટર પરથી પગ હટી ગયો અને મોટરની ગતિ અચાનક ધીમી પડી ગઈ. પાછળ આવતી કારે સમયસર બ્રેક ન મારી હોત તો અંતુભાઈની ઍમ્બૅસેડર સાથે અથડાઈ પડત...

'સૉરી !' કહીને કારને ફરી ગતિમાં લેતાં અંતુભાઈએ સ્વસ્થતા ધારણ કરી લીધી : 'કુમાર, આવું નાટક કરવાની મને શી જરૂર ?'

'આશિષ અને રાધામાસીને હંમેશને માટે તમારા ઉપકાર હેઠળ દબાયેલાં રાખવા માટે !' કુમાર મક્કમ અવાજે બોલી ગયો : 'આશિષે ધમકી આપી હતી કે હવે મારા ઘરમાં અંતુકાકા પગ મૂકશે તો એમને જીવતા નહીં જવા દઉં... એટલે પહેલાં એનું અપહરણ કરાવી પછી એને ખાતર સાડાસાત લાખ હોમી દઈને એને છોડાવી લાવવાનો પેંતરો રચ્યો.'

'આશિષના ઘરમાં અવરજવર ચાલુ રાખવા માટે કોઈ સમજદાર માણસ સાડાસાત લાખ હોમી દે ખરો ?'

'સાડાસાત લાખ તો કહેવાના.' કુમારે દઢતાથી દલીલ કરી : 'મુંબઈમાં તમે કોઈને પણ પાંચદસ હજાર આપો એટલે આવું કામ કરી આપે... તમારા જ માણસો સાડાસાત લાખ લઈને કાલે તમને તે પાછા પહોંચતા કરી દેશે !'

ત્યારે અંતુભાઈના હોઠ તુચ્છકારમાં મરડાયા. એમના કપાળની નસો ઊપસી આવી. થોડી વાર ખામોશ રહીને એમણે ડાબી તરફ ડોક ફેરવી.

'કુમાર, હવે આક્ષેપ કરવાનો મારો વારો છે. તારી શંકા સાંભળીને મેં તને

મોટરમાંથી ઉતારી નથી મૂક્યો... હવે મારી શંકા સાંભળીને તું પણ ઉશ્કેરાઈ ન જતો.'

'મારા પર શંકા કરવા જેવું છે શું ?'

'ગયા મંગળવારે તું ઘાટકોપરથી વિમાન-ટેકરીવાળી ઝૂંપડપટ્ટીમાં લાલજી લંગડા નામના એક દાદાને મળવા ગયો હતો એ વાત સાચી ?'

ઊલટતપાસ જેવા એ સવાલે કુમારને પળવાર માટે અસ્વસ્થ કરી મૂક્યો : 'એટલે તમે મારો પીછો કરતા ત્યાં આવ્યા હતા, એમ જ ને ?'

'હા ! રાધાભાભીએ તારા ચારિત્ર્ય પર આળ ચડાવી તને ઘરમાંથી બહાર કાઢ્યા પછી એમને બહુ પસ્તાવો થયો. ફોન કરીને મને જાણ કરી. તું કોઈ અમંગળ પગલું ભરી બેસીશ એવો એમને ફડકો હતો... એટલે મારે તારો પીછો કરવો પડ્યો.'

'પણ હું લાલજી લંગડાને જ મળવા ત્યાં ગયો હતો એની જાણ તમને ક્યાંથી થઈ ?

'માતૃમંદિરમાંથી !'

'પણ એ લાલજી લંગડાને મળવામાં મેં શો ગુનો કરી નાખ્યો ? આશિષના અપહરણ સાથે આ વાતને શું લાગેવળગે ?'

'ગઈ કાલે રાત્રે એ ઝૂંપડપટ્ટીમાં મેં તપાસ કરાવી જોઈ તો લાલજી બે દિવસથી ત્યાં ફરક્યો નથી.'

'બસ એટલા ખાતર તમને શંકા જાગી કે મેં આશિષનું અપહરણ કરાવ્યું ?' કુમાર ધૂંઆપૂંઆ થતો બોલ્યો :

'આશિષ મારો દિલોજાન દોસ્ત છે એ પણ ભૂલી ગયા ?'

'એ લાલજી મુંબઈના નામચીન ગુંડા લચ્છીરામનો સાગરીત છે.'

'લચ્છીરામનો ?'

'હા, શ્રીમંત માણસોના છોકરાનાં અપહરણ કરવામાં પાવરધા લચ્છીરામના સાગરીત લાલજીને તું મળવા જાય અને ત્યાર પછી લચ્છીરામની ટોળી આશિષનું અપહરણ કરે તો કોઈને પણ તારા પર શંકા જાગે કે નહીં ?'

ત્યારે કુમારે ચૂપ થઈ જવું પડ્યું. પોતે તો લાલજી સમક્ષ અંતુકાકાના ખૂનની વાત ઉચ્ચારી હતી તેને બદલે આશિષનું અપહરણ...

'જો, કુમાર, મારા પરની તારી શંકા પોકળ હતી તેમ તારા પર આવી શંકા કરવી એ મારી મૂર્ખાઈ ગણાય...' અંતુભાઈએ નિખાલસ સ્વરે કહ્યું : 'આપણી

બંનેની શંકાના સામસામા છેદ ઊડી ગયા હતા. આપણે સાથે મળીને આશિષને છોડાવી લાવીશું... આ અંધેરી પણ આવી ગયું.'

કુમાર હોઠ કરડતો સાંભળતો હતો. લાલજી લંગડા પર તેને દાઝ ચડી : એને મેં શું કહ્યું અને એણે શું કર્યું ?

'કુમાર, સામે પેલા લૉટરીવાળા પાસેથી આપણે ટિકિટ લેવાની છે.' કાર પાર્ક કરીને આંગળી ચીંધ્યા વગર અંતુભાઈએ તેને કહ્યું : 'એક જણે બૅગ સાચવવા કારમાં બેસવું પડશે. તું જાય છે કે હું જાઉં ?'

'હું જ જાઉં છું.' કહેતાં કારનું બારણું ઉઘાડી કુમાર આત્મવિશ્વાસથી પહોંચી ગયો. કાણિયો લૉટરીવાળો ઘરાક પતાવવામાં પડ્યો હતો એટલે થોડી વાર થોભવું પડ્યું. મોકો મળતાં એણે ટિકિટ માગી : 'સાડાસાત લાખના ઇનામવાળી કોઈ લૉટરી હોય તો એક ટિકિટ લેવી છે !'

સાંભળતાં જ કાણિયાની એક સારી આંખમાં ચમકારો થયો. કુમારને બરાબર નીરખ્યો, રસ્તા પર નજર નાખી ઍમ્બૅસેડર કાર નિહાળી, પછી પૈસા રાખવાનો ડબો ઉઘાડી એમાંથી એક ટિકિટ કાઢીને કુમાર સામે ધરી : 'પાંચ રૂપિયા આપો !'

ટિકિટ જોયા વિના જ ઝટપટ ખિસ્સામાંથી પાંચ રૂપિયાની નોટ કાઢી આપી પેલી ટિકિટ ખિસ્સામાં સેરવી દઈ કુમાર મોટર તરફ સરકી ગયો.

'સારું થયું તેં એને બીજી કોઈ પૂછપરછ ન કરી.' મોટર સ્ટાર્ટ કરતાં અંતુભાઈએ સૂચના આપી : 'હવે ખિસ્સામાંથી ટિકિટ કાઢીને એની પાછળ વાંચ.'

આજ્ઞાંકિતપણે કુમારે લૉટરીની ટિકિટ કાઢી. તેની પાછળ શાહીથી લખ્યું હતું : 'ગોરેગાંવમાં ફિલ્મીસ્તાન સ્ટુડિયોના દરવાજે સીંગચણા વેચવા બેઠેલા બજરંગભૈયા પાસેથી આઠ આનાના સીંગચણા લઈ આ ટિકિટમાંથી અડધિયું ફાડી આપજો.'

'એ માણસ આપણને સંતાકૂકડીની રમત રમાડે છે કે શું ?' કુમારે દાંત ભીંસ્યા.

'સંતાકૂકડીની આ રમતમાં બદમાશોની સાવધાની છે, કુમાર !' ગોરેગાંવ તરફ કાર દોડાવતાં અંતુભાઈએ સમજાવ્યું : 'આપણને ખરા ઠેકાણે પહોંચાડતાં પહેલાં એ લોકો ચકાસણી કરે છે. કદાચ એમના બે-એક સાગરીતો ટૅક્સી કે મોટરસાઇકલ પર આપણી પાછળ આવતા પણ હશે.'

અંતુભાઈની ઠાવકાઈ પર પહેલી વાર કુમારને માન ઊપજ્યું. એની

જગ્યાએ બીજો કોઈ હોત તો ઉશ્કેરાટમાં એકાદો અકસ્માત કરી બેસત.

ગોરગાંવના ફિલ્મીસ્તાન સ્ટુડિયોના દરવાજા પાસે સીંગચણા વેચતા ભૈયાને અંતુભાઈએ દૂરથી જ જોઈ લઈ બરાબર તેની લગોલગ કાર ઊભી રાખી દીધી.

'બજરંગભૈયા, આઠ આને કા ચના દેના !' કહી કુમારે કારમાં બેઠાંબેઠાં જ આઠ- આની લંબાવી. ભૈયાએ આઠ આના તો લઈ લીધા પણ ચણાની પૂડી ભરવાની ચેષ્ટા કરી નહીં ત્યારે અંતુભાઈએ કુમારના ગોઠણને ઠોંસો માર્યો : 'પેલી ટિકિટનું અડધિયું આપી દે.'

'ઓહ !' પોતાની ભૂલ માટે ભોંઠપનો ઉદ્દગાર વ્યક્ત કરીને કુમારે ટિકિટના અડધિયાવાળો હાથ એના તરફ લંબાવ્યો ત્યારે ભૈયા પર ધારી અસર થઈ : 'અભી દેતા હૂં, સાબ !'

નીચા નમી બજરંગે નોટબૂકનો એક કાગળ કાઢીને તેની ઉપર પૂડી બનાવી ચણા ભરી આપ્યા : 'કાગજ ફેંક નહીં દેના, સા'બ' !ની સૂચના સાથે પૂડી કુમારના હાથમાં પકડાવી દીધી.

અંતુભાઈએ ફરી કાર સ્ટાર્ટ કરી એટલી વારમાં ચણા સીટ પર ઠાલવી કુમારે કાગળની ગડી ઉખેળી. તેની ધારણા સાચી ઠરી. આશિષ સુધી પહોંચવાનું અંતિમ સરનામું એ કાગળ પર લખ્યું હતું :

'મઢ આઇલેન્ડ, એરંગલભાટી ગામ, નેવી સેન્ટરની થોડે આગળ, ગ્રીનહાઉસના દરવાજે એક કૂતરો તમારું સ્વાગત કરશે ! પધારો !'

અને અંતુભાઈએ મઢ ટાપુ તરફ ઍમ્બૅસેડર ભગાવી.

❑

૧૨

મઢ ટાપુના એરંગલભાટી ગામમાં ગ્રીનહાઉસના દરવાજે અન્તુભાઈની ઍમ્બૅસેડર ઊભી રહી ત્યારે સૂરજ આથમી ચૂક્યો હતો. બંધ દરવાજા પાછળનું કમ્પાઉન્ડ સૂમસામ હતું. દૂર દેખાતી લીલા રંગની બંગલી પણ ઉજ્જડ જણાતી હતી. કિનારા સાથે અફળાતાં દરિયાનાં મોજાંનો અવાજ આસપાસના એકાંતને ઘટ્ટ બનાવતો હતો.

'અહીંયાં તો બધું ભેંકાર દેખાય છે !' ઘૂંટાતા શ્વાસે કુમારે આશંકા વ્યક્ત કરી : 'આપણે ઠેકાણું ભૂલ્યા નથી ને ?'

પણ અન્તુભાઈએ તેનો જવાબ આપવો ન પડ્યો. બંગલામાંથી ભસતો કૂતરો દરવાજા તરફ ધસી આવ્યો ત્યારે બેઉ સમજી ગયા કે એમનું સ્વાગત થઈ રહ્યું છે.

અડધી મિનિટ સુધી કૂતરો ભસતો રહ્યો ત્યારે ધીરજ ખૂટી ગઈ હોય તેમ અંતુભાઈએ કારનું હૉર્ન વગાડ્યું. એક-બે-ત્રીજા હૉર્ને ધારી અસર ઉપજાવી. કમ્પાઉન્ડમાં જમણી તરફના ખૂણામાં ઊભેલી એક ઝૂંપડીમાં બૅટરીનો લિસોટો દરવાજા પર ફેંકાયો. બૅટરીના અજવાળામાં બેઉએ જોયું તો પડછંદ આલ્સેશિયન કૂતરો દરવાજો ઓળંગી એમની મોટર પર ધસી આવવા માગતો હોય એવા ખુન્નસથી છલાંગો મારતો ભસતો હતો.

'કુમાર, એ લોકો આપણને ચેતવી રહ્યા છે કે જરાય ગરબડ કરી છે તો આલ્સેશિયન કૂતરો તમને ફાડી ખાશે.'

'પણ આમ કરીને તો એ લોકો આખું ગામ ગજાવી રહ્યા છે !'

અન્તુભાઈ એનો કોઈ ખુલાસો કરે એ પહેલાં ઝૂંપડી પાસેથી બૅટરી ફેંકનારનો અવાજ સંભળાયો :

'ટાઈગર ! ટાઈગર ! સાલા ! શેઠલોગ કો ભોંકતા હૈ ?'

જાણે ચમત્કાર થયો હોય તેમ કૂતરાએ ભસવાનું બંધ કરી પૂંછડી પટપટાવવા માંડી અને બીજી અડધી મિનિટમાં બૅટરી સાથે પેલા માણસે આવીને લોખંડના દરવાજા ઉઘાડી આપ્યા. દેખાવ પરથી કુમારને એ માછીમાર લાગ્યો.

'આઈયે, સા'બ !' કાર અંદર દાખલ થઈ એટલે દરવાજો ફરી બંધ કરી એણે સૂચના આપી : 'આપ યહાં ઠહરિયે, કુત્તેકો મૈં લે જાતા હૂં !'

અન્તુભાઈ અને કુમાર એકબીજા સામે જોતા મોટરમાં બેસી રહ્યા. બીજી અડધી મિનિટ માટે ફરી સન્નાટો છવાઈ ગયો. કુમાર ઊંચોનીચો થવા લાગ્યો ત્યાં સામે બંગલીની પરસાળમાં બત્તી થઈ. રૂમનો દરવાજો ઉઘાડી એક માણસ બહાર આવતો દેખાયો.

'આ તો લાલજી લંગડો !' આંચકા સાથે કુમારના મોંમાંથી ઉદ્ગાર સરી પડ્યા ત્યારે પોતાની ધારણા સાચી પડી એ માટે અન્તુભાઈએ તેની સામે માત્ર આંખની પાંપણો પટપટાવી.

લાકડાની કાખઘોડીને ટેકે લંગડાતો લાલજી ઉતાવળી ચાલે મોટરની નજીક આવતો ગયો તેમ-તેમ કુમારનાં જડબાં ભીંસાતાં જોઈને અન્તુભાઈએ ગુસપુસ અવાજે તાકીદ કરવી પડી : 'જરાય અથરો થાતો નહીં, એની ઓળખાણ પણ કાઢતો નહીં.'

મોટરથી દસ ડગલાં દૂર થંભી જઈને લાલજીએ હળવા સાદે સંભળાવ્યું : 'બેમાંથી એક મોટરમાં બેસી રહે અને બીજો જણ માલ સાથે આગળ વધે.'

સાંભળતાં જ રૂપિયાની કાળી બૅગ હાથમાં લઈને અન્તુભાઈએ કારનું બારણું ઉઘાડ્યું. કુમાર સામે એક નજર નાખી આંખોથી જ સાવચેત રહેવાનો સંકેત દર્શાવી એમણે પગ ઉપાડ્યા. લાલજી પાસેથી પસાર થતી વેળાએ એમણે જોયું તો પેલો પોતાની સામે કતરાતો હતો. માલ મળવાની ખુશાલીને બદલે એની આંખોમાં ઊભરાતા ખુન્નસે અન્તુભાઈને સાવધ બનાવી દીધા. સફારી પૅન્ટમાં છુપાવી રાખેલી પિસ્તોલના ભરોસે એ સડસડાટ આગળ વધી ગયા. પગથિયાં ચડતી વેળા ડોક ફેરવીને પાછળ નજર નાખી, તો લંગડો કારની બારીમાં ડોકિયું કરી કુમારની સાથે ગુસપુસ કરતો દેખાયો !

'પધારો શેઠિયા !' બંગલીના દીવાનખાનાનું બારણું ઉઘાડીને એક પડછંદ આદમીએ અન્તુભાઈને આવકાર આપ્યો ત્યારે એના રુઆબ પરથી જ એમણે અનુમાન કરી લીધું : 'આ પોતે જ લચ્છીરામ !

બગલમાં રૂપિયાની બૅગ દબાવી દબાતાં પગલે તે અંદર દાખલ થયા ત્યારે અંદર એક જ આદમી સિગારેટ ફૂંકતો બેઠો હતો. કોઈ ગુંડાના અડ્ડા જેવા દેખાવની એમણે અપેક્ષા રાખી હતી તેને બદલે સાદા ફર્નિચરવાળા મધ્યમવર્ગના કોઈ ગૃહસ્થના ઘરમાં આવ્યા હોય એવું મહેસૂસ કર્યું.

'ક્યાં છે આશિષ ?' લચ્છીરામે બૅગ લેવા હાથ લંબાવ્યો ત્યારે એમણે સામો સવાલ લંબાવીને કહ્યું : 'પહેલાં એને મારી પાસે હાજર કરો... માલ તમારી સામે હાજર છે.'

'લાલા !' લચ્છીરામે તેના સાગરીતને આંખોથી આજ્ઞા આપી બીજા રૂમ તરફ નજર કરી એટલે પેલો ઊભો થઈ અંદર ગયો.

'નહીં ! મારે એ માણસની મહેરબાનીથી છુટકારો નથી જોઈતો !' આશિષના અવાજે અન્તુભાઈને ચોંકાવી દીધા.

'યે લડકા જિદ્દ કરકે બૈઠા હૈ. ક્યા માલૂમ ઉસકો તુમ્હારે સાથ ક્યા દુશ્મની હૈ !' લચ્છીરામે મૂછો પર હાથ ફેરવતાં ખુલાસો કર્યો : 'કહતા હૈ કિ યહાં ભૂખા મર જાઉંગા મગર અંતુચાચાકે સાથ નહિ જાઉંગા.'

'નહીં... નહીં !' અંદરથી આશિષનો અવાજ સંભળાયો તેની સાથે જ ઓરડાના દરવાજામાંથી ધકેલાઈને તે અન્તુભાઈના પગ પાસે પટકાયો. તરત જ રૂપિયાની બૅગ નીચે મૂકી અન્તુભાઈએ એને ઊભો કર્યો. આશિષનો નંખાઈ ગયેલો ચહેરો જોતાં એમની આંખોમાં હમદર્દી ઊભરાઈ આવી, પણ આશિષ પર એ હમદર્દીની અવળી અસર થઈ. અન્તુભાઈના હાથ તરછોડી દઈ એ બે ડગલાં પાછળ હઠી ગયો.

'શું કામ મને છોડાવવા આવ્યા ?' હવે એની આંખોમાંથી અંગારા ઝરવા લાગ્યા : 'તમારે અને મારે શું લાગેવળગે ?'

અન્તુભાઈ એને જવાબ આપે એ પહેલાં લચ્છીરામ હાથ ઉગામતો આશિષ પર ધસી આવ્યો : 'અબે ચૂપચાપ ઉસકે સાથ યહાંસે નીકલો.' કહેતો એ ઊછળીને તેના જડબા પર ઝાપટ ફટકારે ત્યાં અન્તુભાઈએ છલાંગ મારીને તેનું કાંડું પકડી લીધું.

'ખબરદાર એના પર હાથ ઉગામ્યો છે તો !'

ત્યારે લચ્છીરામ તો ગમ ખાઈ ગયો, પણ આશિષ વધુ વીફર્યો : 'કહ્યું નહિ તમને કે મારી નજર સામેથી દૂર ચાલ્યા જાઓ... ભલે એ મને મારી નાંખે ! મારા

કટકેકટકા કરી નાખે ! તમારા ઉપકાર કરતાં એમના મારની પીડા ઓછી લાગશે.'

હવે લચ્છીરામની ધીરજ ખૂટી ગઈ હોય તેમ તેણે રૂપિયાની બૅગ ઊંચકી લીધી : 'લાલા, વો દોનોં કો લડને દો... તુમ દેખ લો, પૂરે સાડે સાત લાખ હૈ ન !' કહી તેના સાગરીત તરફ બૅગ ઉછાળી અને પેલાએ ઝીલી લીધી.

અન્તુભાઈએ આજીજીભરી દૃષ્ટિથી આશિષ સામે જોયું, અબોલ રહીને વાત્સલ્યભાવથી તેને મનાવવાનો પ્રયાસ કરી જોયો, પણ આશિષ જરાય ચળ્યો નહીં ત્યારે એમણે નિઃશ્વાસ નાખવો પડ્યો : 'ઠીક છે, મારી સાથે ન આવવું હોય તો હું જાઉં છું. બહાર કારમાં બેઠેલા કુમારને મોકલું છું, કદાચ એ તને મનાવી શકશે.'

કહીને લચ્છીરામ સામે એક દૃષ્ટિ ફેંકી તેમણે પગ ઉપાડ્યા. ઘડીભર તો લચ્છીરામના માન્યામાં ન આવ્યું. આજ સુધી પૈસા સોંપીને ખાલી હાથે પાછા ફરવાની તૈયારી દેખાડનાર કોઈને તેણે જોયો નહોતો અને કોઈ એવોય મળ્યો નહોતો જે પોતાના છુટકારા માટે બીજાનો ઉપકાર માથે ચડાવવા તૈયાર ન હોય !

ભારે હૈયે અન્તુભાઈ કાર પાસે પહોંચ્યા ત્યારે પેલો લંગડો ક્યાંય દેખાયો નહીં

'આશિષ ક્યાં ?' કુમારે કારનો દરવાજો ઉઘાડી અધીરાઈભેર પૂછ્યું : 'તમે એકલા જ પાછા કેમ આવ્યા ?' તેના બોલવામાં આક્રોશ હતો.

'એ મારી સાથે આવવા તૈયાર નથી.' ગરદન ઝુકાવી અન્તુભાઈ માંડ બોલી શક્યા : 'એ મારો ઉપકાર માથે લેવા માગતો નથી. પ્લીઝ, કુમાર, તું જઈને એને મનાવી લાવ.'

એમના શબ્દોમાં નીતરતી લાગણીએ કુમારનું હૈયું ભીંજવી નાખ્યું. પહેલી વાર એણે મહેસૂસ કર્યું કે આ માણસ આશિષને સગા બાપની જેમ ચાહે છે.

'હું જોઉં છું એ કેમ નથી આવતો.' આવેશમાં પગ પાછાડતો કુમાર બંગલી તરફ ધસી ગયો. એણે પાછળ ફરીને જોયું હોત તો કદાચ અંધારામાંય એ અન્તુકાકાની આંખમાં ચમકતાં આંસુ જોઈ શક્યો હોત.

ત્રીજી જ મિનિટે આશિષનો હાથ ખેંચી કુમાર બંગલીનાં પગથિયાં ઊતરતો દેખાયો કે તરત જ અન્તુભાઈની આંખનાં આંસુ વરાળની જેમ ઊડી ગયાં. કારનું એન્જિન સ્ટાર્ટ કરી ગાડીને દરવાજા તરફ ઘુમાવી.

'ચાલ, બેસી જા પાછળ !' આશિષને માટે પાછળનો દરવાજો ખોલી તેને અંદર હડસેલી કુમાર આગલી સીટમાં અન્તુભાઈની બાજુમાં ગોઠવાઈ ગયો.

'ચાલો, કાકા, જલદી ઘેર પહોંચીએ. ત્યાં માસીબા અને ગીતા આંખનું મટકુંય માર્યા વગર આપણી રાહ જોતાં હશે.'

કમ્પાઉન્ડનો ગેટ ઉઘાડો હોવા છતાં અન્તુભાઈએ ત્રણ વાર હૉર્ન વગાડી કાર સ્ટાર્ટ કરી ત્યારે કુમારને નવાઈ તો લાગી, પણ બધું હેમખેમ પાર પડ્યું એના ખ્યાલમાં ખુલાસો પૂછવાનું માંડી વાળ્યું.

પુરપાટ ભાગતી કાર બે ફર્લાંગ વટાવીને મુખ્ય સડક પર આવી ત્યાં દૂરથી અન્તુભાઈએ જોયું તો વીજળીના થાંભલા પાસે પેલો લંગડો લાકડાની ઘોડી ઊંચી કરીને ઊભો હતો. કાર નજીક આવતી ગઈ તેમ સડકની વચ્ચોવચ સરકતો રહ્યો અને કાર ઊભી રખાવવા માટે લાકડાની ઘોડી સાથે બીજો હાથ પણ ઊંચો કર્યો. તેની એ ચેષ્ટા જોઈને કુમારથી રાડ નંખાઈ ગઈ :

'કાકા, કાર થોભાવતા નહીં !'

તેણે ન કહ્યું હોત તો પણ અન્તુભાઈ કાર થોભાવવાના નહોતા. નજીક આવેલી મોટરને રોકવા લાલજીએ તેની ઘોડી આડી ધરી ત્યારે પળવાર માટે આંખો મીંચી દઈ લાલજીને હડફેટમાં લઈ અન્તુભાઈએ મોટરની સ્પીડ વધારી દીધી. લાલજીની એક તીણી ચીસ અને હવામાં અધ્ધર ઊછળી દૂર ફેંકાઈ જવાનો ધમાકો સંભળાયો છતાં અન્તુભાઈએ પછવાડે જોવાની પરવા ન કરી.

* * *

'આવી ગયો મારો લાલ !' દરવાજાની બેલ વાગતાં જ બારણું ઉઘાડવા દોડી ગયેલાં રાધાબહેને ઉંબરે ઊભેલા આશિષને છાતીસરસો ચાંપી દીધો. તેને માથે, વાંસે, ખભે, બાવડે હાથ ફેરવતાં એ ગળગળાં થઈ ગયાં : 'મારો દીકરો સાવ સાજોસારો આવી ગયો...' બોલતાં-બોલતાં એ અંદર લઈ ગયાં ત્યારે વડીલોની હાજરીનો મલાજો વીસરી જઈ ગીતાએ પણ સ્નેહથી એનો ખબો દાબી દીધો : 'તમે હેમખેમ આવો એ માટે મેં સાંઈબાબાની માનતા માની હતી.'

'તો-તો આપણે બધાં જ સાથે સાંઈબાબાનાં દર્શને જશું.' કુમારે વાતાવરણમાં ખુશાલી વીંટાળવા રમૂજ ફેલાવી. 'જઈને સાંઈબાબાના પગે પડીને કહેવાનો કે હવે આપણને પણ ગીતાભાભી જેવી એક જીવનસંગિની આપી દો, બાબા !'

બરાબર એ જ વખતે અન્તુભાઈ દાખલ થતા દેખાયા એટલે રાધાબહેન ઉપકારવશ આંખે તેમને જોઈ રહ્યાં. એ જોઈ આશિષ માનો હાથ છોડાવીને અંદરના ઓરડા તરફ જવા પગ ઉપાડતો હતો, પણ રાધાબહેને કાંડું પકડી લઈ

તેને રોકી પાડ્યો : 'દીકરા, એ ન હોત તો આજે તું મને પાછો ન મળ્યો હોત... એમને પગે પડી જા, દીકરા !'

અને ઝાટકા સાથે પોતાનું કાંડું છોડાવી આશિષે પગ ઉપાડ્યા : 'એક મિનિટ ખમી જાઓ, હું હમણાં જ આવ્યો.'

બધાં તરફ એની પીઠ હતી એટલે આશિષના મુખભાવ કોઈ જોઈ શક્યું નહીં, પણ એક મિનિટને બદલે એ અડધી મિનિટમાં પાછો ફર્યો ત્યારે એના ચહેરાની વિકરાળતા અને હાથમાં પકડેલી પિસ્તોલે બધાંને થથરાવી મૂક્યાં.

'આ માણસને પગે પડવાનું મને કહે છે, બા ?' એના દાંત ભીંસાયા, પિસ્તોલની ટ્રીગર પર ટેકવેલી એની આંગળી દબાય એ પહેલાં ધ્રૂઆપૂંઆ થતાં રાધાબહેન અન્તુભાઈને આડશ ધરીને ઊભાં રહી ગયાં.

'ગુંડાઓ સાથે ચોવીસ કલાક રહ્યો ત્યાં આવો ઘાતકી થઈને આવ્યો !' ત્રાડ પાડતાં રાધાબહેનનું આખું શરીર ધ્રૂજતું હતું : 'તું કોની સામે પિસ્તોલ તાકીને ઊભો છે એનું તને કાંઈ ભાન છે ?'

'હા, બા ! બરાબર ભાન છે.' ધિક્કાર વરસાવતી દૃષ્ટિથી અન્તુકાકાને વીંધીને આશિષ ખુન્નસ-ઘૂંટ્યા અવાજે બોલી ગયો : 'આ એ માણસ છે જેણે મારા પિતાની સાથે મિત્રદ્રોહ કર્યો... આ એ જ બદમાશ છે જેણે તારી સાથે આડો સંબંધ બાંધીને મને સમાજની મશ્કરીનું સાધન બનાવી દીધો... આ એ જ દુર્જન છે જેને કારણે મારા મનમાં બંધાઈ ગયેલી ગાંઠે મને પરણ્યા પછી પણ પત્નીસુખથી વંચિત રાખ્યો... દૂર હટી જા, બા ! મને મારો સંકલ્પ પૂરો કરવા દે ! એને હવે હું આ ઘરમાંથી જીવતો નહીં જવા દઉં !'

'અને તું પણ સાંભળી લે, આશિષ ! હું જીવું છું ત્યાં લગી એમને આંચ પણ નહીં આવવા દઉં !'

'તો હું તનેય ઠાર કરતાં નહીં અચકાઉં.' બોલતાં આશિષના કપાળની નસ ઊપસવા લાગી ત્યારે ગીતા તેના તરફ ધસી ગઈ : 'તમને મારા સોગન છે, આશિષ ! અત્યારે તમારા મગજ પર વેર સવાર થયું છે... પ્લીઝ !'

પણ આશિષે ન તો તેને પૂરું બોલવા દીધી કે ન આગળ વધવા દીધી : 'ગીતા ! કુમાર ! તમારા બેમાંથી કોઈ અમારી વચ્ચે ન આવતાં. એવું ન બને કે એકને જિવાડવાની તમારી જિદ્દ આપણા પાંચેનાં મોતનું નિમિત્ત બની જાય... મારી રિવોલ્વરમાં પાંચ ગોળી છે !' ઉશ્કેરાટમાં એકધારું બોલતા આશિષે શ્વાસ ખાવા પળવાર રોકાઈને એટલા જ ઉગ્ર સ્વરે કહ્યું : 'તમે સૌ માનતાં હતાં કે ઑફિસેથી

છૂટીને હું માનસશાસ્ત્રી પાસે સારવાર લેવા જતો હતો, પણ ખરેખર તો હું રોજ સાંજે પિસ્તોલ ચલાવવાની પ્રૅક્ટિસ કરતો રહ્યો હતો. તમે શું એમ માનો છો કે ગુંડાના કબજામાંથી મુક્તિ પામવા માટે હું એની સાથે અહીં આવ્યો છું ? ના... ના... તમારી સૌની હાજરીમાં મારા વર્ષોના વેરીને ઠાર કરવાની તક ઝડપી લેવા માટે હું અત્યારે આવ્યો... અને હવે એને જવા દઉં ? છટ્...'

'ઠીક છે, આશિષ !' અન્તુભાઈ રાધાબહેનને એક તરફ હડસેલી સીનો તાણી એની સામે ઊભા રહ્યા : 'તને પિસ્તોલ ચલાવતાં આવડે છે એ જાણીને આનંદ થયો.' કહી ત્વરાથી પોતાના પૅન્ટના ખિસ્સામાંથી પિસ્તોલ ખેંચી અને આશિષને કંઈ સમજાય એ પહેલાં તેની સામે ધરી દીધી : 'લે, લઈ લે આ બીજી પિસ્તોલ !' પણ ચોંકી ગયેલા આશિષે હાથ ન લંબાવ્યો ત્યારે અન્તુભાઈએ એના પગ તરફ પિસ્તોલ સરકાવી દીધી. 'એકને બદલે બે પિસ્તોલ ચલાવીને તું મને ઠાર કરી નાખ... પણ એ પહેલાં તારી પાસે દસ મિનિટની મહેતલ માગું છું !'

'એમ કરીને તમે છટકી જવા માગો છો !' આશિષે ખરેખર બેઉ પિસ્તોલ એમની સામે તાકી રાખી હતી : 'ઘરની બહાર સરકી જવું છે તમારે !'

'ના, ઘરની બહાર પગ નહીં મૂકું !' અન્તુભાઈએ નીડર અવાજે સંભળાવ્યું : 'મરતાં પહેલાં મારે તારો એક ભ્રમ ભાંગી નાખવો છે.'

'કેવો ભ્રમ ? શેનો ભ્રમ ?'

'એ કામ હું નહીં, બીજી એક વ્યક્તિ કરી શકે તેમ છે.' કહીને અન્તુભાઈએ રાધાબહેનના શયનખંડ તરફ દૃષ્ટિ ફેંકી. 'ત્યાં જઈ હું દસ મિનિટમાં પાછો ફરું છું.'

ત્યારે આશિષ વિચારમાં પડી ગયો. એ રૂમમાંથી બહાર નીકળવાનો બીજો દરવાજો નથી, બારીઓ પર લોખંડની જાળી જડી દીધી છે. તો પછી આ માણસ મારી સાથે બીજી શું બનાવટ કરવા માગતો હશે ?

'તારી ઘડિયાળમાં કેટલા વાગ્યા છે, આશિષ ?'

ત્યારે અનાયાસે આશિષથી કાંડાઘડિયાળમાં જોવાઈ ગયું : 'દસ ને વીસ !'

'બસ તો, દસ ને ત્રીસ મિનિટે એ ઓરડામાંથી બીજી એક વ્યક્તિને હું તારી સામે પેશ કરું છું જેને ઠાર કરવાની હિમ્મત કે મૂર્ખાઈ તું નહીં કરે !'

કહીને અન્તુભાઈએ જેવા પગ ઉપાડ્યા કે રાધાબહેને એમનું કાંડું પકડી લીધું : 'તમે ઊઠીને આવું કરવા તૈયાર થયા ? આટઆટલાં વરસ સોગન આપીને મારા હોઠ સીવેલા રાખ્યા અને હવે તમે જ...'

'હા, રાધા !' પોતાનું કાંડું છોડાવીને એ આગળ વધી ગયા : 'આજે એક ગોળીએ મરવાનું જ હોય તો પછી ભલે ઝેરનાં પારખાં થઈ જાય !'

અને સડસડાટ રાધાબહેનના બેડરૂમમાં દાખલ થઈ અન્તુભાઈએ બારણું અંદરથી વાસી દીધું !

ખંડમાં સન્નાટો છવાઈ ગયો. રાધાબહેનની છાતી ધકધક થવા લાગી. ગરદન ઝુકાવીને બંને હાથમાં માથું દબાવી દઈ તોળાઈ રહેલી કટોકટીના પરિણામની કલ્પનાથી એ ધ્રૂજી ઊઠ્યાં : એકવીસ વર્ષથી હૃદયમાં ધરબી રાખેલો રહસ્ય-બૉમ્બ હવે ફાટવાનો છે. એ રહસ્યનું જતન કરવા માટે પોતે કેટકેટલું સહન કર્યું હતું ! અને હવે એના પ્રગટ થવા આડે પૂરી દસ મિનિટ પણ બાકી નથી રહી...

બેઉ હાથમાં પિસ્તોલ પકડી આશિષ હજુય ટટ્ટાર ઊભો હતો : કદાચ અન્તુભાઈએ ધાર્યું હશે કે દસ મિનિટમાં તો ઝનૂન શમી જશે, પણ આજે એમની બધી જ ધારણાને હું ઊંધી વાળી દઈશ... !

કુમારે ગીતા સામે ઇશારત કરી આશિષને ટાઢો પાડવા તરકીબ અજમાવી.

'આશિષ, તને ખબર છે, પેલો લંગડો આપણી કારની હડફેટમાં આવી ગયો ને, એ જ અન્તુકાકાનું ખૂન કરવા માગતો હતો, પણ ફાવ્યો નહીં.'

'સારું થયું !' બુશશર્ટની બાંયથી કપાળ પર રેલાતો પસીનો લૂછવા પિસ્તોલવાળા ડાબા હાથની કોણી ઊંચી કરતાં આશિષે સંભળાવ્યું : 'એના હાથે અન્તુકાકાની હત્યા થઈ હોત તો મારા મનની મનમાં રહી જાત.'

'પણ તારી જગ્યાએ હું હોત તો આ રીતે વેર ન વાળું !'

'આ રીતે એટલે ?' આશિષે ફૂંફાડો માર્યો : 'તારી વેર વાળવાની રીત કેવી છે, કુમાર ?'

'બધાંની હાજરીમાં ખૂન કરીને પછી હાથકડી પહેરી લઈ જિંદગીભર જેલમાં સબડવાનો શો અર્થ ?' કહેતો કુમાર એક ડગલું તેના તરફ સરક્યો : 'લાલજી જેવા કોઈ ભાડૂતી માણસ પાસે ખૂન કરાવી શકાય.'

'જેલ ! કુમાર, તમને કોઈને મારી હાલત નહીં સમજાય. છેલ્લાં કેટલાંય વર્ષોથી મારું મન કારાવાસ કરતાંય વધુ વસમી યાતના વેઠી રહ્યું છે. મનની મુક્તિ માટે આ શરીરને જેલ ભોગવવી પડે એની મને પરવા નથી !'

'પણ તેં આ ગીતાનો વિચાર કર્યો ?'

'ગીતા !' તેનાથી ઊંડો નિઃશ્વાસ નખાઈ ગયો : 'એનોય વિચાર કરી લીધો છે, પણ એ હું હમણાં નહીં કહું. પેલો બહાર આવે, એના શરીરને હું વીંધી નાખું,

એને મારા પગ પાસે તરફડીને પ્રાણ છોડતો જોઉં... ત્યાર પછી તમને બંનેને જે કહેવાનું છે એ મેં બરાબર વિચારી રાખ્યું છે.'

એમ તો ગીતાએ પણ કાંઈક વિચારી રાખ્યું હતું : બાના ઓરડાનું બારણું ખોલીને અન્તુકાકા અહીં આવે ત્યારે હું છલાંગ મારીને આશિષને વળગી પડીશ. મારા અણધાર્યા પગલાથી એ ડઘાઈ જશે અને એટલી વારમાં કુમાર મદદે દોડી આવી આશિષને કાબૂમાં લઈ લેશે. એમ કરવા જતાં કદાચ મને એકાદ ગોળી વાગે તો ભલે, પણ આશિષના ખૂની ઇરાદાને તો બર આવવા નહીં જ દઉં...

પરંતુ રાધાબહેનના બેડરૂમનો દરવાજો ક્યારે ખૂલ્યો અને ક્યારે એ દીવાનખંડમાં ચૂપચાપ સરકી આવ્યા એનો જ કોઈને ખ્યાલ ન રહ્યો. આવનારને જોતાં જ ડઘાઈ ગયેલી ગીતા ચીસ પાડવા જતી હતી, પણ ચીસ તેના ગળામાં જ થીજી ગઈ. કુમાર અને આશિષ સુધ્ધાં એને જોઈને હેબતાઈ જાય એવો બિહામણો દેખાવ હતો એનો.

કબરમાંથી ઊઠીને જાણે કોઈ મડદું બહાર આવ્યું હોય એવો નિર્જીવ ચહેરો અને તે પણ આખો દાઝી ગયેલો... બંને ગાલની જલી ગયેલી લબડતી ચામડી હમણાં જ ખરી પડશે એવા ખ્યાલથી જોનારને કંપારી વછૂટે... માથાના વાળ અર્ધા ખરી ગયેલા અને અર્ધા બળી ગયેલા... ચીમળાઈ ગયેલા, કાળાંમેશ શર્ટ-પૅન્ટને પણ કોઈ-કોઈ જગ્યાએ આગની જ્વાળા અડકી ગયેલી હોય એવાં બાકોરાં દેખાતાં હતાં. માત્ર બે ઉઘાડા પગ અને બે આંખો સિવાય તેનો સમગ્ર દેહ ખરડાયેલો હતો. રાધાબહેન સિવાયનાં ત્રણે અધ્ધર શ્વાસે અને ફફડતા કાળજે એને નિહાળતાં રહ્યાં હતાં.

'ઓળખાણ ન પડી ને, આશિષ ?' બેઉ આંખોની દૃષ્ટિથી આશિષ પર ત્રાટક કરતા હોય એવી ઢબે આગંતુકે શરૂઆત કરી. બોલતી વખતે તેના દાઝી ગયેલા ચહેરાની ચામડી ખેંચાતી હોય એવો અણસાર એના ઉચ્ચારમાં વરતાતો હતો. ફાટી આંખે રાધાબહેન આશિષના પ્રત્યાઘાત નિહાળી રહ્યાં હતાં. અચાનક કોઈ ફટકો મારે અને માણસનું મગજ બહેર મારી જાય તેમ હેબતાઈ ગયેલો આશિષ બેઉ હાથમાં પિસ્તોલ પકડી પૂતળાની જેમ જડવત્ ઊભો હતો.

'હું રામકૃષ્ણ વીમાદલાલ !'

સાંભળતાં જ શરીરના અર્ધા અંગ પર પક્ષાઘાતનો હુમલો થયો હોય તેમ આશિષના ડાબા હાથમાંથી પિસ્તોલ નીચે સરી પડી. ગીતા અને કુમાર એ કદરૂપા માણસને ફાટેલી આંખે નિહાળવા લાગ્યાં. કોઈને કાંઈ જ બોલવાનું સૂઝતું નહોતું.

'જે પિતાને જોવા માટે તું બેહદ ઝંખતો હતો એનું આ બિહામણું સ્વરૂપ જોઈને છળી ઊઠ્યો, દીકરા ! સત્ય ક્યારેક ન જીરવી શકાય એવું કઠોર અને કદરૂપું હોય છે.'

'પણ...' આશિષની જીભ પર મહામહેનતે વાણી પ્રગટી : 'તમે તો...'

'આગમાં મૃત્યુ પામ્યા હતા – એમ જ કહેવા માગે છે ને ?' રામકૃષ્ણની આંખોમાં વેદના પ્રગટી : 'એકમાત્ર રાધા સિવાય આખી દુનિયા માટે હું વીમા કંપનીની આગમાં બળીને વીરગતિ પામ્યો હતો. ના, એકમાત્ર રાધા નહીં, અન્તુભાઈ પણ મારા જીવતા હોવાનો ભેદ જાણતા હતા.'

'તો શું એટલા ખાતર અન્તુકાકા અને...'

બોલતાં-બોલતાં આશિષની દૃષ્ટિ રાધાબહેન તરફ ફરી એટલે રામકૃષ્ણે તેનું વાક્ય અધવચ્ચેથી ઉઠાવી લીધું : 'એટલા ખાતર મેં અન્તુભાઈ અને રાધા વચ્ચેનો આડો સંબંધ ચલાવી લીધો એવો તર્ક તને સૂઝે છે. પણ, દીકરા, એકવીસ વર્ષ પાછળ ગયા પહેલાં તર્કવિતર્ક કરવાનો કોઈ જ અર્થ નથી. સાંભળ...'

ક્ષણવાર માટે રામકૃષ્ણ થંભી ગયા ત્યારે રાધાબહેન સિવાયનાં ત્રણે જણ જિજ્ઞાસાથી ભીંસાતાં હૈયે તેમને સાંભળવા તત્પર બની ગયાં. રામકૃષ્ણ વીમાદલાલના દાઝી ગયેલા કદરૂપા મુખની આંખો સમક્ષ ભૂતકાળ ઊપસવા લાગ્યો.

'હું અને અન્તુભાઈ પરમ મિત્રો, તું અને કુમાર છો એ કરતાંય વિશેષ. એકબીજા માટે ફના થઈ જવાની ભાવના અને એકબીજા વગર જીવી ન શકીએ એવી આત્મીયતા ધરાવનારા. ચહેરેમહોરે જુદા દેખાઈએ, પણ કદ અને વયમાં સાવ સરખા. હું ગૃહસ્થ અને એ સંસાર વગરના. મારી નોકરી ઇન્સ્યૂરન્સ કંપનીમાં અને એ એક અંગ્રેજ પેઢીમાં નોકરી કરે. પરોપકારી જીવ અને નિષ્કલંક જીવન...

પણ એક સાંજે બહારગામથી રોકડ ઉઘરાણી કરીને જોહાનિસબર્ગ પાછા ફરતા હતા ત્યાં રસ્તામાં લૂંટાઈ ગયા અને પૂરા પચીસ હજાર પાઉન્ડ ગુમાવી બેઠા. પેઢીના વિશ્વાસુ નોકર હોવા છતાં લૂંટાઈ ગયાનું એમનું બયાન કોઈને ગળે ઊતર્યું નહીં. આઘાતને કારણે એમના બયાનમાં પણ એકસૂત્રતા નહોતી એટલે એમની નિષ્કલંક કારકિર્દી પર ધબ્બો લાગી ગયો. અંગ્રેજ પેઢીએ ત્રણ અઠવાડિયાંની મહેતલ આપી : પચીસ હજાર પાઉન્ડ જમા કરાવો અથવા જેલમાં જવા તૈયાર રહો !

એ જમાનામાં પારકા-પરાયા દેશમાં પચીસ હજાર પાઉન્ડ જેવી રકમ

ક્યાંથી લાવીએ ? ઇન્સ્યૂરન્સ કંપની પાસે મેં લોન તરીકે રકમની માગણી કરી ત્યારે મારી ઠેકડી ઉડાવી : "તમે તો શું, તમારો દીકરો આખી જિંદગી અમારી કંપનીમાં નોકરી કરે તોપણ આટલી રકમની લોન વાળી ન શકે. અરે, તમે એ અંકલેશ્વરિયા સાથે ફ્રેન્ડશિપ રાખશો તો અહીંની નોકરી સુધ્ધાં ગુમાવી બેસશો !"

લોનને બદલે મને ધમકી મળી ત્યારે એવી દાઝ ચડી કે કંપનીની આખી ઇમારત ઉડાવી દઉં ! પણ એમ કરવાથી અન્તુનું સંકટ ટળવાનું નહોતું. એટલે વિશ્વાસઘાત કરવાનું પગલું સૂઝ્યું. અન્તુએ એની પેઢીના પૈસા ઉચાપત નહોતા કર્યા છતાં એના પર આળ આવ્યું, તો હું હવે કંપનીના પૈસા ઉચાપત કરું એમાં અનીતિ ક્યાં આવી !

ખોટું કરવું હોય ત્યારે માણસ પોકળ તર્કનું તરણું પકડે એવું મેં પણ કર્યું. અન્તુની મહેતલ પૂરી થવાના ત્રણ દિવસ અગાઉ પહેલી જૂને મને એવી તક પણ મળી ગઈ.

અમારી કંપનીમાં અવારનવાર મોટી રકમની રોકડ રાતભર પડી રહેતી. જૂનની પહેલીએ ઓવરટાઇમને બહાને હું મોડો નીકળ્યો હતો. નીકળતાં પહેલાં બધું જ ગોઠવી રાખ્યું હતું. કંપનીના મકાનમાં એક અન્ડરગ્રાઉન્ડ રસ્તો હતો. તેનો બીજો છેડો એકાદ ફર્લાંગ દૂર નીકળતો હતો. પેટનો બળ્યો ગામ બાળે એવી રીતે મેં કંપનીની આખી ઇમારત સળગાવી દેવાનું કાવતરું એકલા હાથે ગોઠવી દીધું હતું. આગની અંધાધૂંધીમાં હું કોઈની નજરે ચડીશ નહીં, રકમની ઉઠાંતરી માટે કોઈના પર વહેમ પડશે નહીં અને અન્તુ જેલની સજામાંથી ઊગરી જશે.

એકલે હાથે આ બધું જ હું કરી શક્યો એ આજે મને પોતાને જ ન માનવા જેવું લાગે છે. કદાચ મિત્રને મદદ કરવાની ભાવનાના જોશે મારામાં આટલો બધો આત્મવિશ્વાસ જન્માવ્યો હશે.

અને પહેલી જૂનની મધરાત પછી કંપનીની ઇમારતને આગ લાગી. હું અંદર ધસી ગયો. પહેલાં તો દેખાવ એવો કર્યો કે અગત્યના દસ્તાવેજો બચાવી લેવા માટે મેં જાનનું જોખમ ખેડ્યું હતું. ઉપર જઈને દસ્તાવેજોને એક હૅન્ડબૅગ બારીમાંથી ફેંકી ત્યાં સુધીમાં આગ બુઝાવવા બંબાવાળા આવી પહોંચ્યા હતા. નીચે ઊભેલા ટોળાએ મને બારીમાંથી કૂદી જવા માટે પોકારો પાડ્યા, પણ હું મારી વેતરણમાં હતો. પચાસ હજાર પાઉન્ડની બૅગ લઈને હું આગથી બચતો લિફ્ટમાં નીચે ઊતરતો હતો ત્યાં આગમાં સપડાયેલો કંપનીનો એક ચોકીદાર ભટકાઈ ગયો. હાથ પકડીને એ મને મુખ્ય દરવાજેથી બહાર ખેંચી જવા માગતો હતો, પણ મારે તો

ભૂગર્ભ રસ્તો પકડવો હતો. મેં એટલા જોશથી ધક્કો માર્યો કે લિફ્ટના લોખંડી દરવાજા સાથે એનું માથું અફળાયું અને એ ત્યાં જ પટકાઈ પડ્યો. એ ખેંચતાણમાં મારો ચહેરો અગનજ્વાળામાં ઝડપાઈ ગયો છતાં ભૂગર્ભ રસ્તે હું પચાસ હજાર પાઉન્ડની હૅન્ડબૅગ સાથે હેમખેમ બહાર નીકળી ગયો : મારી ધારણા મુજબ જ બધું પાર પડ્યું, પણ...'

એકધારું બોલીને હાંફી ગયેલા રામકૃષ્ણ થોડી વાર થાક ખાવા અટક્યા ત્યારે પણ સાંભળનારાં તો એકવીસ વર્ષ પહેલાંના ભૂતકાળમાં જ ગરકાવ રહ્યાં.

'...પણ બધું જ માણસનું ધાર્યું થતું નથી એનું ભાન ભગવાને મને ત્રણ દિવસ પછી કરાવ્યું. એક તરફ કંપનીને ખાતર આપેલા બલિદાન માટે મારાં ગુણગાન ગવાતાં હતાં, મારી વફાદારીના દાખલા અપાતા હતા અને સ્વર્ગસ્થને અંજલિ આપવા શોકસભા યોજાઈ રહી હતી, ત્યારે બીજી બાજુ હું ચહેરેથી દાઝેલો અને અપરાધભાવથી અકળાતો, સંતાતો ફરતો હતો. જે થઈ ગયું એને માટે પસ્તાવો થતો હતો, છતાં અંતુને ઉગારી લેવાની ધગશમાં કોઈ ફેર પડ્યો નહોતો.

દુર્ઘટનાની ત્રીજી રાતે લપાતોછુપાતો હું ઘર સુધી પહોંચ્યો. આસપાસ બધું સૂમસામ દેખાયું એટલે કમ્પાઉન્ડમાં દાખલ થયો. બેઠા ઘાટના અમારા ઘરના ઉઘાડા દરવાજામાંથી વિધવા-વેશે બેઠેલી રાધા દેખાઈ. મને જોઈને છળી પડશે એ હું જાણતો હતો, પણ એને ચેતવવા માટે નાક પર આંગળી મૂકું એ પહેલાં જ એ હેબતાઈને ચીસ પાડતી બાજુમાં બેઠેલા અન્તુને બાઝી પડી. કદાચ કોઈ જાગી ગયું હશે એવી બીકે મારે મકાનની દીવાલસરસા સંતાઈ જવું પડ્યું. પાંચસાત મિનિટ હું ફફડતા જીવે રાહ જોતો ઊભો રહ્યો, ત્યાં કોઈકનાં પગલાં સંભળાયાં. મેં માન્યું કે અંતુ કદાચ ઉઘાડા બારણામાંથી બહાર ડોકાશે અને હું એને પૈસાની બૅગ સોંપી તાબડતોબ પાછો ફરી જઈશ, પણ...

બહાર ડોકિયું કરવાને બદલે અન્તુએ બારણું જ બંધ કરી દીધું. ત્યારે મારી મૂંઝવણ વધી ગઈ. થોડી વાર તો કાંઈ સૂઝ ન પડી. પાંચેક મિનિટ વીતી હશે ત્યાં મને યાદ આવ્યું કે ઘરના દરવાજાની એક ચાવી તો મારી પાસે જ છે ! ધીરજ ખૂટી ગઈ એટલે ચાવીથી દરવાજો ખોલીને દબાતાં પગલે હું અંદર દાખલ થયો. પહેલા રૂમ પાસે જઈ ઊભો રહ્યો તો નાઈટલૅમ્પના પ્રકાશમાં આયાની પડખે સૂતેલો દીકરો દેખાયો. મારું દિલ ભરાઈ આવ્યું. જઈ તેના માથે હાથ ફેરવવાનું હેત ઊભરાઈ આવ્યું, પણ આયા જાગી જાય તો મારો આ વિકરાળ દેખાવ જોઈને ચીસાચીસ કરી મૂકે એવી દહેશતથી હું આગળ વધી ગયો.

દીવાનખંડમાં કોઈ નહોતું છતાં સીલિંગ ફેન ફરતો હતો. સ્વજનના મૃત્યુના શોક જેવું બધું સૂમસામ દેખાતું હતું. ડાબી તરફના બેડરૂમનો દરવાજો અધખુલ્લો જોઈ હું એ તરફ સરક્યો. ત્યાં સુધી મને વિચાર પણ ન આવ્યો કે અન્તુ અથવા રાધામાંથી કોઈનો અવાજ કેમ કાને પડતો નથી ?

ઉઘાડા બેડરૂમમાં ડોકાઈને જોયું તો રાધા પલંગમાં માથું ઢાળીને પડી હતી અને અન્તુ...'

બોલતાં-બોલતાં રામકૃષ્ણના મુખ પર કરચલીઓ પડવા લાગી. દાંત ભીંસાવા લાગ્યા :

'મારો પરમ મિત્ર અન્તુ પલંગમાં પડેલી બેહોશ રાધાનાં વસ્ત્રો ઉતારી રહ્યો હતો. મારાં રોમેરોમમાં આગ પ્રજ્વળી ઊઠી. આ મારો મિત્ર ! જેને માટે હું મારું સર્વસ્વ લૂંટાવી દેવા તૈયાર થયો એ જ માણસ મારા મૃત્યુની ત્રીજી જ રાતે મારી પત્નીનું શિયળ લૂંટવા તૈયાર થયો અને તે પણ બેહોશ સ્ત્રીનું – જે માણસ માટે મેં મારાં બૈરી-છોકરાની કે પોતાના પ્રાણની પરવા ન કરી એ માણસના પ્રાણ હરી લેવાનું ખુન્નસ મગજ પર સવાર થયું.

બીજી પળે અંદર ધસી જઈ, પીઠ ફેરવીને રાધાના અર્ધનગ્ન દેહ પર ઝૂકેલા અન્તુના માથા પર મેં હૅન્ડબૅગ ફટકારી દીધી. એ અણધાર્યા પ્રહારને કારણે કે પછી અપરાધ કરતા પકડાઈ જવાને લીધે માથે વીજળી પડી હોય તેમ અન્તુ થથરી ગયો. પીઠ ફેરવીને મારા તરફ જોયું ત્યારે તો રામકૃષ્ણનું જીવતુંજાગતું પ્રેત દેખાયું હોય એવા ભયથી તેની આંખો ફાટી ગઈ. ત્યાર પહેલાં કે ત્યાર પછી ક્યારેય મેં કોઈ માનવીને આટલી હદે ભયભીત જોયો નથી. એને મેં ફટકો તો માર્યો હતો માથા પર, પણ એ છાતી દબાવી પાંચ-સાત પળ મારી સામે જોઈ નીચે પટકાઈ પડ્યો. માણસને આ રીતે મરતાં પણ ક્યારેય જોયો નથી.'

'એટલે તમે અન્તુકાકાનું ખૂન કર્યું ?' અંદરથી ધક્કો લાગ્યો હોય એવા આવેશમાં આશિષ બોલી ઊઠ્યો : 'તો પછી અત્યાર સુધી અન્તુકાકા...'

'એ અન્તુકાકા તરીકે જીવી રહેલા તારા પિતા પોતે જ છે !'

કહેતાં રામકૃષ્ણે ચહેરા પરથી દાઝી ગયેલા સ્વરૂપનું મહોરું ઉતારી નાખ્યું અને માથા પરથી વીગ હટાવી લીધી. આ બીજા આંચકાએ આશિષના બીજા હાથમાંથી પિસ્તોલ વચકાવી દીધી.

'મારા હાથે અન્તુની હત્યા થઈ, છતાં મારું રૂંવાડુંય ફરક્યું નહોતું. કોઈ જાતના ગભરાટ વિના મેં એના મૃતદેહને ઘર પાછળના બગીચામાં નાખી દીધો.

મળસકું થતાં પહેલાં ઘર છોડી જતાં અગાઉ રાધાનાં વસ્ત્રો સરખાં કરી એના બ્લાઉઝમાં હું એક ચિઠ્ઠી મૂકતો ગયો. તેમાં મેં લખ્યું હતું કે દુનિયાની નજરે તું વિધવા રહેજે, પણ તારા પતિને મૃત્યુ પામેલો માનતી નહીં.

મારી પાસે પચાસ હજાર પાઉન્ડની મિલકત હતી. એ જમાનાના સાડાસાત લાખ રૂપિયાના જોરે પૈસા વેરતો હું દક્ષિણ આફ્રિકાની સરહદ પાર કરી લંડન પહોંચી ગયો. આઠ દિવસ પછી કૉલ પર મારો અવાજ સાંભળીને રાધા પહેલાં તો હેબતાઈ ગઈ હતી. એ રાત્રે જોયેલો મારો વિકરાળ ચહેરો અને પછી વાંચેલી મારા અક્ષરની ચિઠ્ઠીએ તેનું ચિત્ત ભમાવી નાખ્યું હતું. કૉલ પર ઘણી વારે એ મને કહે કે અન્તુભાઈ તો એ રાતથી જ ગાયબ થઈ ગયા છે અને અહીં સૌએ એમને ભાગેડુ ઠરાવી દીધા છે.

બસ, એની આ વાતે મને એક કીમિયો સુઝાડી દીધો કે હું જ શા માટે ભાગેડુ અન્તુભાઈ ન બની જાઉં ? પ્લાસ્ટિક સર્જરીથી ચહેરો ઠીકઠાક કરાવતાં ત્રણ મહિના લાગ્યા, ત્યાં સુધીમાં રાધા ઘર સંકેલીને આફ્રિકાથી મુંબઈ પહોંચી ગઈ. દક્ષિણ આફ્રિકાના ભાગેડુને માટે બ્રિટન કે ભારતમાં કોઈ ભય નહોતો. એટલે મારા ફોટા પર અનન્તરાય અંકલેશ્વરિયાના નામે પાસપૉર્ટ કઢાવી હું પણ મુંબઈ આવી પહોંચ્યો અને રાધા મારી પત્ની હોવા છતાં અમે બંને આડા સંબંધનું જીવન જીવવા મંડ્યાં. ચહેરો મારો અને નામ અન્તુભાઈનું ! તું વારંવાર તારી બાને પૂછતો હતો કે ઘરમાં પિતાજીનો કોઈ ફોટો કેમ નથી ? ખરેખર તો રાધાની પેટીમાં ફ્રેમ કરેલી મારી છબી અત્યારે મોજૂદ છે.

હમણાં દાઝી ગયેલા ચહેરાનું જે મહોરું તેં જોયું એ થોડા દિવસ પહેલાં જ મુંબઈના એક પ્લાસ્ટિક સર્જન પાસે તૈયાર કરાવવું પડ્યું. મને હતું જ કે ભેદ ખુલ્લો કરવાનો સમય હવે પાકી ગયો છે ! બોલ, આશિષ, હજુય તું મારું ખૂન કરવા માગે છે ?'

સાંભળીને સ્તબ્ધ બની ગયેલાં ગીતા-કુમારે તો માન્યું કે હમણાં જ આશિષ દોડીને એના પિતાના પગે પડી જશે, પણ આશિષ તો અબોલ રહીને અન્તુભાઈમાંથી રામકૃષ્ણ બનેલા બાપને શંકાશીલ દૃષ્ટિએ એકીટશે નિહાળી રહ્યો હતો. જાણે હજુય તેના માનવામાં આવતું ન હોય... !

'તું મૂંગો કેમ થઈ ગયો, આશિષ ?' રામકૃષ્ણે વારાફરતી દરેક પર નજર દોડાવીને ઉમેર્યું : 'હા, હજુ એક વાતનો ખુલાસો બાકી છે. ટાઈફૉઈડ વખતે અમારી બંને વચ્ચેની વાતચીત સાંભળીને તેં તારવ્યું કે તું પોણા વરસનો હતો ત્યારે

અમે આડા સંબંધની પહેલી રાત ઊજવી અને તારા પિતાની હાજરીમાં જ અમારી વચ્ચે આ સંબંધ બંધાયા હતા ! પણ જે ભેદ ક્યારેય તારી સમક્ષ મારે ઉઘાડો પાડવાનો નહોતો એય હવે તું સાંભળી લે.

હકીકતમાં રાધા તારી સગી માતા નથી. તારી બા તો તને જન્મ આપતી વખતે જ મૃત્યુ પામી હતી. ગરીબ ઘરની મા વગરની આ યુવતી મારું ધ્યાન રાખવા આવતી. તારી સાથે એને એટલી બધી માયા બંધાઈ ગઈ કે એ મારી સાથે લગ્ન કરવા તૈયાર થઈ, એટલું જ નહીં, સગા અને સાવકા છોકરાનો ભેદભાવ ન જાગે એટલા ખાતર એણે પોતાનું કોઈ સંતાન ન થાય એવું ઑપરેશન પણ મને પૂછ્યા વિના કરાવી નાખ્યું હતું !'

હવે આશિષે આંચકો અનુભવ્યો. તેની દૃષ્ટિ રાધાબહેન તરફ વળી. આ સ્ત્રીને જનમ આપ્યો નથી છતાં મારે ખાતર આટલું બધું બલિદાન આપ્યું અને હું એને આટલી હદે ધિક્કારતો રહ્યો !

'આશિષ !' રામકૃષ્ણના અવાજે તેનું લક્ષ ફરી એમની તરફ ખેંચ્યું : 'વીરોચિત મૃત્યુ પામેલા પિતા માટેના તારા પૂજ્યભાવમાં અતિરેક હતો, તેમ તેનું સર્વસ્વ સમર્પણ કરી દેનાર તારી આ માતા માટેના અભાવમાં પણ અતિરેક જ હતો.'

ત્યારે અંતરમાં કોઈ પીડા જાગી હોય તેમ આશિષે આંખો મીંચી દીધી. ભીતર મચી રહેલો ખળભળાટ આંસુ વાટે બહાર ન જાય એ માટે મનોબળ મક્કમ કરતો હતો ત્યાં ધીમાં ડગલે આગળ વધતા રામકૃષ્ણ તેની લગોલગ જઈ પહોંચ્યા :

'દીકરા આશિષ...' કહી તેના માથા પર હાથ મૂકતાં જ નાગ ફેણ ચડાવીને ફૂંફાડો મારે તેમ પોતાના હાથ તરછોડી દઈ આશિષે ત્રાડ નાખી :

'ખબરદાર, મને દીકરો કહ્યો છે તો !'

સાંભળીને ચારે જણ ચોંકી ઊઠ્યાં : ઉપરાઉપરી આઘાતથી તેનું ચિત્તભ્રમ તો નથી થઈ ગયું ને ?

'મારા પિતા તો એકવીસ વર્ષ પહેલાં મરી ચૂક્યા છે. બાળપણથી મેં હૃદયમાં એમની એક મૂર્તિ સ્થાપી હતી. હું મોટો થતો ગયો તેમ પિતાની એ મૂર્તિ વિરાટ બનતી ગઈ... ભગવાન કરતાં પણ વિશેષ ભાવથી હું એમને પૂજતો હતો અને આજે એક જ ઝાટકે તમે એ મૂર્તિનું ખંડન કરી નાખ્યું ! ના-ના ! સામે ઊભેલો આ કાયર માનવી મારો પિતા ન હોઈ શકે. મિત્રને મદદ કરવા જેણે પહેલાં

કંપનીની મિલકત ચોરી, પછી પત્નીનું શિયળ લૂંટાતું જોઈને મિત્રની જ હત્યા કરી નાખી ! આ અપરાધ ઓછો હોય તેમ મારી આ ઓરમાન માને છતા પતિએ એકવીસ-એકવીસ વરસથી વિધવા બનાવી રાખી... આડા સંબંધનું ઓઠું લઈને સમાજની દૃષ્ટિએ કલંકિત કરી, એટલું જ નહીં, પુત્રની નજરે પણ એને હલકી પાડી દીધી !'

પ્રકોપ ઠાલવતા આશિષનો શ્વાસ રૂંધાવા લાગ્યો છતાં હાંફતાં-હાંફતાં એણે એનો ફેંસલો સંભળાવી દીધો : 'છટ્ ! આવો માણસ મારો બાપ ન હોઈ શકે. જાઓ, અહીંથી ચાલ્યા જાઓ !'

કહીને આશિષ તેના તરફ દોટ મૂકવા જતો હતો ત્યાં અન્તુભાઈ ઉર્ફે રામકૃષ્ણે તેને બાવડેથી ઝાલી રાખ્યો : 'સાંભળ, આશિષ, આજ સુધી તેં અન્તુકાકા તરીકે મને નફરત કરી, ઘરમાંથી જાકારો આપ્યો, છતાં હું નફ્ફટ થઈને આવતો-જતો રહ્યો, પણ આજે...' થૂંક ગળે ઉતારતાં એમણે ઉમેર્યું : 'આજે તેં રામકૃષ્ણ વીમાદલાલને જાકારો આપ્યો એટલે હવે હું એક ઘડી માટેય નહીં થોભું !' કહેતા રાધાબહેન તરફ એક દૃષ્ટિ કરી રામકૃષ્ણ ચાલવા મંડ્યા. ત્યારે આ આશિષના મગજમાં એક ઝબકારો થયો : 'એક મિનિટ, અન્તુકાકા !'

એના એ સાદે રામકૃષ્ણના પગ થંભાવી દીધા. રાધાબહેન, ગીતા અને કુમારને પણ આશા જાગી : પિતા તરીકે આશિષ એમનો સ્વીકાર કરી લેશે !

તેને બદલે આશિષે ડ્રેસિંગ ટેબલ પાસે જઈ તેનું ખાનું ખોલી અંદરથી કંકુની ડાબલી કાઢી ત્યારે સૌ વધારે ચોંક્યાં.

'તમને અન્તુકાકા તરીકે માન્ય રાખ્યા છે, તો લો, જતાં પહેલાં તમારી એક ફરજ પણ બજાવતા જાઓ.'

કહીને કંકુની ડાબલી તેમની સામે ધરી : 'અન્તુકાકાના કપાળે તમે લગાડેલી કલંકની ટીલી તો હવે ભૂંસી શકાય તેમ નથી, પણ એને ઢાંકવા માટે કપાળે એક ટપકું કરતા જાઓ !'

અન્તુભાઈએ કંકુની ઉઘાડી ડાબલી સામે જોઈને રાધાબહેન પર દૃષ્ટિ ફેંકી ત્યારે એમની આંખો આંસુથી ઊભરાઈ હતી. આજ સુધી અન્તુભાઈના નામનો ચાંદલો ચોડવા સામે સતત વિરોધ કરનાર રાધાબહેન આંસુ સારતાં ખામોશ રહ્યાં ત્યારે જમણા હાથની આંગળીનું ટેરવું કંકુની ડાબલીમાં ઝબોળી મક્કમ પગલે એ આગળ વધ્યા અને આંસુ સારતાં રાધાબહેનના કપાળે સૌભાગ્યચિહ્ન ચોડી દીધું.

એ દૃશ્ય જોઈને ગીતાની પાંપણો પર આંસુનાં તોરણ બંધાઈ ગયાં. કુમાર

ગદ્ગદ થઈ ગયો, પણ આશિષને હજુ કાંઈક કહેવાનું બાકી હતું.

'બા ! આજ સુધી તેં મારે ખાતર ઘણું સહન કર્યું, મારા કારણે ઘણું દુઃખ વેઠ્યું, પણ આજે બધા ભેદ ખૂલી ગયા પછી હવે માતા-પુત્રના સંબંધમાંથી આપણે મુક્ત છીએ. અન્તુકાકાનો ચાંદલો લઈને એમની સાથે જતાં હું તને નહીં રોકું.'

સાંભળીને રાધાબહેન સ્થિતપ્રજ્ઞની જેમ ચૂપચાપ ઊભાં રહ્યાં ત્યારે આશિષે ઉમેર્યું : 'આ જાકારો નથી, બા ! હું તને છુટકારો આપું છું.'

છતાં રાધાબહેને પગ ન ઉપાડ્યા કે ન અંતુભાઈ ઉર્ફે રામકૃષ્ણ વીમાદલાલને જતા રોક્યા !

[સમાપ્ત]

એક હતા હરકિસન મહેતા

વિનોદ ભટ્ટ

'મૃત્યુ એ માણસનો જન્મસિદ્ધ અધિકાર છે.' આ અધિકાર તે વહેલો-મોડોય મેળવે જ છે, પણ મરનાર કેટલું જીવ્યો એ કરતાં કેવું જીવી ગયો એ જ વધારે મહત્ત્વનું છે. કોઈ માણસ પથારીમાં પડ્યા પડ્યા ૧૦૨ વરસ સુધી, યમરાજાની રાહ જોતો જીવ્યા કરે એ કરતાં ૬૫ થી ૭૦ વર્ષ સુધી પોતાની શરતે ભરપટ્ટે જીવી જાય એને જ હું તો જીવી ગયો જાણું. આ અર્થમાં હરકિસનભાઈ જીવી ગયા.

અમુક જણ કોઈ ખાસ કારણસર જ જન્મ લે છે, હરકિસન મહેતા 'ચિત્રલેખા'માટે જન્મ્યા હતા. 'ચિત્રલેખા'માં 'ઈન્વોલ્વ' થવા અગાઉ તેમણે ભાગીદારીમાં એક એડ્. કંપની શરૂ કરી હતી જે બહારથી સારી ચાલતી હતી, પણ સાયકલનો ધંધો કરનાર એક સિંધી વેપારીએ તેમની મોટી ઉઘરાણી ડૂબાડી એટલે જાહેરખબરવાળો તેમનો ધંધો ત્યાં જ અટકી પડ્યો. 'બ્લેસિંગ્સ ઈન ડિસ્ગાઈસ' જેવું થયું. હું તો એ સિંધી વેપારીનો આભાર માનું કે જેને કારણે 'ચિત્રલેખા'ને એક સમર્થ તંત્રી મળ્યો ને આપણને નવલકથાકાર મળ્યો.

હરકિસનભાઈને ડૉક્ટર થવાનું મન હતું. ડૉક્ટર થઈ અંતરિયાળ ગામડાંઓમાં જઈ ગરીબ લોકોની સારવાર કરવી હતી, પણ ઈશ્વરને તે ન ગમ્યું. માણસને મારવાના તેના અબાધિત હક્ક પર એવો જ બીજો માણસ તરાપ મારે એ ઈશ્વરને કેમ ગમે? - નામમાં હર (શંકર) અને કિસન (કૃષ્ણ) જેવા બબ્બે ભગવાન હોય તોય શું થઈ ગયું! નામે નાયક તે કંઈ થવાતું હશે? આ કારણે જેમાં નાપાસ થવું અઘરું છે એ

ફર્સ્ટ યર સાયન્સમાં તે નાપાસ થયા - આમ પણ અઘરાં, પડકારરૂપ કામ કરવાની તેમની પ્રકૃતિ હતી. ધારો કે તે એક સફળ ડૉક્ટર થયા હોત તો ખાસ્સાં નામ અને દામ તે કમાઈ શક્યા હોત. કિન્તુ મેડિકલ સાયન્સમાં કહેવાયું છે કે ડૉક્ટરની સફળતાનો આધાર તેના હાથે કેટલા દરદી મર્યા એના પર છે. એક સો દરદીઓને માર્યા હોવા છતાં એ ડૉક્ટર અધૂરો બિનઅનુભવી ગણાય છે. પરંતુ એક હજાર માણસોને આ લોકમાંથી પરલોકમાં ટ્રાન્સફર કર્યા પછી જ તે એ રોગનો સ્પેશિયાલિસ્ટ મનાય છે. અને આમ જોવા જઈએ તો હરકિસનભાઈ સ્પેશિયાલિસ્ટ નહીં બની શક્યા તેમ છતાં ડાકુઓ પરની તેમની નવલકથાઓમાં ડાકુઓના હાથે તે કેટલા બધા માણસોને ખતમ કરાવી શક્યા છે! જે કામ તેમણે ડૉક્ટર બનીને કર્યું હોત એ જ કામ તે ડૉક્ટરી ભણવાનો ખોટો ખર્ચ કર્યા વગર સાવ મફતમાં કરી શક્યા. એટલું જ નહીં. અહીં તો ગ્રાહક સુરક્ષા મંડળવાળાય તેમના વાંકડિયા વાળને સીધા કરવાની સ્થિતિમાં નહોતા, નથી.

ગુજરાતી નવલકથાકાર તરીકે લોકપ્રિયતાનું બીજું નામ હરકિસન મહેતા રહ્યું છે. રાજકોટની લેંગ લાઈબ્રેરીએ દોઢ-બે દાયકા અગાઉ લોકપ્રિય લેખકોની મોજણીનો અહેવાલ પ્રગટ કર્યો હતો, આ મોજણીમાં હરકિસન મહેતાનું નામ ટોચ પર, પ્રથમ ક્રમમાં હતું. તેમને ત્રણસોમાંથી બસો અઠ્યાસી માર્કસ વાચકોએ આપ્યા હતા. આજે પણ તે વેચાણમાં અને વંચાણમાં ટોપ પર છે અને અન્ય નવલકથાઓ ઉપરાંત ડાકુઓ પરની તેમની નવલકથાઓ પણ ચપોચપ વેચાય છે. આ પરથી કહી શકાય કે આજેય વાચકોનો ડાકુપ્રેમ ઓછો થયો નથી. આપણા પૉલિટિશિયનોનાં પરાક્રમો જાણવાને પરિણામે વાચકોને ડાકુઓનું આકર્ષણ વધી ગયાની શક્યતા નકારી શકાય તેમ નથી, કોઈને પણ આ પ્રકારના તુલનાત્મક અભ્યાસમાં રસ પડે એ સ્વાભાવિક છે. હરકિસન મહેતાએ તેમની શરૂઆતની નવલકથાઓમાં ડાકુઓને ગુજરાતમાં પોપ્યુલર કર્યા. ત્યારબાદ આ ડાકુઓએ ગુજરાતમાં હરકિસન મહેતાને મબલખ પ્રસિદ્ધિ અપાવી. લોકપ્રિયતા અપાવી. ડાકુઓ પણ રાખરખાપતમાં માનતા હોય છે એનું આ જ્વલંત ઉદાહરણ નથી?

અને હરકિસનભાઈને ખબર હતી કે તે કોના માટે લખે છે. નવલકથા લખતી વેળાએ તેમની એક નહીં, બન્ને આંખો વાચકો પર જડાયેલી રહેતી. વિવેચકો તેમની શું ઉપેક્ષા કરવાના હતા! તે જ વિવેચકોની ઘોર ઉપેક્ષા કરતા હતા. વિવેચક પાછળ પોતાની એક પણ નકલ તે બગાડતા નહોતા. તેમનાં પુસ્તકોના વિતરકને ચેતવણી આપતા કે એકેય નકલ વિવેચક પાછળ વેડફાય નહીં એ જોજો પુસ્તકોનું અવલોકન છપાવાથી જ તેનું વેચાણ વધે છે એ માન્યતા કેટલી બધી પોકળ છે એ તેમણે પુરવાર

કરી બતાવ્યું છે. પોતાની નવલકથામાં કોઈની પાસે પ્રસ્તાવના પણ તેમણે નથી લખાવી કે પોતાનું એકપણ પુસ્તક સાહિત્યિક સ્પર્ધામાંય નહોતું મોકલ્યું. વાચકને તે રાજ્જા કે માલિક જેવાં મિથ્યા સંબોધનો પણ કરતાં નહીં, જે સર્જકમાં લઘુતાગ્રંથિ હોય તેણે જ આવી બધી ચાપલૂસીમાં પડવું પડે. વાચકે ખર્ચેલ નાણાંનું પૂરતું વળતર મળે એ માટે તે 'વાચકોનો સંતોષ એ મારો મુદ્રાલેખ છે' એવો વાણીવિલાસ કર્યા વગર તનતોડ અને મનતોડ શ્રમ કરતા. આ શ્રમને કારણે તેમના સ્વાસ્થ્ય પર વિપરીત અસર પડતી, ડિપ્રેસ થઈ જતા, નંખાઈ જતા, પણ વેઠ ઉતારવાની સ્હેજ પણ વૃત્તિ નહીં. વાચકોનો તે હૃદયથી આદર કરતા.

બજારમાં બીજા કયા કયા પ્રજાપ્રિય લેખકો છે એની પણ તે ખબર રાખતા ને 'ચિત્રલેખા'માં લખવાનું કહેણ પણ મોકલતા. એક વાર તે અમદાવાદમાં હતા. મને કહે કે આપણે અશ્વિની ભટ્ટને મળવું છે. મારે ત્યાં એ સાંજે મુલાકાત ગોઠવી. ચંદ્રકાન્ત બક્ષી, શેખાદમ આબુવાલા, અશ્વિની ભટ્ટ અને હરકિસનભાઈ. અશ્વિની આવી ગયો. હરકિસનભાઈ મને બીજા રૂમમાં લઈ ગયા. પૂછ્યું : 'જો વિનોદ, મેં અશ્વિનનું કશું વાંચ્યું નથી. તારો નિખાલસ મત મારે જાણવો છે, તેને 'ચિત્રલેખા'માં શરૂ કરી શકાય ?' મેં તેમને હળવાશથી જણાવ્યું : 'મારો પ્રામાણિક અભિપ્રાય એવો છે કે તમે એક વાર તેની વાર્તા 'ચિત્રલેખા'માં શરૂ કરશો તો તમારી છૂટ્ટી થઈ જશે. વાચકો તેને જ વાંચતા થઈ જશે.' મારી સામે જોઈ લાક્ષણિક હાસ્ય વેરતાં તે બોલ્યા : 'તો તો ભારે પડી જાય, પણ 'ચિત્રલેખા'ના વાચકો ફાવી જતા હોય તો અશ્વિનીને છાપવા આપણે રાજી છીએ.' અશ્વિની સાથે વાત કરી, પણ તેની નવલકથા 'સંદેશ'માં ચાલતી હતી એટલે 'સંદેશ'ના માલિક-તંત્રી ચીમનભાઈ પટેલે ના પાડી દીધી. (અમારા નગરમાં છાપાંના માલિકને તંત્રી કહેવાનો રિવાજ છે) ત્યાર બાદ અશ્વિની 'અભિયાન'માં નવલકથા ચલાવતો પણ હરકિસનભાઈએ તેની સાથે છેક સુધી હૂંફાળો સંબંધ રાખેલો. તેમની દીકરી સ્વાતિનાં લગ્નમાં અમારી સાથે અશ્વિનીનેય આગ્રહ કરીને તેડાવેલો ને બધાંને એનો પરિચય આપતાં તે કહેતા કે 'આ અશ્વિની ભટ્ટ છે, મારો નાનો ભાઈ છે. મારા પછી નવલકથાકાર તરીકે મારી ગાદી તેણે સંભાળવાની છે.' (નૉવેલિસ્ટ લેખે પોતે નંબર વન છે એ બાબત તેમના મનમાં લેશમાત્ર શંકા નહોતી).

તેમનામાં એક મોટો ભાઈ બેઠેલો સતત દેખાયા કરે. માત્ર કહેવા ખાતર જ નહીં, મોટા ભાઈની પેઠે હૂંફ પણ આપે. કાળજી રાખે. મારા ઘરમાં ભાઈ તરીકે હું સૌથી મોટો છું એટલે નાના ભાઈ હોવાનો આનંદ કેવો હોય એ હરકિસનભાઈના સ્નેહભાવને લીધે અનુભવાતું, મારી મોટી દીકરીનાં લગ્ન વખતે સમય કાઢીને તે ખાસ આવેલા અને મને રણજિતરામ સુવર્ણ ચન્દ્રક મળ્યો એની ખુશી મારા કરતાંય

વધારે હરકિસનભાઈને હતી. તેમણે રાજકોટ ખાતે મારો ભવ્ય સન્માન સમારંભ ગોઠવેલો. વજુભાઈ વાળા રાજકોટ નગરપાલિકાના મેયર હતા. બધી જ વ્યવસ્થા તેમણે બન્નેએ કરી હતી. હરીન્દ્ર દવે, તારક મહેતા, હરકિસનભાઈ અને 'ચિત્રલેખા'ના પત્રકારો સાજનમાજન સાથે મુંબઈથી આવેલા ને સમારંભમાં મન મૂકીને બોલ્યા હતા. આખું ગામ એમને સાંભળવા ઊમટ્યું હતું. મારા જીવનની એ ધન્ય ઘડી હતી.

અને હું ગુજરાતી સાહિત્ય પરિષદનો પ્રમુખ થયો એ સમાચાર 'ચિત્રલેખા'માં તેમણે ઊલટથી છાપ્યા હતા. પરિષદને દાન આપવા માટેની મારી અપીલ પણ તેમણે પ્રગટ કરી હતી ને 'ચિત્રલેખા'ની ગુડવિલને કારણે સાહિત્ય પરિષદને સારું એવું ડૉનેશન પણ મળ્યું હતું. આ ઉપરાંત તેમણે મને અંગત રીતે પૂછ્યું પણ હતું કે 'પરિષદના પ્રમુખ તરીકે અમારી પાસે તું શી અપેક્ષા રાખે છે?' 'તમે સાહિત્ય પરિષદ મુંબઈમાં ભરો તો મને ગમે.' મેં કહ્યું, 'કેટલો ખર્ચ આવે?' તેમણે જાણવા માગ્યું. 'આઠથી દસ લાખ.' મેં અંદાજ આપ્યો. 'ડન - થઈ જશે...' તેમણે તરત જ એનો સ્વીકાર કર્યો, પણ સાહિત્ય પરિષદ અગાઉથી અન્યત્ર ગોઠવાયેલી હતી, એટલે વાત ત્યાં જ અટકી પડી.

પણ પોતાનાં સ્વજનો માટે તેમના હૃદયનો ખૂણો કેટલો ભીનો છે એનો ખ્યાલ મને ૧૯૯૫માં, મારી ગંભીર - મરણતોલ માંદગી વખતે આવ્યો. હું કર્ણાવતી હૉસ્પિટલમાં જીવવા માટે તરફડિયાં મારતો હતો. મુંબઈના અખબાર 'જન્મભૂમિ-પ્રવાસી'એ પહેલા પાને ચોકઠું મૂક્યું હતું : 'હાસ્યલેખક વિનોદ ભટ્ટ ગંભીર' હરકિસનભાઈએ કર્ણાવતી હૉસ્પિટલના મુખ્ય ડૉક્ટર સાથે મારી માંદગીની ગંભીરતા અંગે ચિંતાથી પૂછપરછ કરી. ડૉક્ટરને કહ્યું કે 'તમને જરૂર જણાય તો કહો, તેને મુંબઈ ખસેડીએ, મારા વિનોદને તે હતો એવો કરી દો. મારો ભાઈ બચી જવો જોઈએ.' મારો ડૉક્ટર તેમની વાર્તાઓનો ખાસ્સો પ્રશંસક હતો, ડૉક્ટર એ વાતે રાજી થયો કે આટલા મોટા લેખકે તેમની સાથે વિગતે વાતો કરી!

આવા હતા હરકિસન મહેતા.

•

હરીન્દ્ર દવે

મધુવન	૧૫૦-૦૦
વ્યક્તિ અને વિભૂતિ	૧૨૫-૦૦
મોક્ષ	૮૫-૦૦
કોઈ અપરાધી કોઈ અનુરાગી	૩૯-૦૦
મોટા અપરાધી મહેલમાં	૪૯-૦૦
નંદિતા	૨૪-૦૦
કથા રામની વ્યથા માનવની	૨૦૦-૦૦
સોગઠાબાજી	૨૮-૦૦
પત્ર પરમાત્માને,	૫૦-૦૦
અહં પીગળે તો પ્રેમની પ્રાપ્તિ	૫૬-૦૦
અગમ પિયાલો પીઓ	૪૮-૦૦
સ્વપ્નની આસમાની લકીર	૬૦-૦૦
ઠારી દે આ દીપ નયનના	૫૦-૦૦
આનંદપુરુષ શ્રીકૃષ્ણ	૭૫-૦૦
નિત્ય વસંત	૪૮-૦૦
માનસરોવરના હંસ	૫૨-૦૦
શરદની ચાંદની	૫૮-૦૦
મિર્ઝા ગાલિબ	૧૦૦-૦૦
સુગંધ	૧૦૫-૦૦
તમે યાદ આવ્યા	–
મનન	૩૨-૦૦
મારગે મળ્યા'તા શ્યામ	૩૫-૦૦
દીવાલમાં દરવાજો	૨૫-૦૦
યુગે યુગે	૨૫-૦૦
અગનપંખી	૫૫-૦૦

હરીન્દ્ર દવે

પળનાં પ્રતિબિંબ	૩૮-૦૦
અનાગત	૩૮-૦૦
સુખ નામનો પ્રદેશ	૬૭-૦૦
માધવ ક્યાંય નથી	૧૨૫-૦૦
સંગ-અસંગ	૫૭-૦૦
લોહીનો રંગ લાલ	૭૭-૦૦
ગાંધીની કાવડ	૮૫-૦૦
મુખવટો	૧૩૦-૦૦
વસિયત	૧૧૧-૦૦
નીરવ સંવાદ	૭૫-૦૦
કૃષ્ણ અને માનવ સંબંધો	૨૫૦-૦૦
વેરાતું સ્વપ્ન ઘૂંટાતું સત્ય	૮૦-૦૦
ઈશ્વરની આંખનું આંસુ	૮૦-૦૦
શબ્દ ભીતર સુધી	૪૬-૦૦
ઘીના દીવાનો ઉજાસ	૭૫-૦૦
ધર્મસભા	૫૦-૦૦
ભીતર ઝળાંહળાં	૬૦-૦૦
ઈશ્વરનું સનાતન મંદિર	૪૮-૦૦
એકલની પગદંડી	૧૮-૦૦
મરુભૂમિ	૧૫-૦૦
આસવ	૩૨-૦૦
મૌન	૪૭-૦૦
અર્પણ	૪૫-૦૦
સમય	૩૨-૦૦
સૂર્યોપનિષદ	૫૮-૦૦
હયાતી	૧૭૫-૦૦
શિશુ રામાયણ	૨૫-૦૦

વજુ કોટક

વજુ કોટકનો વૈભવ	૨૦૦-૦૦
વજુ કોટક વ્યક્તિ-પત્રકાર-લેખક	૧૬૦-૦૦
પ્રભાતનાં પુષ્પો	૨૦૦-૦૦
ઘરની શોભા	૨૯૦-૦૦
રમકડાં વહુ	–
જુવાન હૈયાં	૨૦૦-૦૦
આંસુની આતશબાજી	૬૦-૦૦
ગલગોટા	૮૦-૦૦
ઘોંડુ પાંડુ	૧૧૫-૦૦
શહેરમાં ફરતાં ફરતાં	૨૩૫-૦૦
પુરાણ અને વિજ્ઞાન	૧૫૦-૦૦
કાદવના થાપા	૮૫-૦૦
આંસુના તોરણ	૨૧૦-૦૦
ચૂંદડી અને ચોખા	૧૭૫-૦૦
હા કે ના? ૧-૨	૪૧૫-૦૦
માનવતાનો મહેરામણ	૬૫-૦૦
બુદ્ધિના બ્રહ્મચારી	૭૫-૦૦
બાળપણના વાનરવેડા	૯૫-૦૦
રૂપરાણી	૧૫૦-૦૦
ચંદરવો	૧૫૦-૦૦
ડૉ. રોશનલાલ	૧૮૫-૦૦

પ્રવીણ પ્રકાશનના શ્રેષ્ઠ પ્રકાશનો

૧૫૦ વર્ષની ભારતની ટપાલ ટિકિટો અને તેનો ઈતિહાસ		૧૦૦૦-૦૦
વેદ દર્શન ૧-૪	ભાણદેવ	૭૪૦-૦૦
સંગીતકલાધર		૮૦૦-૦૦
જ્યોતિપુંજ	નરેન્દ્ર મોદી	૬૫૦-૦૦
પત્રરૂપ શ્રીગુરુજી	નરેન્દ્ર મોદી	૨૫૦-૦૦
દીકરી એટલે તુલસી ક્યારો	દિનકર જોષી	૧૫૦-૦૦
ભગવદ્ગોમંડલ (ભા. ૧ થી ૯)		૧૦,૦૦૦-૦૦
ચન્દ્રકાન્ત ૧-૨-૩	ઈચ્છારામ સૂ. દેસાઈ	૧૧૫૦-૦૦
દ્વાદશ જ્યોતિર્લિંગ		૬૦૦-૦૦
પ્રવીણ સાગર	મહેરામણજી	૮૦૦-૦૦
સિંહ દર્શન	ચંન્દ્રકાન્ત પટેલ	૪૫૦-૦૦
વનસ્પતિશાસ્ત્ર	જયકૃષ્ણ ઈન્દ્રજી	૮૦૦-૦૦
મેઘદૂતમ્ (પાંચ ભાષામાં)	મહાકવિ કાલિદાસ	૫૦૦-૦૦
ભારતના આ. રહસ્યોની ખોજમાં	પોલ બ્રન્ટન	૧૩૫-૦૦
આપણા પ્રતિનિધિ સારસ્વતો	ડૉ. રમેશ શુક્લ	૫૦૦-૦૦
વિશ્વના મહાન વૈજ્ઞાનિકો	ડૉ. ભાયાણી	૩૦૦-૦૦
ભારતના મહાન વૈજ્ઞાનિકો	ડૉ. ભાયાણી	૨૫૦-૦૦
વિશ્વના મહાન ગણિતશાસ્ત્રીઓ	ડૉ. ભાયાણી	૩૫૦-૦૦
ધર્મસિન્ધુ (કર્મકાંડનો મહાન ગ્રંથ)		૪૦૦-૦૦
પ્રાચીન ભૃગુસંહિતા	મહર્ષિ ભૃગુ	૮૦૦-૦૦
પ્રભાતના પુષ્પો	વજુ કોટક	૨૦૦-૦૦
પ્રવાસ ભારતી		૩૦૦-૦૦
આઠોં જામ ખુમારી	અમૃત ઘાયલ	૫૦૦-૦૦
યોગવિદ્યા	ભાણદેવ	૩૨૫-૦૦
કલાપીનો કેકારવ	કલાપી	૩૫૦-૦૦
ચાણક્ય નીતિ	સં. મનસુખલાલ સાવલિયા	૮૫-૦૦

પ્રવીણ પુસ્તક ભંડાર

લાભ ચેમ્બર્સ, મ્યુ. કૉર્પો. સામે, ઢેબર રોડ, રાજકોટ.

ફોન (૦૨૮૧) ૨૨૩૨૪૬૦ / ૨૨૩૪૬૦૨